CN

NHÌN LẠI SỬ VIỆT

Lê Mạnh Hùng

Nhìn lại
SỬ VIỆT

Từ tiền sử đến tự chủ

TỔ HỢP XUẤT BẢN
MIỀN ĐÔNG HOA KỲ
2011

First published in paperback
2007 by East Coast U.S.A. Vietnamese Publishers Consortium

An imprint of Canh Nam Publishers, Inc.
2607 Military Road, Arlington, VA 22207, U.S.A.
and
VICANA
Vietnamese Cultural Association in North America
6433 Northanna Drive, Springfield, VA 22150-1335, U.S.A.

ISBN No. 0-9772129-7-1

Designed by NNB
Desktop publishing by VICANA

Copyright © 2007 by Le Manh Hung
and
To Hop Xuat Ban Mien Dong Hoa Ky

Library Cataloging in Publication Data:

Lê Mạnh Hùng
NHÌN LẠI SỬ VIỆT (Vietnamese History Re-
examined) , Volume I
From Prehistory to Autonomy
286pp. + 28 pp. of inserts   13.5 cm x 20.5 cm
Bibliography: pp. 284-286

1. Vietnam—History—To 939. I. Title. II.
Author. III. Preface, photo and map inserts.

LỜI
NHÀ
XUẤT BẢN

ĐÃ HƠN TÁM MƯƠI NĂM trôi qua kể từ ngày Lệ Thần Trần Trọng Kim, lúc bấy giờ còn là một nhà giáo trẻ, hoàn-tất và tung ra cuốn *Việt Nam Sử Lược* của ông. Trong một thời-gian dài, cuốn này được xem như một cuốn thông-sử đáng tin cậy nhất, được in đi in lại rất nhiều lần, nhất là ở miền Nam rồi ở hải-ngoại và giờ đây còn được in lại và bầy bán khá rộng rãi ngay ở trong nước.

Những ưu-điểm của cuốn *Việt Nam Sử Lược* đã rõ: viết trong khi đất nước ta còn thuộc một ngoại-bang, tác-giả vẫn không ngần ngại đem tên chính-thức của quốc gia chúng ta dùng làm tên chính-thức cho cuốn sách. Viết dưới thời Khải Định, một ông vua nhà Nguyễn, tác-giả vẫn không ngần ngại xem nhà Tây-sơn là một triều-đại chính-thống của Việt Nam mặc dầu dưới con mắt sử-gia nhà Nguyễn nhà Tây-sơn bị coi là một "ngụy-quyền." Viết trong buổi giao-thời giữa chữ Nho và chữ Quốc-ngữ, tiếng Việt của cuốn sách thật trong sáng, lại còn chú thêm chữ Hán bên các tên đất, tên người, tên sách được nêu ra trong tác-phẩm (đây là một đặc-điểm có thể xem như một ưu-điểm so với nhiều sách sau này). Tóm lại, Trần Trọng Kim đã tỏ ra can trường, cẩn trọng, không thiên-vị, đáng làm gương sáng cho những ai muốn đi vào con đường đầy hiểm hóc này.

Từ đó (1920), sử-học Việt Nam đã có những bước đi bảy dặm, ở cả hai miền (Nam Bắc thời-gian 1954-75 và sau 75 ở trong và ngoài nước). Nếu các sử-gia ở miền Bắc chịu ảnh-hưởng sâu đậm của "ánh sáng Mác-Lê" giúp cho họ viết nên được những tác-phẩm đáng kể như *Lịch sử chế độ phong kiến Việt Nam* và đi mạnh vào trong ngành khảo cổ, ngành sử ở miền Nam lại khai thác được những hướng đi mới dưới sự hướng-dẫn của một số các thầy huấn luyện chính-quy ở Tây-phương, chủ-yếu là ở Pháp, về. Nhờ vậy, sử-học miền Nam đi tiên-phong vào những lãnh-vực như liên-hệ Việt Nam – Đông-Nam-Á (mà ở trong nước chỉ mới phát triển từ thời-kỳ "mở cửa" ra với thế-giới mà thôi). Cũng do không bị một ý-thức-hệ đặt vòng kim-cô lên đầu nên ngay trong một lãnh-vực tưởng như độc-chiếm của miền Bắc là nhà Tây-sơn, các sử-gia miền Nam cũng tỏ ra khách-quan, cân nhắc hơn để sau này ảnh-hưởng ngược lại vào sử-học Mác-xít. Tưởng cũng không nên quên là trong thời-gian này, ông Hoàng Xuân Hãn ở Pháp cộng-tác với *Tập san Sử Địa* ở Sài Gòn và chính nhóm Sử Địa này đưa ra được những nghiên cứu sâu sắc đầu tiên về Hoàng Sa-Trường Sa, để làm nền tảng cho đến bây giờ khi Việt Nam phải tranh chấp chủ-quyền trên hai quần-đảo này với Trung-quốc và các nước ĐNÁ khác.

Song nếu sử-học Việt Nam đã có những bước tiến lớn trong nửa thế-kỷ qua, nó không khỏi bị giới-hạn bởi những yếu-tố chính-trị chi-phối trong cả hai miền, như sự phân chia Quốc-Cộng hay trong trường-hợp miền Bắc, bởi những cảm-tình chính-trị nhất thời, khi thân Nga, thân Tầu, khi lại thân Mỹ, thân Tây, thân Nhật. Có lẽ cũng vì thế mà ở Hà-nội, chính-quyền đã bảo trợ, khuyến khích hết dự-án lịch-sử này đến dự-án khác. Cứ vài năm lại thấy xuất hiện một bộ thông-sử, đôi khi khá đồ sộ (nhiều tập), nhưng hình như ít khi hoàn-tất. Bởi lịch-sử là lịch-sử, nó không thể xoay chiều như chong chóng được. (Cứ xem như quân-sử là một điều miền Bắc rất hãnh-diện nhưng cho đến nay, Hà-nội vẫn chưa có một bộ tổng-kết chính-thức về chiến-tranh "chống Mỹ cứu nước" của họ, nói gì đến vai trò của quân dân miền Nam nhằm chống trả sự "xâm-lăng từ miền Bắc.")

Thành thử cho đến nay, ở cả hai miền (giờ đây là trong và ngoài nước) vẫn chưa có được một bộ thông-sử tương-đương với cuốn *Việt Nam Sử Lược* của Trần Trọng Kim, nghĩa là một cuốn sử mà chúng ta có thể chấp nhận được một cách phổ-biến và rộng rãi. Song cuốn của Trần Trọng Kim thì không thể thoả mãn được cái khao khát đọc sử của hàng triệu người trong chúng ta, phần vì sang đến thời Pháp-thuộc cụ đã không thể hoàn-toàn khách-quan và hơn nữa, vì sách của cụ thì không có phần cận-hiện-đại.

Nỗ lực của tác-giả Lê Mạnh Hùng (Tiến-sĩ Sử-học, VĐH Luân-đôn) nhằm viết nên một bộ thông-sử Việt Nam nhiều tập (mà đây là tập đầu, từ khai nguyên đến thời tự-chủ) tổng-hợp tất cả những tìm tòi của sử-học Việt Nam trong gần 100 năm qua, do đó phải xem là một việc làm cần được ủng-hộ và khuyến khích. Tổ Hợp Xuất Bản Miền Đông Hoa Kỳ, do đó, rất hãnh-diện được tác-giả tín nhiệm để cho chúng tôi đứng tên xem như đây là một bộ sử do Tổ Hợp đỡ đầu. Rất mong độc-giả hưởng ứng sự lựa chọn này của chúng tôi!

Mùa Hè Virginia
2007

GHI NHẬN

Để cho thêm ý nghĩa bằng cách minh hoạ, chúng tôi đã đưa vào sách 28 trang phụ bản: một về "Bản đồ nước ta từ đầu Công nguyên đến thế kỷ thứ 10" (giữa trang 80 và 81), hai về "Khảo cổ học Việt Nam" (giữa trang 160-61) và ba là về "Lịch sử trong ký ức đời sau" (giữa trang 240-41). Để có được những tài liệu này, chúng tôi đã phải mượn từ nhiều nguồn như sách của G.S. Keith Taylor (*The Birth of Vietnam*), một cuốn do nhiều tác giả Việt, Pháp, Bỉ viết, Catherine Noppe và Jean-François Hubert biên tập, về các ngành mỹ thuật VN (*Arts du Vietnam: La fleur du pêcher et l'oiseau d'azur*), cũng như một số sách về lịch sử và mỹ thuật VN ra đời gần đây. Vì không có điều kiện liên lạc được với các tác giả, hoặc vì các vị đó đã mất như sử gia Trần Quốc Vượng hay nhiếp ảnh gia Trần Cao Lĩnh (chưa kể đa phần số hình không có tên người chụp), nên chúng tôi đành mạn phép đưa vào sách mà không có sự thoả thuận trước của tác giả. Biết vậy là trái song để phục vụ người đọc, chúng tôi xin được sự lượng thứ trước của cả độc giả lẫn tác giả nếu như đã có sự vi phạm tác quyền ngoài ý muốn của nhà xuất bản. Được thế, chúng tôi xin rất biết ơn.

Mục Lục

PHỤ BẢN

Phụ bản I: Bản đồ nước ta từ đầu Công nguyên đến
thế kỷ thứ 10
(giữa trang 80 và 81)

Phụ bản II: Khảo cổ học Việt Nam
(giữa trang 160 và 161)

Phụ bản III: Lịch sử trong ký ức đời sau
(giữa trang 240 và 241)

Chương 1. Những dữ liệu

1.1 Những khám phá về khảo cổ học

Kể từ khi nhà khảo cổ học người Thụy Điển Olov Janse khám phá ra nền văn minh Đông Sơn, những cuộc khai quật tiếp sau đó, đặc biệt là trong những năm của thập niên từ 1960 tới cuối thập niên 80 đã phát hiện rất nhiều bằng chứng về một nền văn minh tập trung trong lưu vực sông Hồng và sông Mã kéo dài hàng ngàn năm từ thời đại đồ đá giữa (mesolithic) qua thời kỳ đồ đá mới (neolithic) cho đến hết thời đại đồng thau (bronze age) và sang đến thời đại đồ sắt mới hết.

Theo các nhà khảo cổ Việt Nam, khu vực hiện nay là miền Bắc Việt Nam là một trong những nơi mà loài người xuất hiện khá sớm. Những di vật tìm được cho thấy con người đã xuất hiện tại miền Bắc Việt Nam cách đây khoảng trên 25 ngàn năm. Nền văn hóa đầu tiên được xác định dựa theo những di vật còn lại được đặt tên là văn hóa **Sơn Vi** có niên đại khoảng từ 15.000 cho đến 16.000 năm trước Công nguyên. Sau Sơn Vi là **Hòa Bình**, được ước tính có niên đại khoảng 9.000 năm trước Công nguyên; và sau Hoà Bình là văn hóa **Bắc Sơn**. Sơn Vi được coi như là giai đoạn thuộc thời đồ đá cũ (paleolithic). Đến Hoà Bình, các cư dân tại miền Bắc Việt Nam hiện nay đã chuyển sang đến thời đồ đá giữa (mesolithic) và Bắc Sơn là giai đoạn đầu thời đồ đá mới (neolithic).

Vào khoảng cuối thiên niên kỷ thứ ba, đầu thiên niên kỷ thứ hai trước Công nguyên, một nền văn hóa mới xuất hiện tại đồng bằng sông Hồng được mệnh danh là văn hóa **Phùng Nguyên**. Các nhà khảo cổ miền Bắc Việt Nam coi đây là một nền văn hóa chuyển tiếp giữa thời đại đồ đá mới và thời đại đồ đồng. Trong các di chỉ thuộc nền văn hóa này người ta đã phát hiện được các đồ đá, đồ gốm. Đồ đá ở đây không những đạt được một đỉnh cao về kỹ thuật mà còn phong phú về loại hình. Đồ gốm bao gồm loại đồ gốm mỏng, độ nung thấp, gốm mềm. Các hoa văn được dùng là loại văn thừng, văn chải, tức là lấy sợi giây thừng ép vào hoặc dùng tay chải để tạo ra những đường cong, đường tròn sinh động và phong phú. Hình dáng đồ gốm cũng có nhiều loại. Có các loại nồi, bình, bát có chân. Tại một vài nơi đã tìm thấy xỉ đồng chứng tỏ rằng vào thời của nền văn hóa này người ta đã bắt đầu biết luyện đồng tuy rằng chưa phổ biến. Văn hoá Phùng Nguyên được coi như là ở vào giai đoạn chuyển tiếp giữa thời đại đồ đá mới sang thời đại đồng thau.

Tiếp sau giai đoạn Phùng Nguyên là giai đoạn mà các nhà khảo cổ gọi là văn hóa **Đồng Đậu**, khoảng 3500 năm đến 3000 năm trước đây, tập trung ở các tỉnh Phú Thọ, Vĩnh Phú, Hà Tây, Hà Bắc và Hà Nội. Đồ đá Đồng Đậu gồm số lớn là công cụ sản xuất, vũ khí và đồ trang sức chế tác khá tinh vi. Đồ đồng thau, chủ yếu là vũ khí và công cụ săn bắn, chưa nhiều và phong phú. Đồ gốm phát triển cao hơn thời Phùng Nguyên với bàn xoay được sử dụng phổ biến. Đáng chú ý là có những pho tượng người, tượng bò, tượng gà bằng đất nung.

Tiếp theo Đồng Đậu là giai đoạn văn hoá **Gò Mun**. Trong giai đoạn này số lượng và các loại hình đồ đá giảm bớt, chỉ còn tồn tại một số rìu đá và đồ trang sức. Đồ gốm thời đại này được nung ở nhiệt độ cao hơn nên cứng hơn

hơn đồ gốm ở thời văn hóa Phùng Nguyên. Hình dáng đồ gốm cũng có những đặc trưng riêng, các hoa văn phần lớn là hoa văn hình học; về kiểu dáng thì có nhiều loại nồi vò, ly cốc có chân cao, bát, vò có chân thấp hình vành khăn. Tại những địa điểm thuộc di chỉ Gò Mun người ta đã phát hiện được khá nhiều đồ đồng như mũi tên đồng, lưỡi câu, mũi lao, cùng một ít rìu. Đặc biệt trong số đồ đồng đào lên người ta đã đào được tượng một con gà, đây là một trong số hiếm hoi các tác phẩm nghệ thuật tìm được trong giai đoạn này.

Văn hóa Gò Mun được coi như là bắt đầu khoảng đầu thiên niên kỷ thứ nhất trước Công nguyên và kéo dài đến khoảng thế kỷ thứ 7 trước Công nguyên thì nhường chỗ cho một giai tầng văn hóa mới gọi là văn hóa **Đông Sơn**. Các di tích của nền văn hóa này được phân bố rộng rãi khắp vùng Bắc bộ và bắc Trung bộ. Trong giai đoạn này, đồ đá hầu như không còn nữa. Đồ gốm về hoa văn đã có tính đơn giản hóa, chủ yếu là văn thừng và chải. Về hình dáng có thêm loại nồi đáy lồi, đáy bằng, ngoài ra cũng bắt đầu xuất hiện loại đồ dùng có nắp đậy. Số lượng đồ đồng thì rất phong phú phổ biến nhất là các loại vũ khí, dao găm, mũi lao, mũi giáo, dụng cụ như rìu, lưỡi liềm, lưỡi hái, đồ đựng như thạp, thố, nhạc cụ như trống, chuông. Đồ đồng Đông Sơn so với thời đại Gò Mun không những khác về trình độ mà cả về phong cách. Giai đoạn Đông Sơn được hầu hết các nhà khảo cổ coi như là giai đoạn thành hình của xã hội cư dân tại vùng châu thổ sông Hồng và sông Mã.

Nguồn gốc của nền văn hoá Đông Sơn hiện vẫn còn là một đề tài tranh luận trong giới khảo cổ. Những nhà nghiên cứu đầu tiên về nền văn hóa này như Janse cho rằng đây là một nền văn hóa du nhập từ bên ngoài vào. Phần lớn coi kỹ thuật đúc đồng của Đông Sơn được du nhập từ vùng Nam Hoa. Sở dĩ họ cho như vậy là vì trong quá khứ, người ta cho rằng kỹ thuật đúc đồng xuất hiện trước tiên tại vùng Hoa Bắc sau đó mới được truyền xuống miền nam. Tuy nhiên những nghiên cứu gần đây của các nhà khảo cổ, nhất là tại vùng đông bắc Thái Lan cho thấy nghề đúc đồng đã xuất hiện tại Đông Nam Á còn trước cả khi xuất hiện tại Trung Quốc nữa. Thành ra người ta đã có thể khẳng định rằng nghệ thuật đúc đồng Đông Sơn gần như chắc chắn không phải du nhập từ phương Bắc.

Các công trình nghiên cứu của các nhà khảo cổ Việt Nam miền Bắc cho thấy những trống đồng đầu tiên của nền văn hóa Đông Sơn còn có những quan hệ mật thiết về cơ cấu và trang trí với những đồ gốm thuộc văn hóa Phùng Nguyên đủ để thấy rằng xã hội tạo ra văn hóa Phùng Nguyên và xã hội Đông Sơn có những quan hệ hữu cơ mật thiết với nhau. Cũng theo những công trình nghiên cứu này thì văn hoá Đông Sơn đã có những mối liên hệ mật thiết với các nền văn hoá Thái Miến ở Vân Nam và Lào, và đặc biệt với một nền văn hóa cổ đại Môn Khmer tại vùng Cánh Đồng Chum thuộc cao nguyên Trấn Ninh bên Lào. Cao nguyên Trấn Ninh là con đường bộ tự nhiên nối liền vùng đồng bằng Bắc bộ và bắc Trung bộ với vùng đông bắc Thái Lan hiện nay.

Xã hội Đông Sơn là một xã hội đã phát triển về nông nghiệp. Ngoài ra cơ cấu xã hội cũng diễn biến trở thành phức tạp, có phân chia thành giai cấp. Những lưỡi cầy đồng tìm được chung cùng với xương nhiều trâu bò cho thấy nông nghiệp đã biết dùng sức kéo của gia súc. Những đồ dùng, nhạc khí bằng đồng cho thấy trong xã hội đã có phân hóa giầu nghèo trong khi một loạt những loại vũ khí mới cho thấy rằng xã hội thời Đông Sơn có thể đã phải đối phó với nhiều cuộc chiến tranh hoặc nội bộ hoặc từ bên ngoài.

Việc tìm thấy những quan tài hình thuyền cũng như những mô-típ trang trí trên trống đồng Đông Sơn như hình những chiếc thuyền với những người chèo và những chiến sĩ cầm vũ khí cũng như hình những con chim biển trang trí chứng tỏ rằng nền văn minh Đông Sơn có quan hệ mật thiết với biển và có thể xuất phát từ ngoài biển vào. Những di tích của nền văn hóa Đông Sơn này tồn tại cho đến đầu thiên niên kỷ thứ nhất, trùng hợp với giai đoạn nước Việt Nam của chúng ta bị nội thuộc vào Trung Quốc dưới thời Tây Hán. Tới đây, thời kỳ khuyết sử của chúng ta không còn nữa mà ta đã bắt đầu có những sử liệu thành văn, quan trọng nhất là sử liệu của Trung Quốc.

1.2 Những sử liệu Trung Quốc

Các tài liệu của Trung Quốc nói đến Việt Nam rất nhiều. Nói chung, những tài liệu này có thể được chia thành hai loại, chính sử và dã sử.

Chính sử là sử của các triều đại Trung Quốc, thường do các triều đại sau, dựa vào những tư liệu để lại, viết ra. Có tất cả hai mươi bốn bộ sử như vậy, đi từ bộ *Sử ký* của Tư Mã Thiên viết vào thời Hán Vũ Đế (khoảng thế kỷ thứ nhất trước Công nguyên) đến bộ *Thanh sử* viết vào đầu thế kỷ thứ 20. Những bộ sử này, nhất là những bộ sử của các triều đại mà Việt Nam còn là một bộ phận của đế quốc Trung Hoa là nguồn tư liệu quan trọng nhất để tìm hiểu lịch sử nước ta trong thời gian này.

Theo khuôn mẫu đầu tiên được đưa ra bởi Tư Mã Thiên, một bộ chính sử của Trung Quốc bao gồm nhiều phần. Phần thứ nhất gọi là *kỷ* chép lại những việc xảy ra theo từng năm một của mỗi triều vua Trung Quốc. Sau đó là phần *chí* cho biết những dữ kiện về hành chánh, địa lý, văn học, thiên văn, luật lệ cho đến cả y phục các quan và dân chúng, vân vân... *Chiếu, chế, biểu* là phần thứ ba ghi lại những bài có tính cách quan trọng của triều đại, hoặc chiếu của vua hoặc bài biểu các quan trình lên. Và sau cùng là *truyện* ghi lại tiểu sử của những nhân vật, hoặc trung, hoặc gian, có đóng một vai trò quan trọng trong lịch sử của triều đại. Đặc biệt phần truyện của các bộ sử này thường bao gồm những đoạn kể lại quan hệ giữa đế quốc Trung Quốc và các nước lân bang. Đây là một nguồn tư liệu quan trọng cho việc tìm hiểu lịch sử Việt Nam và quan hệ giữa nước ta và Trung Quốc. Ngoài ra có thể liệt vào chính sử những bộ từ điển Bách Khoa như bộ *Thông điển* của Đỗ Hựu đời Đường hoặc *Thái bình hoàn vũ ký* của Nhạc Sử đời Tống, hoặc một số bộ sử Trung Quốc như bộ *Tự trị thông giám* của Tư Mã Quang thời Tống. Đặc biệt trong những bộ sử loại này có bộ *An Nam chí nguyên* của Cao Hùng Trưng viết vào thời Minh, nhắc lại lịch sử Việt Nam từ thời Hùng Vương cho đến hết đời Trần đã tổng hợp khá nhiều những tư liệu tản mạn trong các sách sử của Trung Quốc cho đến thời đó.

Dã sử là những hồi ký, truyện ký, văn thơ hoặc là những bộ sử viết riêng về một sự kiện xảy ra trong quan hệ giữa Trung Quốc và Việt Nam. Những bộ này có thể do các quan lại Trung Quốc được cử sang cai trị Việt Nam hoặc là những người khác có quan hệ đến các sự kiện xảy ra viết lại. Những bộ dã sử này cung cấp thêm rất nhiều tài liệu quý giá mà chính sử vì nhu cầu giản lược không thể chép hết vào được.

Những tư liệu thành văn cổ nhất còn lưu truyền lại đến nay là những bài viết của những sử gia và những quan lại Trung Quốc viết sau khi nước ta trở thành một bộ phận của đế quốc người Hán. Những bộ sách này tuy hầu hết nói đến tình hình nước ta sau khi nội thuộc, nhưng một số cũng nhắc đến những sự kiện vào thời gian mà họ gọi là *"đất Giao Chỉ xưa khi chưa chia thành quận huyện."*

Có lẽ bộ sách của người Hán đầu tiên có nhắc đến nước ta là bộ *Sử ký* của Tư Mã Thiên viết vào thế kỷ thứ nhất trước Công nguyên. Trong "Nam Việt Úy Đà truyện," Tư Mã Thiên đã nhắc đến Âu Lạc và Tây Âu Lạc. Sang đến thế kỷ thứ 1 sau Công nguyên, Ban Cố viết *Hán thư* mới lần đầu tiên nhắc đến người Lạc Việt trong "Giả Quyên truyện." Tuy nhiên phải đến thế kỷ thứ 4 và thứ 5 sau Công nguyên, các thư tịch Trung Hoa mới nói đến giai đoạn Hùng Vương. Hùng Vương đầu tiên được ghi chép trong thư tịch Trung Quốc trong các cuốn *Giao Châu ngoại vực ký* và *Quảng Châu ký*. Rất tiếc các sách này sau đó đã thất truyền. Cũng cùng thời với hai cuốn trên là *Hậu Hán thư* của Phạm Việp. Trong cuốn này Phạm Việp có nhắc đến Trưng Trắc là con gái Lạc tướng Mê Linh. Ngoại trừ *Hậu Hán thư*, tất cả các sách trên đều đã thất truyền, chỉ còn lại một số đoạn trích dẫn trong các sách khác như *Thủy Kinh Chú* của Lịch Đạo Nguyên hoặc *Cựu Đường thư*, một bộ chính sử đời Đường. Riêng về tên nước Văn Lang thì phải đợi đến đời Đường mới được nhắc đến khi chỉ định quận huyện ở Giao Châu như sách *Thông điển*, một cuốn bách khoa toàn thư thời cổ, do Đỗ Hựu, ông nội của nhà thơ Đỗ Phủ, viết: *"Phong Châu là nước Văn Lang xưa."*

Tuy nhiên khi đọc các sử liệu của Trung Quốc, ta cần phải lưu ý đến hai điều. Thứ nhất những bộ sử này được viết ra dưới nhãn quan của người Trung Quốc. Chính vì vậy những sự kiện được kể lại hầu hết có liên quan đến những hoạt động của các triều đại hoặc các quan lại Trung Quốc tại Việt Nam mà thôi, rất ít khi có những sự kiện gì thuần túy của người Việt được ghi lại trong đó. Thứ hai, những bộ sử Trung Quốc, nhất là chính sử đều được viết ra để bảo vệ cho quan điểm chính thống của các triều đại, trong đó triều vua nào cũng được coi như là có "mệnh trời" ("thiên mệnh") để cai trị muôn dân cho đến khi "mệnh trời" đó bị mất đi vì các triều vua sau đã không giữ được cái hòa khí với trời đất và nhân dân. Chính vì vậy, rất nhiều những sự việc không phù hợp với quan điểm đó đã bị bỏ sót hoặc chỉ được nhắc đến một cách sơ sài, trong khi những hiện tượng mà chúng ta có thể không để ý đến như những điềm lành, điềm gở lại được ghi lại rất cẩn thận. Ngoài ra, vì sử Trung Quốc chỉ ghi lại những điều liên quan đến triều đình Trung Quốc, thành ra vào những thời kỳ loạn lạc tại trung ương, mà cũng chính là những lúc có nhiều biến động nhất xảy ra tại những vùng biên duyên của đế quốc Trung Hoa như Việt Nam, thì các bộ sử này lại thường không ghi chép lại những sự việc xảy ra tại đó mà chỉ tập trung chung quanh các vùng lân cận với kinh đô mà thôi.

Một cuốn sách có thể coi như là cả Việt lẫn Trung Quốc là cuốn *An Nam Chí Lược* của Lê Tắc. Lê Tắc là gia thần của Trần Kiện. Trần Kiện đầu hàng nhà Nguyên khi quân Nguyên sang đánh Đại Việt trong thế kỷ 13. Khi Trần Kiện bị quân nhà Trần bắn chết, Lê Tắc ôm xác Trần Kiện chạy về được đến Trung Quốc và ở lại Trung Quốc cho đến khi chết. Lê Tắc viết cuốn *An Nam Chí Lược* này khi ở Trung Quốc và ngoại trừ những sự kiện đương thời hầu hết những sự kiện lịch sử về Việt Nam kể lại trong cuốn này đều dựa vào những sử liệu Trung Quốc. Tuy nhiên vì Lê Tắc là người Việt, sinh ra và lớn lên tại Đại Việt, thành ra mặc dầu đầu hàng Nguyên, nhưng quan điểm viết sử của ông cũng không hoàn toàn là của Trung Quốc. Một số những dữ kiện ghi lại trong *An Nam Chí Lược*, đặc biệt là về những cuộc nổi dậy của dân Việt dưới thời Bắc thuộc như cuộc nổi dậy của bà Triệu, chẳng hạn, đã được ghi lại trong Lê Tắc mà không có trong các sử liệu Trung Quốc.

1.3 Những sử liệu Việt Nam

Các tài liệu về lịch sử Việt Nam bao gồm rất nhiều thành phần phức tạp mà độ tin cậy rất khác nhau. Trước hết phải kể đến hai bộ chính sử do sử quan các triều đại viết ra, bộ *Đại Việt Sử Ký Toàn Thư* và bộ *Khâm Định Việt Sử Thông Giám Cương Mục*. Bộ chính sử đầu tiên còn lưu truyền lại đến nay là bộ *Đại Việt Sử Ký Toàn Thư* của Ngô Sĩ Liên và sau đó được nhiều thế hệ sử quan chép thêm vào cho đến cuối đời Lê. Ngô Sĩ Liên đã căn cứ vào hai bộ *Đại Việt Sử Ký* của Lê Văn Hưu và *Đại Việt Sử Ký tục biên* của Phan Phù Tiên, thêm phần Ngoại Kỷ viết về thời đại tiền Bắc Thuộc, thành bộ này vào năm 1427. Bộ *Khâm Định Việt Sử Thông Giám Cương Mục* là cuốn sử Việt Nam viết bằng chữ Hán công phu nhất do các sử quan triều Nguyễn soạn ra. Các tác giả đã tham khảo tất cả những sách xưa biên soạn về lịch sử Việt Nam từ thời Hùng Vương cho đến thời Lê Mẫn Đế (1789) để viết ra bộ này. Hai bộ sử này là những tài liệu không thể thiếu được trong việc tìm hiểu lịch sử Việt Nam từ thế kỷ thứ 10 đến cuối thế kỷ thứ 18. Ngoài hai bộ chính sử vừa kể trên, bộ *Đại Việt Sử Lược* là bộ biên niên sử xưa nhất của Việt Nam còn lưu truyền lại đến nay. Bộ này được viết vào thời Trần và đã bị thất truyền tại Việt Nam trong thời thuộc Minh, nhưng may mắn là còn được lưu truyền tại Trung Quốc trong *Tứ khố toàn thư*. Một số học giả Việt Nam và Trung Quốc cho rằng cuốn *Đại Việt Sử Lược* này là cuốn *Việt Chí* của Trần Phổ đầu đời Trần soạn với giai đoạn thời Trần được thêm vào sau. Cuốn *Việt Chí* là cuốn mà Lê Văn Hưu sử dụng để viết nên cuốn *Đại Việt Sử Ký*. Tuy nhiên một số học giả tây phương và Nhật Bản lại cho rằng *Đại Việt Sử Lược* chính là cuốn *Đại Việt Sử Ký* của Lê Văn Hưu rút gọn lại.

Ngoài những bộ sử nói trên còn có những bộ sử nói về một số những sự kiện mà chính sử hoặc chép lại không đầy đủ hoặc bỏ sót không nói tức là những bộ "thực lục" như *Trung hưng thực lục* kể lại cuộc kháng chiến chống quân Nguyên của nhà Trần; *Lam Sơn thực lục* kể lại cuộc chiến đấu chống quân Minh của Lê Lợi; *Đại Nam thực lục* ghi lại công nghiệp các chúa Nguyễn tại miền Nam. Một trong những bộ sách có giá trị nữa là bộ *Lịch Triều Hiến Chương Loại Chí* của Phan Huy Chú ghi lại cuộc đời các danh nhân Việt Nam cùng những chi tiết về tài chánh, kinh tế, luật lệ, văn học của các triều đại trước triều Nguyễn.

Trong các tài liệu về cổ sử Việt Nam có lẽ có giá trị nhất là hai quyển sách xưa, *Việt Điện U Linh Tập* của Lý Tế Xuyên viết vào năm 1329 và *Lĩnh Nam Chích Quái* của Trần Thế Pháp viết vào đầu thế kỷ thứ 14 và được Vũ Quỳnh và Kiều Phú biên soạn lại vào năm 1498. Tác giả *Việt Điện U Linh Tập* đã dựa vào những sách mà ngày nay không còn nữa như *Giao Chỉ ký* (khuyết danh), *Báo cực truyện* (khuyết danh), *Giao Châu ký* của Triệu Xương và Tăng Cổn đời Đường, *Sử ký* của Đỗ Thiện cùng với những chuyện linh thiêng trong dân gian để viết thành sách này. *Lĩnh Nam Chích Quái* bao gồm những truyện truyền khẩu trong dân gian được sưu tầm và viết lại. Nội dung các truyện trong hai quyển sách này còn có nhiều chỗ hoang đường và ước lệ nhưng cũng phản ảnh được tình hình xã hội của tổ tiên dân Việt thời xa xưa.

Cũng cùng một loại với các truyện trong *Việt Điện U Linh Tập* và *Lĩnh Nam Chích Quái* là những thần tích và ngọc phả các đền thờ tại các làng miền Bắc và miền Trung trong đó có cả ngọc phả đền Hùng và đền Tản Viên cùng với những truyện cổ tích dân gian về các vị anh hùng dân tộc. Những tài liệu này đã được sưu tầm khá nhiều bởi các nhà sử học từ thời Pháp thuộc cho đến về sau này. Chúng cho những người tìm hiểu về lịch sử Việt Nam nhiều thông tin quý giá. Tuy nhiên những tài liệu đó còn chứa nhiều yếu tố hoang đường thần thoại hơn nữa. Ngoài ra, nhất là những thần tích và ngọc phả khi được viết lại bởi những nhà nho về sau thì đã bị thay đổi và biến chế theo quan điểm lễ giáo đời sau; tỷ như ngọc phả đền Hùng ghi chép đủ 18 đời vua Hùng Vương với đầy đủ duệ hiệu như các vua thời Lê là một điều chắc chắn không thể xảy ra được khi mà tập quán này chỉ mới xuất hiện tại nước ta dưới triều Lý. Hầu hết những thần tích, ngọc phả này được viết lại vào khoảng thế kỷ 18 dưới thời Lê Trung Hưng vì vậy ta có thể thấy rõ yếu tố nho giáo đã ảnh hưởng vào những bản văn đó rất nhiều.

1.4 Sử liệu của các nước khác

Từ thế kỷ 16 trở đi, việc liên lạc với các nước phương Tây được mở ra, ta có thêm những tài liệu của các thương gia và các nhà truyền giáo phương Tây. Những tài liệu này lúc đầu còn ít nhưng càng về sau càng nhiều và ở tản mạn tại các văn khố của nhiều nước cũng như tại Giáo Hội Thiên Chúa Giáo La Mã. Sang đến thời thuộc Pháp thì những tài liệu này có thể nói là đóng vai trò chính trong việc tìm hiểu lịch sử Việt Nam. Kể từ khi thế chiến thứ hai chấm dứt thì những tài liệu về lịch sử Việt Nam lại càng nhiều hơn nữa và trở nên phức tạp hơn vì Việt Nam là một trong những điểm nóng quan trọng nhất của cuộc chiến tranh lạnh và những sự kiện chính trị cũng như kinh tế của Việt Nam nay không còn có thể chỉ tìm ở trong nội bộ Việt Nam hoặc qua những tương tác với vài nước lân bang mà còn phải được tìm hiểu qua những quyết định từ những thủ đô của các cường quốc trên thế giới.

Chương 2. Tổng quan về lịch sử Việt Nam

"Herodotus ở Halicarnassus đã viết lại dưới đây những tìm tòi của mình để giữ lại những chuyện của quá khứ, để viết lên những thành quả đáng ngạc nhiên của chính chúng ta và của những dân tộc khác, và đặc biệt để chỉ cho thấy tại sao họ và chúng ta lại đi vào con đường chiến tranh."

Đó là câu mở đầu cuốn lịch sử cuộc chiến giữa đế quốc Ba tư và thế giới Hy Lạp của Herodotus, có thể nói là cuốn lịch sử đầu tiên của nhân loại. Câu này tóm lại một đặc tính căn bản của lịch sử, tức là ghi lại những chuyện xảy ra trong quá khứ. Nhưng cũng như Herodotus đã viết ở trên, ghi lại quá khứ không, không đủ. Lịch sử còn có nhiệm vụ giải thích. Giải thích tại sao mọi chuyện lại diễn ra như vậy, nhất là trong trường hợp lịch sử một dân tộc. Không những chúng ta cần phải tìm hiểu những chuyện gì đã xảy ra cho dân tộc ta, mà ta còn phải tìm hiểu những chuyện xảy ra đó nó ảnh hưởng và đóng góp như thế nào vào sự hình thành của dân tộc.

Người sử gia tìm cách vẽ lại lịch sử vì vậy cần phải tính đến những thay đổi khả dĩ có thể làm chuyển chiều hướng lịch sử trong mỗi sự kiện lịch sử ghi lại mà nếu không có, có thể khiến lịch sử đi về một hướng khác. Đó là những "bước ngoặt lịch sử" mà không lịch sử dân tộc nào không có.

Lịch sử Việt Nam cũng vậy. Dân tộc ta hiện nay khác hẳn với dân tộc ta cách đây trên hai ngàn năm. Trong quá trình tiến hoá của dân tộc Việt chúng ta đã trải qua nhiều giai đoạn. Mỗi giai đoạn được đánh dấu bởi một bước ngoặt quan trọng mà nếu không xảy ra thì sẽ đưa dân tộc Việt Nam vào một con đường khác, làm diễn biến lịch sử của chúng ta khác hẳn đi. Những bước ngoặt đó tuy không phải ngẫu nhiên mà có, song cũng không tất yếu phải xảy ra. Chúng là hậu quả vừa của những lực tác động lâu dài, vừa là hậu quả của một số những tình cờ lịch sử, độc nhất có thể không bao giờ xảy ra lần thứ hai. Mỗi bước ngoặt này mở đầu cho một giai đoạn lịch sử mới mà những diễn tiến của nó lại là tiền đề cho một bước ngoặt kế tiếp, đưa lịch sử nước Việt sang một trạng thái khác. Vậy thì những bước ngoặt trong lịch sử Việt Nam là những bước ngoặt nào?

Nhìn lại lịch sử Việt Nam suốt từ thời lập quốc đến nay, ta có thể thấy nước ta đã trải qua sáu bước ngoặt quan trọng. Bước ngoặt thứ nhất xảy ra khi dân tộc Lạc bắt đầu tiếp xúc với sự bành trướng của Hán tộc từ phương Bắc xuống. Các tiếp xúc này có thể bắt đầu từ thời An Dương Vương nhưng chỉ trở nên chặt chẽ hơn bắt đầu từ khi nước Âu Lạc bị sáp nhập vào quốc gia Nam Việt của Triệu Đà. Trong một thời gian dài kể từ khi An Dương Vương mất nước cho đến cuối nhà Tây Hán, một cuộc đấu tranh âm ỷ diễn ra để xem dân tộc Lạc có thể tồn tại như một dân tộc thuộc nền văn minh Đông Nam Á hay không.

Bước ngoặt lịch sử thứ hai xảy ra khi cuộc khởi nghĩa của Hai Bà Trưng thất bại, Mã Viện bắt đầu việc Hán hóa toàn diện xã hội Lạc cũ. Giai đoạn này, kéo dài gần một nghìn năm từ đầu nhà Đông Hán cho đến cuối nhà Đường khi Ngô Quyền cuối cùng đánh bại quân Nam Hán dựng nền độc lập cho dân tộc Việt.

Trong khoảng gần một ngàn năm Bắc thuộc kể từ sau Mã Viện này, xã hội dân Lạc đã qua nhiều giai đoạn chuyển đổi để trở thành một xã hội khác, xã hội Việt, hầu như khác hẳn với xã hội cũ. Việc chuyển đổi này diễn ra qua nhiều

thời kỳ, với mỗi thời kỳ đánh dấu bởi một số những bước
ngoặt nhỏ. Thời kỳ đầu tiên có thể gọi là thời kỳ Hán Lạc
diễn ra ngay sau cuộc chinh phục của Mã Viện. Trong thời
kỳ này, tầng lớp quý tộc cũ của dân Lạc thời Hùng Vương
hầu như bị tiêu diệt hoàn toàn. Một số bị giết. Một số bị lưu
đầy sang Trung Quốc - Mã Viện đầy 300 gia đình quý tộc
dân Lạc sang Trường Sa, Hồ Nam. Một tầng lớp quý tộc
mới xuất hiện bao gồm những quan lại và quân sĩ người Hán
theo Mã Viện sang đất Lạc cùng với những tầng lớp quý tộc
người Lạc cũ đầu hàng Hán. Đầu tiên tầng lớp quý tộc này
đóng một vai trò quan trọng trong việc giữ cho đất Giao Chỉ
tiếp tục nằm trong đế quốc Hán, nhưng dần dà họ bị Lạc hóa
và có một nhận thức về sự khác biệt giữa xã hội mà họ sống
với xã hội Hán mà họ để lại ở phương Bắc. Giai đoạn này
kết thúc với đỉnh cao quyền lực của nhóm này qua vai trò
của Sĩ Nhiếp và gia đình họ Sĩ vào thời Tam Quốc. Nhóm
này tìm cách tạo ra một sự tổng hợp giữa những giá trị Nam
và Bắc, Đông Nam Á và Trung Quốc.

Nhưng việc tiêu diệt gia đình họ Sĩ dưới thời Ngô Tôn
Quyền đã làm hỏng những cố gắng đó và mở đầu cho một
thời kỳ mới, tạm gọi là thời kỳ Lạc Việt. Xã hội tại Giao
Châu dưới thời Tôn Quyền không còn là xã hội cũ nữa mà
đã bị Hán hóa rất nhiều. Từ Lạc xã hội này đã trở thành
Việt. Những cố gắng cuối cùng của một số những quý tộc
Lạc cũ tại những vùng xa ảnh hưởng của Trung Quốc như
cuộc khởi nghĩa của bà Triệu đã thất bại. Trong giai đoạn
này xã hội, đặc biệt là tầng lớp quý tộc Giao Châu, bị dao
động dưới hai khuynh hướng, khuynh hướng trung thành với
đế quốc Hán và khuynh hướng muốn tách khỏi đế quốc Hán
để tạo dựng nên một quốc gia riêng của mình. Các cuộc
tranh chấp này được tiêu biểu bởi hai giòng họ, họ Lý và họ
Đỗ, trong đó họ Đỗ đại biểu cho khuynh hướng trung thành

với đế chế và họ Lý chủ trương tách ra thành một quốc gia riêng.

Các cuộc đấu tranh bên trong nội bộ giữa các giòng họ chung quanh việc trung thành hay không đối với đế chế đã kết thúc với cuộc khởi nghĩa của Lý Bí và việc thành lập đất nước Vạn Xuân. Khuynh hướng độc lập đã chiến thắng và chỉ còn vấn đề thời gian trước khi vùng Giao Châu trở thành một nước độc lập tách rời ra khỏi đế quốc Trung Hoa. Cũng trong giai đoạn này, một biến đổi lớn xuất hiện tại vùng đồng bằng sông Hồng. Sau mấy trăm năm dưới sự kiểm soát của đế quốc Trung Hoa, những làng mạc tại vùng này đã bắt đầu bị ảnh hưởng sâu đậm của nền văn hóa thống trị, mở đầu cho sự phân tách dân Lạc cổ thành ra hai tộc người khác nhau, Việt và Mường. Sự phân chia này cuối cùng đã hoàn tất trong giai đoạn thuộc nhà Đường. Sự tham gia của Triệu Túc và con là Triệu Quang Phục vào cuộc khởi nghĩa của Lý Bí đánh dấu sự đồng hóa hoàn toàn của những người Hán ngụ cư vào xã hội Lạc Việt.

Thời gian độc lập của Lý Bí và những người thừa kế ông như Triệu Quang Phục, Lý Phật Tử kéo dài được 60 năm, một giai đoạn kéo dài hai thế hệ và đã để lại một dấu ấn sâu rộng vào trong lòng xã hội Việt. Chính vì vậy mà ba trăm năm thuộc Đường, một đế quốc có một nền văn minh vào hàng rực rỡ nhất của nhân loại, cũng không thể nào khiến cho dân Việt chấp nhận ở lại trong lòng đế chế nữa. Trong giai đoạn này, giai đoạn Đường Việt, dân Việt hấp thụ rất nhiều từ nền văn minh Đường, ngay cả trong ngôn ngữ - việc tách rời tiếng Việt khỏi tiếng Mường bắt đầu từ giai đoạn này. Chế độ cai trị thời Đường cởi mở hơn cho những người sống tại Giao Châu, có những người Việt đã thành đạt lớn tại triều đình Đường, như Khương Công Phụ trở thành tể tướng thời Đường Đức Tông. Nhưng những điều đó không đủ ngăn chặn những khát vọng độc lập của người Việt. Và khi nhà Đường suy yếu và sụp đổ, cơ hội độc lập đã đến. Sau một thời gian dài tự trị dưới thời họ Khúc, đất Việt đã hoàn toàn được giải phóng và trở thành một quốc gia độc lập dưới Ngô Quyền.

Chiến thắng Bạch Đằng của Ngô Quyền đánh dấu một bước ngoặt mới quan trọng trong lịch sử Việt Nam. Mặc dầu còn những liên hệ mật thiết với đế quốc Trung Hoa, nhưng vận mệnh đất Việt không còn gắn liền với vận mệnh đế quốc này nữa. Người Việt đã có thể tự do vạch một con đường cho đất nước và dân tộc mình. Xã hội nơi mà Ngô Quyền thành lập vương triều mới là một xã hội phong kiến cát cứ, có nhiều điểm tương tự với xã hội phương Tây thời Trung cổ. Sau nhiều thập niên loạn lạc vào cuối triều Đường, những hào tộc ở các địa phương đã tự thành lập những tiểu vùng dưới sự cai quản của mình và trở thành những lãnh chúa. Giống như những lãnh chúa tại phương Tây, họ chịu sự quản chế phần nào của chính quyền trung ương nhưng hầu như độc lập trong vùng lãnh thổ của mình. Tuy nhiên, trái với tình trạng của phương Tây thời Trung cổ, xã hội phong kiến Đại Việt lúc đó không có những đô thị với tầng lớp thị dân làm một đối trọng đối với các lãnh chúa và triều đình trung ương. Chính vì vậy mà chế độ phong kiến Đại Việt đã không tạo ra được những sự thay đổi dẫn đến một thể chế dân chủ như tại Tây phương.

Chế độ phong kiến Đại Việt trong những năm đầu sau khi nhà nước Đại Việt mới được thành lập chịu những áp lực phân hóa địa phương rất mạnh. Tàn dư của những tinh thần địa phương đó còn tồn tại cho đến ngày nay. Sau khi Ngô Vương mất, lực ly tâm của cái tinh thần địa phương này đã tạo ra tình trạng Thập Nhị Sứ Quân. Đinh Tiên Hoàng dẹp loạn Thập Nhị Sứ Quân, kiến lập ra triều Đinh, nhưng vẫn không có thay đổi gì trong xã hội. Xã hội Đại Việt dưới các triều Đinh, Tiền Lê, Lý và Trần vẫn là một xã hội phong kiến, phân chia rõ rệt thành các giai cấp trong đó giai cấp quý tộc là giai cấp thống trị.

Mặc dầu dưới chế độ phong kiến này, công và thương không bị coi rẻ như ở những triều đại sau, công nghệ và thương mại đạt được nhiều bước phát triển tốt đẹp, nhưng thiếu những thành thị lớn với một tầng lớp thị dân độc lập cho nên không thể tạo ra được một giai tầng thứ ba (Pháp: troisième état, Anh: third estate). Cơ sở tài chánh nhà nước vẫn nằm ở trong tay nông dân tại các làng xã mà một phần đã bị chia sẻ cho các tầng lớp quý tộc qua các điền trang. Chính vì vậy khi chế độ phong kiến bắt đầu suy thoái, khi kinh tế điền trang chiếm quá nhiều các tài nguyên của nhà nước, thì một cuộc khủng hoảng xảy ra mà hầu như không có biện pháp giải quyết. Cuộc khủng hoảng vào cuối triều Lý đã không được giải quyết tận gốc mà chỉ thay thế một tầng lớp quý tộc cũ của triều Lý bằng một tầng lớp quý tộc mới của triều Trần. Những chính sách mà triều đình nhà Trần đưa ra trong những năm đầu, hạn chế bớt điền trang của các quý tộc, khuyến khích nông nghiệp đã tạo được một số những ổn định trong đời sống xã hội, nhưng ba cuộc chiến tranh chống nhà Nguyên liên tiếp trong hai mươi năm đã làm đất nước kiệt quệ. Việc phát triển thái ấp điền trang vào cuối triều Trần cũng có tác động như vào cuối triều Lý. Nó làm cho chính quyền trung ương càng ngày càng không có đủ nhân lực cũng như tài lực để đối phó với những khó khăn thời thế tạo ra. Các cải tổ của cha con Hồ Quý Ly nhằm củng cố chính quyền trung ương, hạn chế điền trang, hạn chế nô tỳ chỉ là những biện pháp nửa vời không có tác dụng bao nhiêu. Và đất nước lại một lần nữa rơi vào tay đế quốc Trung Hoa khi nhà Minh dưới triều Vĩnh Lạc trở nên cường thịnh muốn phát triển sức mạnh của họ ra ngoài biên giới truyền thống của đế chế.

Hai mươi năm cai trị của nhà Minh đã đẩy xã hội Đại Việt đi vào một bước ngoặt mới. Trong cố gắng đồng hóa dân Đại Việt, nhà Minh đã mang toàn bộ thể chế xã hội tại Trung Quốc áp dụng vào Đại Việt. Xã hội phong kiến cũ dưới thời Lý Trần có thể coi như toàn bộ bị xóa bỏ. Một xã hội mới được tạo dựng lên, trong đó giai cấp quý tộc cũ không còn quyền hành nữa. Những cố gắng "Nho hóa" của triều Minh đã được triều Lê sau đó tiếp tục, nhất là dưới triều Lê Thánh Tông. Các tầng lớp quý tộc thời Lê, những vương công đại thần nay không còn có điền trang thái ấp nữa. Họ cũng không có quyền có nô tỳ, có quân đội riêng. Quyền lực tập trung vào trong tay chính quyền trung ương. Xã hội dưới triều Hậu Lê được tổ chức rập khuôn như xã hội Trung Quốc; thành phần sĩ phu được coi trọng trong khi công và thương nghiệp bị coi rẻ.

Tuy rằng triều Lê đã cố gắng để loại bỏ những thế lực địa phương, tập trung chính quyền vào trung ương nhưng cố gắng này không hoàn toàn thành công. Sự suy thoái của nhà Hậu Lê, bắt đầu từ sau khi Hiến Tông băng, đã mở đường cho cuộc tranh chấp giữa những tập đoàn miền đồng bằng sông Hồng và những tập đoàn miền Thanh Nghệ với hậu quả là đất nước Đại Việt bị chia cắt thành hai, một bên là tập đoàn đồng bằng sông Hồng đại biểu là nhà Mạc và bên kia là tập đoàn miền Thanh Hóa đại biểu là họ Trịnh, mang tiếng phù Lê nhưng thực tế là nắm toàn bộ chính quyền trong tay mình. Cuộc nội chiến giữa họ Trịnh và nhà Mạc chưa chấm dứt thì trong nội bộ hai phe Thanh Nghệ lại có sự chia rẽ. Họ Nguyễn, một trong những tập đoàn lớn ở miền Thanh Nghệ và liên minh với họ Trịnh chống lại nhà Mạc, tách ra lập một triều đại mới ở vùng Thuận Quảng. Cuộc nội chiến Trịnh Nguyễn kéo dài trên 200 năm với những giai đoạn dài đình chiến cho đến khi một hậu duệ của họ Nguyễn, Nguyễn Ánh thống nhất đất nước vào năm 1800.

Một bước ngoặt mới trong lịch sử Đại Việt đã xuất hiện vào thế kỷ thứ 17. Với sự hiện diện của người Âu, một tôn giáo khác cũng xuất hiện và càng ngày càng đóng một địa vị quan trọng trong lịch sử nước ta: Thiên chúa giáo.

Những người Âu đầu tiên đến Việt Nam là người Bồ Đào Nha. Ngay từ năm 1516 đã có những tầu buôn Bồ Đào Nha cập bến các hải cảng Việt Nam và Chiêm Thành để buôn bán.. Cho đến khoảng giữa thế kỷ 16, một số những giáo sĩ Bồ Đào Nha cũng đã có mặt để truyền giáo. Tại Việt Nam những người này hầu hết cập bến trong vùng kiểm soát của chúa Nguyễn vốn nằm trên hải lộ đi từ Ấn Độ Dương sang Trung Quốc. Tiếp theo người Bồ Đào Nha lần lượt xuất hiện những tầu buôn của các nước Hòa Lan, Anh và Pháp với công ty hàng hải Đông Ấn Hòa Lan (VOC), Anh (EIC) và Pháp (CIO).

Sự hiện diện của các tập đoàn người Âu đó đã làm thay đổi cục diện chiến tranh giữa các nước tại Đông Nam Á trong đó có Việt Nam. Súng và nhất là đại bác đã xuất hiện từ trước khi người Âu sang đến vùng này. Ngay từ đầu thế kỷ 15, con trưởng của Hồ Quý Ly là Hồ Nguyên Trừng đã biết đúc súng thần công để chống quân Minh (Hồ Nguyên Trừng sau này được quân Minh đem về Bắc và giúp nhà Minh lập ra đội Thần Cơ Doanh [pháo binh] để chống lại quân Mông Cổ). Nhưng kỹ thuật vũ khí của người Âu nhất là trên phương diện hải quân đã vượt xa khả năng kỹ thuật của các chúa Trịnh, Nguyễn của Việt Nam cũng như là các vua chúa khác trong vùng Đông Nam Á.

Vào lúc đó, vũ khí do người Âu làm ra được coi như là những vũ khí tốt nhất trên thế giới và cả hai bên đều muốn lợi dụng những khả năng chuyên môn của người Âu để đạt được ưu thế đối với bên kia. Trong cuộc chạy đua kiếm ngoại viện này, vùng Đàng Trong của các chúa Nguyễn có ưu thế hơn Đàng Ngoài của chúa Trịnh vì vùng biển miền Trung của chúa Nguyễn nằm ngay trên đường hàng hải quốc tế từ Âu châu sang Trung Quốc vốn là mục tiêu chính của các cuộc buôn bán của người Tây Dương. Tại Huế, các chúa Nguyễn đã thuê một người Bồ Đào Nha, João da Cruz, lập một xưởng đúc súng để cung cấp pháo binh cho Đàng Trong vào cuối thế kỷ thứ 16, trước cả khi các nhà truyền giáo đến Việt Nam. Các chúa cũng thuê các pháo thủ Bồ Đào Nha để huấn luyện cho binh sĩ của mình về pháo binh. Đó là một yếu tố quan trọng giúp họ Nguyễn chiến đấu được cân bằng với họ Trịnh (G. Maybon, *Histoire moderne du pays d'Annam 1592-1820*). Ngoài nguồn súng tự cấp và mua của người Bồ Đào Nha, các chúa Nguyễn còn một nguồn khác về súng là do các tầu buôn nước ngoài bị đắm ở ngoài khơi bờ biển miền Trung. Các vụ đắm tầu này xảy ra rất nhiều trong nửa đầu của thế kỷ thứ 17 vì các nhà hàng hải lúc đó còn chưa am tường vị trí những hòn đảo và bãi đá ngầm chung quanh các quần đảo Hoàng Sa và Trường Sa. Các tầu đắm này đều bị các chúa Nguyễn tịch thu, xung công các hàng hóa và vũ khí. Đó chính là nguyên nhân dẫn đến những cuộc đụng độ giữa chúa Nguyễn và các công ty Đông Ấn của Anh và Hoà Lan khiến các công ty này đi ra miền Bắc thông thương với chúa Trịnh. Công ty Đông Ấn của Hoà Lan còn đã có lần liên minh với chúa Trịnh để tấn công chúa Nguyễn, nhưng đã không thành công. Quân đội chúa Nguyễn trong thời đó được coi như là một quân đội mạnh nhất của Đông Nam Á, đặc biệt là về hải quân.

Tình hình thay đổi vào cuối thế kỷ thứ 18 khi triều chính của cả hai nhà Trịnh Nguyễn đều suy thoái. Cuộc khởi nghĩa nông dân của anh em nhà Tây Sơn đã quét sạch cả hai triều đại vào trong bóng tối của lịch sử mang theo cả ngai vàng vua Lê vốn đã không còn ý nghĩa gì từ gần hai trăm năm. Sau khi đánh bại đội quân xâm lược của nhà Thanh sang can thiệp theo lời khẩn cầu của vị vua cuối cùng triều Lê, Lê Chiêu Thống, đối thủ cuối cùng của nhà Tây Sơn là một di duệ của giòng họ Nguyễn, Nguyễn Ánh.

Quan hệ phức tạp giữa chính quyền của các chúa cũng như của Tây Sơn đối với các nước phương Tây cũng thể hiện qua chính sách của các chính quyền này với những người theo đạo Thiên Chúa. Đối với các chúa, đạo Thiên Chúa chỉ là một giáo phái dân gian, chỉ cần phải đàn áp khi tôn giáo này tỏ ra muốn thách đố quyền cai trị của họ. Nhưng vấn đề có phức tạp hơn vì những người truyền giáo là những người Âu và những người này, hay ít nhất là những đồng hương của họ, nắm trong tay bí quyết làm ra những vũ khí mà sự hiệu nghiệm cao hơn là vũ khí mà các vương triều Đại Việt có thể làm được. Chính vì vậy mà những giáo đồ Thiên Chúa giáo trở thành những con tin để cho các chúa, nhất là chúa Trịnh dùng để uy hiếp các giáo sĩ lấy vũ khí.

Miền Bắc ở cách khá xa đường hàng hải chính đi từ châu Âu sang Trung Quốc và Nhật Bản. So với miền Nam, miền Bắc có ít sản phẩm có thể bán được sang các nước châu Âu hơn. Chính vì vậy mà các chúa Trịnh đã dùng những biện pháp khác nhằm thu hút sự giúp đỡ của các người Tây Dương. Một trong những biện pháp được sử dụng là tôn giáo. Trong suốt thế kỷ 17 và nửa đầu thế kỷ 18, các chúa làm áp lực với Macao qua các giáo sĩ giòng Tên (Jesuit). Việc đàn áp hoặc thả lỏng cho các tín đồ công giáo cũng như là việc truyền đạo của các giáo sĩ tùy thuộc vào các đơn đặt hàng - phần lớn là những khẩu trọng pháo - có đến hay không hoặc là đến sớm hay đến muộn.

Cuộc chiến đấu giữa Nguyễn Ánh và Tây Sơn cuối cùng đã kết thúc với chiến thắng của Nguyễn Ánh được sự

trợ giúp của những lính đánh thuê phương Tây do một giáo
sĩ Thiên chúa giáo La Mã, Bá Đa Lộc (Evêque d'Adran),
tuyển từ bên Pháp sang sau khi thỏa hiệp Versailles ký giữa
đại diện của Nguyễn Ánh với vương triều Pháp của vua
Louis 16 không được thi hành vì những biến động cách
mạng tại Pháp. Nhưng không phải chỉ Nguyễn Ánh cầu
viện sự giúp đỡ của các nước Tây phương. Phía Tây Sơn,
Nguyễn Nhạc đã từng đề nghị một liên minh với Anh và
Nguyễn Huệ cũng nhiều lần ngỏ ý với Bồ Đào Nha để mua
vũ khí và tuyển huấn luyện viên cho quân đội của mình
nhưng không thành công.

Trên phương diện văn hóa xã hội, các thế kỷ mà đất
Đại Việt bị chia cắt này lại là những thế kỷ mà tiếng Việt
được hoàn chỉnh. Nền văn học chữ nôm, phát xuất từ
những năm đầu đời Trần đã lên đến một đỉnh cao vào cuối
thế kỷ thứ 18. Trong khi đó xã hội Đại Việt, bất kể những
cố gắng "nho hóa" của thời Lê Sơ, đã dần dần tách ra khỏi
lý tưởng Nho Giáo. Tại miền Bắc tuy rằng các kỳ thi tuyển
vẫn được mở ra thường xuyên, nhưng số người được đỗ
càng ngày càng ít đi. Tại miền Nam, các kỳ thi hầu như
không được mở ra và các chúa Nguyễn đã trở lại như
những triều đại độc lập đầu tiên, dựa vào Phật Giáo để tiện
việc cai trị. Việc chúa Nguyễn đứng ra lập chùa Thiên Mụ
tại Huế là một bằng chứng điển hình.

Trên phương diện kinh tế, mặc dầu nông nghiệp vẫn là
chính, và các nghề công thương bị coi rẻ, nhưng việc tiếp
xúc buôn bán với phương Tây cũng đã thúc đẩy việc xuất
hiện một tầng lớp phú thương. Nguyễn Hữu Chỉnh là một
trong những người xuất thân từ tầng lớp thương nhân này.
Mặc dầu vậy, sự phân chia Đại Việt thành ra hai vương
triều khác biệt trong đó mọi liên lạc và quan hệ giữa nhân
dân hai miền hầu như đều bị cấm đoán đã tạo thành ra hai
xã hội có nhiều đặc tính khác nhau. Sự cách ly giữa hai

miền tuyệt đối đến nỗi, năm 1714, chúa Nguyễn là Nguyễn Phúc Chu muốn dò xét tình hình Đàng Ngoài đã phải nhờ hai thương nhân Trung Quốc người Phúc Kiến là Bình và Quý đi đường biển sang Quảng Đông rồi do cửa Nam Quan vào Lạng Sơn đến Thăng Long. Tuy nhiên hai người đó cũng chỉ vào được tới Nghệ An rồi phải trở ra theo đường cũ trở về Phú Xuân vì trấn thủ Nghệ An là Lê Thì Liêu kiểm soát biên giới rất chặt chẽ.

Nhà Tây Sơn của ba anh em Nguyễn Huệ, Nguyễn Nhạc, Nguyễn Lữ đã diệt được hai vương triều Trịnh Nguyễn và đánh đuổi được sự can thiệp của quân Thanh, nhưng Nguyễn Huệ và con là Quang Toản cũng chưa thống nhất được toàn cõi đất nước vì dưới thời Quang Toản, miền Nam, từ Trấn Biên trở vào đến Hà Tiên lại do Nguyễn Ánh chiếm lĩnh. Nguyễn Ánh thống nhất hai miền Nam, Bắc lập ra một triều đại mới, triều Nguyễn nhưng thực sự không mang lại một thay đổi nào cho xã hội Việt Nam. Tổ chức xã hội cũng như triều chính vẫn theo như những thế kỷ trước, mặc dầu lúc này một nguy cơ mới đã xuất hiện đe dọa nền độc lập của Việt Nam: việc bành trướng của các nước thực dân phương Tây.

Không phải là các vua triều Nguyễn không biết đến nguy cơ này, nhưng phản ứng của mỗi vị vua một khác. Nguyễn Ánh, ông vua đầu tiên của triều đại Nguyễn (niên hiệu Gia Long) áp dụng một chính sách mềm dẻo, tiếp tục cho các thuyền buôn phương Tây vào buôn bán cũng như sử dụng những người Pháp đánh thuê mà Bá Đa Lộc đã tuyển dụng cho ông, nhưng cũng cương quyết từ chối những đòi hỏi của Pháp khi nước này đòi thi hành hiệp ước Versailles, lấy cớ rằng thỏa hiệp này đã không được Pháp thực thi vì vậy không có lý gì đòi Gia Long phải thực hiện những cam kết của mình. Sang đời con ông, Minh Mạng đã áp dụng một chính sách khác, một mặt bế quan tỏa cảng không chấp nhận quan hệ với các nước phương Tây, sa thải cho về nước những người Pháp đi theo Gia Long lúc trước, nhưng mặt khác theo dõi chặt chẽ những diễn biến bên ngoài, tìm cách thu nhập những kỹ thuật của phương Tây để tự bảo vệ. Chính sách này của Minh Mạng đã bị các triều sau từ bỏ, dẫn đến việc chỉ bế quan tỏa cảng mà không biết đến những diễn biến bên ngoài, khiến cho khả năng tự bảo vệ của Việt Nam càng ngày càng yếu đi. Trong khi đó, các nước phương Tây với cuộc cách mạng kỹ nghệ vào giữa thế kỷ thứ 19 đã càng ngày càng cường thịnh hơn. Cuộc cạnh tranh giành thị trường và thuộc địa giữa các nước Âu châu trong thế kỷ thứ 19 đã dẫn đến việc biến hầu hết Á Châu thành thuộc địa của các nước phương Tây. Và Việt Nam đã không tránh khỏi số phận như vậy. Năm 1856, viện cớ các vua Việt Nam cấm giảng đạo và giết các giáo sĩ Thiên Chúa Giáo La Mã đến truyền đạo, một hạm đội Pháp và Tây Ban Nha do Rigault de Genouilly chỉ huy đã tấn công vào cảng Đà Nẵng. Một bước ngoặt mới đã tới trong lịch sử Việt Nam.

Trong cuộc xâm lược này, Pháp không phải là không gặp những cuộc chống cự từ phía triều đình Huế và dân chúng. Nhưng lần lượt, trong vòng ba mươi năm từ 1862, khi quân Pháp chiếm ba tỉnh miền đông Nam Kỳ cho đến 1885 khi triều đình Huế chấp nhận sự bảo hộ của Pháp trên toàn cõi ba kỳ và 1895, khi Pháp và nhà Mãn Thanh ký thỏa hiệp Thiên Tân trong đó nhà Thanh công nhận sự bảo hộ của Pháp tại Việt Nam, Việt Nam đã dần dà rơi vào trong tay đế quốc Pháp.

Trong suốt giai đoạn là thuộc địa Pháp, dân Việt Nam không ngớt có những cuộc đấu tranh giành độc lập. Phong trào này có thể chia ra làm bốn giai đoạn. Trong giai đoạn đầu, gọi là giai đoạn Cần Vương, khi triều đình Huế còn đôi chút chủ quyền và còn có thể cưỡng chống lại Pháp, các sĩ phu tìm cách kêu gọi dân chúng các nơi tổ chức những cuộc chiến đấu chống lại Pháp. Giai đoạn này kéo dài cho đến khoảng những năm cuối của thế kỷ 19 với cuộc khởi nghĩa của Phan Đình Phùng. Khi triều đình Huế hoàn toàn nằm trong vòng kiềm tỏa của Pháp và các cuộc khởi nghĩa cần vương thất bại, phong trào chống đối Pháp đi vào một đường hướng khác.

Trong giai đoạn kéo dài từ khoảng đầu thế kỷ cho đến những năm cuối của thập niên 1920, những nhà cách mạng Việt Nam chịu ảnh hưởng sâu đậm của phong trào canh tân tại Trung Quốc dưới sự lãnh đạo của Khang Hữu Vi và Lương Khải Siêu cũng như cuộc cách mạng Minh Trị tại Nhật. Các nhà cách mạng Việt Nam hồi đó nhận thức được rằng muốn lấy lại độc lập cần phải hấp thụ những thành tựu của văn minh phương Tây. Sự kiện tiêu biểu của giai đoạn này là phong trào Đông Du, việc thành lập các học hiệu Đông Kinh Nghĩa Thục tại Hà Nội. Hai nhân vật tiêu biểu trong giai đoạn này là Phan Bội Châu và Phan Chu Trinh. Cả hai đều chủ xướng hủy bỏ lối học từ chương cũ mà thay bằng lối học thực tế của phương Tây nhưng một bên, Phan Bội Châu chủ trương dựa vào Nhật và Trung Quốc cùng dùng đường lối bạo động để giành lại chính quyền, trong khi bên kia, Phan Chu Trinh chủ trương ôn hòa hơn và học thẳng lấy nền văn hóa phương Tây từ Pháp và các nước Âu châu.

Cuộc cách mạng Tân Hợi tại Trung Quốc năm 1911 và cách mạng Bolshevik tại Nga năm 1917 đã ảnh hưởng mạnh đến những hoạt động cách mạng tại Việt Nam kể từ những năm 1930 trở đi. Trong giai đoạn này, cách mạng Việt Nam bắt đầu phân hóa thành hai phe quốc cộng với sự thành lập Việt Nam Quốc Dân Đảng và Đông Dương Cộng Sản Đảng hầu như cùng một lúc vào năm 1930. Sau đó là sự xuất hiện của các đảng Đại Việt vào năm 1938.

Đại chiến thế giới lần thứ hai đã tạo ra một cơ hội ngàn năm một thuở cho Việt Nam giành lại độc lập khi vào năm 1940 Pháp đầu hàng Đức và Nhật Bản tiến chiếm Đông Dương vào năm 1941. Sau khi Nhật đảo chính Pháp vào ngày 9/3/1945, một khoảng trống quyền lực đã xảy ra mà chính phủ Trần Trọng Kim không đủ sức và cũng không đủ ý chí để trám vào. Khi Nhật Bản đầu hàng vào tháng 8/1945, một cuộc chạy đua tranh quyền đã diễn ra với kết quả là đảng Cộng Sản Đông Dương qua Mặt Trận Việt Minh đã giành được quyền lực trước những đảng phái quốc gia.

Chiến tranh thế giới thứ hai chấm dứt mang lại kết quả là thế giới chẳng bao lâu lại phân chia thành hai khối: tư bản và Cộng sản. Một cuộc chiến tranh lạnh diễn ra trên toàn cầu giữa Mỹ và Liên Sô. Tình trạng này đã ảnh hưởng sâu đậm đến Việt Nam. Âm mưu của Pháp trở lại Việt Nam sau chiến tranh mở ra một cuộc chiến mới. Nhưng cuộc chiến thuộc địa của Pháp chẳng bao lâu đã chuyển dần sang hình thức một cuộc nội chiến, với sự thành lập Quốc Gia Việt Nam do cựu hoàng Bảo Đại cầm đầu với sự hợp tác của nhiều người thuộc các đảng phái cách mạng quốc gia được sự ủng hộ của Mỹ và bên kia là nước Việt Nam Dân Chủ Cộng Hòa do Hồ chí Minh lãnh đạo được sự ủng hộ của Liên Sô, Trung Quốc và những nước thuộc khối Xã Hội Chủ Nghĩa.

Cuộc chiến Pháp Việt chấm dứt vào năm 1954 với Hội Nghị Genève. Cũng như thời Trịnh Nguyễn, nước Việt lại phân chia thành hai miền Nam Bắc. Nhưng hòa bình lập lại chẳng được bao lâu. Năm 1959, miền Bắc bắt đầu tung ra phong trào khởi nghĩa ở miền Nam để thống nhất đất nước. Một cuộc chiến mới bắt đầu, dần dà kéo theo sự can thiệp của ngoại bang, với Mỹ can thiệp trực tiếp vào cuộc chiến vào năm 1965. Cuộc chiến cuối cùng kết thúc vào năm 1975, với thắng lợi của miền Bắc. Việt Nam thống nhất trở lại sau gần 30 năm huynh đệ tương tàn dưới ngọn cờ của đảng Cộng Sản. Một bước ngoặt mới trong lịch sử Việt Nam bắt đầu.

Chương 3. Nguồn gốc dân tộc Việt Nam: thời kỳ thần thoại

Lịch sử hình thành một dân tộc và cương vực của dân tộc ấy bao giờ cũng phức tạp và thường bị che phủ bởi một lớp màn làm bằng truyền thuyết và huyền thoại. Những truyền thuyết và huyền thoại này có thể chứa đựng rất nhiều sự thật, nhưng cái cốt lõi sự thật đó thường vẫn bị phủ lên nhiều lớp, mà ta có thể tạm gọi là, những diễn từ lãng mạn mà những thế hệ sau đưa vào. Thành ra cuộc chiến đấu để giành những nguồn lợi của Hắc hải trở thành câu chuyện về nàng Helen xinh đẹp và cuộc đấu tranh của những người Aryan cổ đại để chiếm lãnh tiểu lục địa Ấn Độ đã trở thành cuộc chiến đấu để đòi lại nàng Sita kiều diễm cho hoàng tử Rama.

Lịch sử của dân tộc Việt Nam cũng vậy. Giai đoạn cho đến sự sụp đổ của triều đại An Dương Vương và nước Âu Lạc có thể nói là giai đoạn thần thoại của lịch sử dân tộc Việt Nam. Tuy rằng không có những tư liệu thành văn hoặc những văn bia chép lại, nhưng những truyền thuyết để lại về Lạc Long Quân với Ngư tinh, Hồ tinh; các chuyện Sơn tinh Thủy tinh, Trầu Cau, Phù Đổng Thiên Vương hoặc Chử Đồng Tử đã một phần nào diễn tả lại những thuở ban đầu dựng nước của dân tộc ta. Ngoài ra những chứng tích khảo cổ học tìm thấy ngay trên đất nước Việt Nam hiện nay cũng như một vài những ghi chép còn lại về thời đó của những quan lại Trung Hoa trong những ngày đầu Bắc Thuộc cũng là những bằng chứng hiển nhiên cho thấy một nền văn minh và một xã hội có tổ chức vững chắc làm cơ sở cho dân tộc Việt Nam về sau này. Và sau đây chúng ta hãy thử giở lại những trang sử cũ.

3.1 Kinh Dương Vương và Lạc Long Quân

Dân Việt chúng ta vẫn tự hào là "con Rồng, cháu Tiên" và có lẽ hầu như ai cũng biết đến truyền thuyết về nguồn gốc của dân tộc ta qua các câu chuyện về Lạc Long Quân và Âu cơ. Những truyền thuyết này được ghi vào sử liệu của ta từ cuối đời Trần.

Theo tục truyền thì nước Việt Nam được dựng lên cách đây gần 5.000 năm. Sử thần Ngô Sĩ Liên đời nhà Lê, sau khi tham khảo các truyền thuyết và dã sử đã kể lại việc lập quốc của ta mà Trần Trọng Kim trong *Việt Nam Sử Lược* tóm tắt lại như sau:

"Cứ theo tục truyền thì vua Đế Minh là cháu ba đời của vua Thần Nông, đi tuần thú phương nam đến núi Ngũ Lĩnh (thuộc tỉnh Hồ Nam bây giờ) gặp một nàng tiên, lấy nhau, đẻ ra một người con tên là Lộc Tục. Sau Đế Minh truyền ngôi lại cho con trưởng là Đế Nghi làm vua phương Bắc và phong cho Lộc Tục làm vua phương Nam, xưng là Kinh Dương Vương, quốc hiệu là Xích Quỷ.

Bờ cõi nước Xích Quỷ bấy giờ phía Bắc giáp hồ Động Đình, phía Nam giáp nước Hồ Tôn, phía Tây giáp Ba Thục, phía Đông giáp bể Nam Hải.

Kinh Dương Vương làm vua nước Xích Quỷ vào khoảng năm Nhâm Tuất (2879 TCN) và lấy con gái Động Đình Quân là Long nữ đẻ ra con là Sùng Lãm, nối ngôi làm vua, xưng là Lạc Long Quân. Lạc Long Quân lấy con gái Đế Lai là Âu cơ đẻ một lần được một trăm người con trai. Lạc Long Quân bảo Âu cơ rằng:

"Ta là giòng dõi Long quân, ngươi là giòng dõi thần tiên, ăn ở với nhau lâu thì không được, nay được 100 người

con thì ngươi đem 50 đứa lên núi còn 50 đứa ta đem xuống bể Nam Hải."

Tuy nhiên, theo *Lĩnh Nam Chích Quái*, một tuyển tập ghi chép lại những truyền thuyết và thần thoại dân gian được thu thập từ thế kỷ 13 và hoàn tất vào thế kỷ 15, thì truyền thuyết này được kể lại hơi khác:

"Lạc Long Quân dạy cho dân cầy cấy ăn mặc; trong nước từ ấy mới có thứ tự quân thần, tôn ti, mới có luân thường giữa cha con, chồng vợ. Có lúc Long Quân trở về thủy phủ mà trăm họ vẫn yên vui. Hễ dân có việc cứ gọi Lạc Long Quân rằng: "Bố ơi sao không về để cứu chúng con?" (người Việt gọi "phụ" là cha hoặc "bố", gọi quân là vua chính là như vậy), Long Quân liền về ngay. Sự oai linh cảm ứng của Long Quân người ta không thể nào lường được.

Đế Nghi truyền ngôi cho con là Đế Lai. Nhân khi phương Bắc vô sự, nhớ tới chuyện ông mình là Đế Minh tuần thú phương Nam gặp được tiên nữ, Đế Lai bèn bảo bề tôi thân cận là Xuy Vưu thay mình giữ nước rồi đi tuần du nước Xích Quỷ ở phương Nam. Đến nơi thấy Lạc Long Quân đã về thủy phủ, trong nước vô chủ, bèn để ái nữ là Âu Cơ và những kẻ theo hầu hạ ở lại nơi hành tại, còn mình thì đi dạo chơi trong thiên hạ, xem khắp các nơi danh thắng. Thấy những hoa kỳ cỏ lạ, trân cầm, dị thú, tê tượng đồi mồi bạc vàng châu ngọc, tiêu, quế, nhũ hương, trầm đàn, các vị cùng sơn hào hải vị không thiếu một thứ nào. Bốn mùa khí hậu lại không lạnh không nóng, Đế Lai lòng yêu thích quên cả chuyện về. Nhân dân nước Nam khổ vì bị phiền nhiễu, không được yên lành như xưa, ngày đêm mong Long Quân trở về bèn cùng nhau cất tiếng gọi: "Bố ở nơi nào, hãy mau về cứu chúng con!" Long Quân thoắt nhiên trở về, thấy Âu Cơ đang một mình, dung mạo tuyệt mỹ. Long Quân bèn hóa ra một chàng trai sinh đẹp tả hữu trước sau có đông đảo kẻ hầu người hạ, tiếng ca tiếng nhạc vang lừng đến tận nơi hành tại. Âu Cơ thấy Long Quân, lòng cũng xiêu xiêu. Long Quân bèn đón Âu Cơ về ở động Long Trang. Đến khi Đế Lai trở về không thấy Âu Cơ bèn sai quần thần đi tìm khắp thiên hạ. Long Quân có phép thần, biến hóa ra trăm hình nghìn vẻ, nào yêu tinh quỷ núi, nào rồng rắn hổ voi khiến cho kẻ đi tìm sợ hãi không dám sục sạo. Đế Lai đành trở về phương Bắc...

Long Quân và Âu Cơ sống với nhau chừng một năm thì sinh ra một cái bọc. Cho là điềm không lành bèn vứt ra ngoài đồng. Qua bảy ngày, cái bọc nở ra một trăm trứng, mỗi trứng sinh một người con trai. Long Quân bèn đón về nuôi. Không cần bú mớm, các con tự lớn, người nào cũng trí dũng kiêm toàn, ai ai trông thấy cũng đều kính phục. Long Quân ở mãi nơi thủy phủ, làm cho mẹ con Âu Cơ sống lẻ loi, muốn về đất Bắc. Khi đi tới biên giới, Hoàng Đế nghe tin lấy làm lo sợ, bèn chia quân ra ngăn giữ ngoài biên ải. Mẹ con không về Bắc được bèn đêm ngày gọi Long Quân rằng "Bố ở nơi nao, làm cho mẹ con phải buồn đau." Long Quân bỗng nhiên tới, cùng gặp nhau ở Tương Dã. Âu Cơ vừa khóc vừa nói rằng: "Thiếp nguyên người đất Bắc, cùng chàng ăn ở với nhau, sinh được một trăm đứa con trai, không biết dựa vào đâu nuôi nắng, vậy xin theo chàng; mong chàng đừng ruồng bỏ, làm cho mẹ con thiếp hóa ra những kẻ không chồng không cha chỉ riêng mình đau khổ thôi." Long Quân nói: "Ta là giống rồng, đứng đầu thủy tộc, nàng là giống tiên, người ở trên đất, vốn không đoàn tụ được, tuy khí âm dương hợp lại mà sinh con, nhưng giòng giống tương khắc như nước với lửa, khó bề ở với nhau lâu được. Nay phải chia ly. Ta sẽ đem năm mươi người con về thủy phủ để cai trị các nơi còn năm mươi đứa sẽ theo nàng ở trên đất, chia nước ra mà cai trị. Những lúc lên non, xuống nước có việc cùng gắn bó đừng bỏ rơi nhau." Trăm người con trai nghe theo, rồi cùng nhau từ biệt.

Căn cứ vào những quy luật về tiến hoá của thần thoại và truyền thuyết, chúng ta có thể thấy ở đây một số điểm đáng chú ý. Gạt bỏ vai trò của Kinh Dương Vương mà trong thần thoại chỉ xuất hiện để cho tổ tiên chúng ta một quá khứ cũng vinh quang và lâu dài như người Hán, huyền thoại về Lạc Long Quân cho thấy nguyên thủy dân ta có nguồn gốc từ biển lên. Bộ tộc này, ta cứ tạm đặt tên là Lạc đã từ đại dương đi đến và trong công trình khai phá vùng đất nay là Việt Nam đã gặp những bộ tộc khác từ trên núi đi xuống. Hai bên đã kết hợp với nhau trong một cuộc hội hợp có lẽ nhiều tính cách hòa bình hơn là chiến tranh. Thần thoại Lạc Long Quân và Âu Cơ đã diễn tả lại một phần nào sự hội hợp giữa hai tộc dân từ núi và từ biển tới đó. Nhưng những người dân Lạc đó từ đâu đến? và đến từ lúc nào? Aurousseau, một nhà nghiên cứu người Pháp của trường Viễn Đông Bác cổ, là người đầu tiên đưa ra giả thuyết dân tộc ta có nguồn gốc từ những dân tộc mà người Trung Quốc gọi là Bách Việt có quan hệ với nước Việt của Câu Tiễn thời Chiến Quốc. Theo ông, dân Việt chính là con cháu của những người Việt này, di cư xuống phía Nam sau khi nước Việt bị nước Sở diệt vào thế kỷ thứ tư trước Công nguyên. Đào Duy Anh là một trong những người đồng ý với giả thuyết của Aurousseau. Ông đã mô tả cuộc di cư của những người Việt này một cách lãng mạn như sau:

"Ngày xưa có một bộ lạc ở vùng biển Phúc Kiến, Trung Quốc. Hàng năm cứ theo gió mùa họ lại nhân gió bắc mà vượt biển đến các miền duyên hải ở phương Nam, đại khái là vùng Hải Nam và vùng đồng bằng sông Hồng và sông Mã của Việt Nam. Đến mùa gió nồm họ lại vượt trở về nơi căn cứ.

Trong những cuộc vượt biển hàng năm đó, họ tự ví mình như con chim lạc, một loài chim nước ở vùng Giang Nam mà đến mùa đông họ thấy cũng rời vùng Giang Nam mà bay về nam đồng thời với việc xuất dương của họ. Đến mùa gió nồm họ lại cũng thấy những con chim lạc này cất cánh quay trở về vùng Giang Nam đồng thời với họ. Vì thế mà dần dần trong tâm lý họ phát sinh một ý niệm về mối quan hệ mật thiết giữa họ và loài chim đó. Rồi ý niệm đó chuyển thành quan niệm tô-tem khiến họ nhận con chim lạc kia làm vật tổ. Cái tên vật tổ đó trở thành tên của bộ lạc và bộ tộc đó trở thành bộ tộc Lạc.

Sau nhiều lần vượt biển như vậy, một số người Lạc đã ở lại vùng đồng bằng sông Hồng và sông Mã làm nghề chài lưới ở bờ sông bờ biển và nghề trồng trọt ở những vùng đất cao. Dần dà những nhóm dân Lạc đó một ngày một đông hơn và họ chia thành những bộ lạc. Sau này khi nước Việt đời Xuân Thu bị nước Sở diệt, những tù trưởng dân Lạc ở xứ Mân (Phúc Kiến) kéo cả bộ lạc di cư về vùng đồng bằng miền Bắc Việt Nam mà trước đó họ đã biết rằng rất phì nhiêu. Đến đây họ còn giữ tên thị tộc cũ là Lạc. Và chính bằng tên ấy, Lạc, mà các nhà sử gia Trung Hoa gọi họ."

Nhưng liệu điều đó có đúng không? Một số những nhà nghiên cứu khác đã không đồng ý và chỉ ra một số nhược điểm lớn của giả thuyết này. Đặc biệt thuyết này đã không để ý đến những khó khăn của một cuộc hành trình dài đến mấy ngàn cây số xuyên qua phần đất của nhiều dân tộc khác nhau cũng như là phản ứng của những dân bản xứ trước một cuộc di cư lớn như vậy. Để xác định, chúng ta còn phải nhìn lại các bằng chứng khác, qua thư tịch lịch sử, khảo cổ và ngôn ngữ.

Những bằng chứng sử liệu

Những tư liệu thành văn cổ nhất còn lưu truyền lại đến nay là những tác phẩm của những sử gia và quan lại Trung Quốc viết sau khi nước ta trở thành một bộ phận của đế quốc người Hán. Những bộ sách này tuy hầu hết nói đến tình hình nước ta sau khi nội thuộc, nhưng một số cũng nhắc đến những sự kiện vào thời gian mà họ gọi là "đất Giao Chỉ xưa khi chưa chia thành quận huyện."

Có lẽ bộ sách của người Hán đầu tiên có nhắc đến nước ta là bộ *Sử ký* của Tư Mã Thiên viết vào thế kỷ thứ nhất trước Công nguyên. Trong "Nam Việt Úy Đà truyện," Tư Mã Thiên đã nhắc đến Âu Lạc và Tây Âu Lạc. Sang đến thế kỷ thứ 1 sau Công nguyên, Ban Cố viết *Hán thư* mới lần đầu tiên nhắc đến người Lạc Việt trong "Giả Quyên truyện." Sau đó là bộ *Hậu Hán thư* của Phạm Việp viết vào thời Lưu Tống. Trong cuốn này Phạm Việp có nhắc đến Trưng Trắc là con gái Lạc tướng Mê Linh. Tuy nhiên phải đến thế kỷ thứ 4 và thứ 5 sau Công nguyên, các thư tịch Trung Hoa mới nói đến giai đoạn Hùng Vương. Hùng Vương đầu tiên được ghi chép trong thư tịch Trung Quốc trong các cuốn *Giao Châu ngoại vực ký* và *Quảng Châu ký* nay đã thất truyền. Chỉ còn lại một số đoạn trích dẫn trong các sách khác như *Thủy kinh chú* của Lịch Đạo Nguyên hoặc *Cựu Đường thư,* một bộ chính sử đời Đường. Riêng về tên nước Văn Lang thì phải đợi đến đời Đường ở thế kỷ thứ 8 mới được nhắc đến, khi chỉ định quận huyện ở Giao Châu như sách *Thông điển,* một cuốn bách khoa Toàn Thư thời cổ, do Đỗ Hựu, ông nội của nhà thơ Đỗ Phủ, viết *"Phong Châu là nước Văn Lang xưa."*

Những đoạn chép trong những sách này thường rất ngắn ngủi. *Thủy kinh chú* dẫn *Giao Châu ngoại vực ký,* chép:

"Đời xưa đất Giao Chỉ khi chưa chia thành quận huyện, ruộng đất được gọi là Lạc điền, nước lên xuống theo thủy triều. Dân cư cầy bừa trên ruộng đó để sinh sống. Lạc vương và Lạc hầu cai trị những quận huyện. Ở mỗi huyện có Lạc Tướng."

Còn *Thái bình quảng ký* và *Thái bình hoàn vũ ký*, hai cuốn sách thu góp những tác phẩm viết từ thời Đường trở về trước, được thu thập vào thời Tống (khoảng thế kỷ thứ 10) thì chép lại *Nam Việt chí* như sau:

"Đất Giao Chỉ rất phì nhiêu, nhiều dân di cư đến. Họ là những người đầu tiên khai khẩn đất. Đất đen và bốc hơi mạnh. Những cánh đồng đó được gọi là Hùng điền và dân là Hùng dân. Có một ông chúa gọi là Hùng Vương. Hùng Vương có những viên chức giúp việc gọi là Hùng hầu. Lãnh thổ đất Hùng thì chia ra cho các Hùng tướng."

Tất cả những tài liệu thư tịch trên như vậy đều chỉ nói đến giai đoạn sau, khi nước ta đã thành hình và những người dân Lạc nguyên thủy từ đại dương đến đã hội nhập hoặc đã khai phá đất nước để dựng nên một nền văn minh mới tại châu thổ sông Hồng.

Thư tịch lịch sử nước ta phải đến đời nhà Trần, với lòng tự hào dân tộc bùng nổ mạnh mẽ sau những chiến thắng đánh bại quân Mông Cổ, các nhà nho và sử gia nước ta mới thu thập lại những truyện cổ và những truyền thuyết nơi dân gian nói lên "cương vực lâu đời của đất nước" để chứng tỏ quốc thống bắt đầu từ đấy.

Như đã nhắc đến ở trên, hai bộ sách đầu tiên của ta nhắc đến thời lập quốc là các bộ *Việt Điện U Linh Tập* và *Lĩnh Nam Chích Quái*. *Việt Điện U Linh Tập* được Lý Tế Xuyên viết vào khoảng năm 1329. Tác giả trong bài tựa giới thiệu mình giữ chức "thư hỏa chính chưởng" tức là một chức quan giữ việc tế tự và mục tiêu của cuốn sách này cốt để làm chính danh những vị thần nào đáng được cúng tế.

Cuốn sách bao gồm 27 truyện chia ra làm ba loại "lịch đại đế vương," "nhân thần" và "hạo khí anh linh" trong đó, đặc biệt là 17 truyện trong hai mục đầu nói tới những nhân vật lịch sử mà các hành vi của họ tác động mạnh đủ đến quần chúng để người ta phải thờ phụng như Hai Bà Trưng, Phùng Hưng, vân vân. Khi viết tập này, Lý Tế Xuyên đã dùng nhiều tư liệu như *Báo Cực truyện* hoặc *Giao Châu ký* của Triệu Xương một viên quan đô hộ đời Đường mà nay đã thất truyền thành ra đây là một nguồn tư liệu quý giá cho lãnh vực nghiên cứu cổ sử của nước ta. Tuy nhiên, riêng về thời Hùng Vương, *Việt Điện U Linh Tập* không nhắc nhở gì đến nhiều. Phải đến *Lĩnh Nam Chích Quái* mới là bộ sách viết nhiều nhất đến thời đại này. *Lĩnh Nam Chích Quái* là một bộ sưu tập các truyện dân gian do Trần Thế Pháp thu thập và Vũ Quỳnh xuất bản vào khoảng năm 1492. Sau đó bộ sách này đã được nhiều người khác bổ sung và thêm thắt trong đó có Kiều Phú. Tuy nhiên có thể bộ sách này đã có từ trước khi Vũ Quỳnh xuất bản vì khi Ngô Sĩ Liên viết bộ *Đại Việt Sử Ký Toàn Thư* vào năm 1479 thì cũng đã biết và sử dụng một số sự tích trong sách này. Trong *Lĩnh Nam Chích Quái* các tác giả đã sưu tầm những truyền thuyết và thần tích từ trong dân gian để tìm cách chứng tỏ rằng nước Việt ta cũng có một quá trình văn minh lâu dài và đáng tự hào không kém gì đế quốc phương Bắc.

Vũ Quỳnh trong bài tựa khi san định lại bộ *Lĩnh Nam Chích Quái* của Trần Thế Pháp đã viết:

"Núi non kỳ lạ, đất đai linh thiêng, nhân dân anh hào, chuyện tích thần kỳ, thường thường vẫn có... Xem chuyện họ Hồng Bàng thì hiểu rõ được lai nguyên khai sáng ra nước Hoàng Việt."

Mặc dầu vậy, các thư tịch của ta cũng như của Trung Quốc đã không giúp gì được bao nhiêu trong việc tìm hiểu nguồn gốc và xuất xứ của dân tộc Việt Nam. Muốn xác định điều này, chúng ta phải dựa vào những bằng chứng của các ngành khảo cổ và cổ ngôn ngữ học.

Những bằng chứng khảo cổ

Vào khoảng những năm 1930, trong khi khai quật một số mộ cổ từ thời Đông Hán để lại tại khu vực Đông Sơn tỉnh Thanh Hóa, các nhà khảo cổ, trong đó có Olov Janse bỗng nhiên tìm thấy những hiện vật bằng đồng không thuộc đời Hán chôn theo tại một số những mộ này. Những hiện vật bằng đồng này không mang dấu tích của văn hóa Hán tộc. Các cuộc khai quật khác tại vùng này và một số vùng khác đã phát hiện ra một nền văn hóa hoàn toàn mới mà niên đại được ước tính là kéo dài từ thế kỷ thứ 7 trước Công nguyên cho đến khoảng thế kỷ thứ 1 sau Công nguyên. Dựa vào tên của nơi đầu tiên tìm ra những di vật này, người ta đặt tên cho nền văn hóa đó là văn hóa Đông Sơn.

Trong khoảng trên 8 thế kỷ đó, những người chủ của nền văn hóa Đông Sơn này đã tạo dựng được một nền văn minh chói sáng dựa trên kỹ thuật đúc đồng. Những di vật còn lại của thời đó, nhất là những trống đồng đã cho thấy họ có một nền kinh tế văn hóa phát triển, có một tôn giáo riêng thờ thần mặt trời, và có những ngày hội tết đặc biệt là hội nước tương tự như những ngày hội nước tại các nước khác ở Đông Nam Á hiện nay như Lào hoặc Thái Lan. Sự khác biệt giữa những đồ minh khí chôn theo trong mộ cũng cho thấy xã hội thời Đông Sơn cũng đã phân hóa thành giai cấp với những ngôi mộ có rất nhiều đồ minh khí chôn theo trong khi những ngôi mộ khác hầu như không có gì. Điều này có thể cho thấy rằng một nhà nước sơ khai đã hình thành với vua quan và dân chúng. Một điểm đặc trưng khác là những mô-típ trên các trống đồng còn lại này cho thấy chủ nhân của những trống đồng này là một nền văn hóa xuất phát từ biển và sống trên sông nước, một điều trùng hợp với những gì ta vừa suy diễn về bộ tộc Lạc của Lạc Long Quân.

Các di vật của nền văn hóa này được tìm thấy tại nhiều nơi ở Đông Nam Á và tại vùng Vân Nam thuộc Trung Quốc. Tuy nhiên, những di tích chính của nền văn hóa này tập trung tại miền Bắc nước ta, vùng đồng bằng sông Hồng và sông Mã, đặc biệt là tại vùng Vĩnh Phúc Yên, Phú Thọ vốn được coi là cái nôi của vương quốc các vua Hùng. Sự trùng lặp giữa việc phân bố các di chỉ của văn hóa Đông Sơn với vùng mà hầu hết hiện nay người ta công nhận là cương vực của nước Văn Lang thời xưa đã khiến cho các học giả đồng nhất giai đoạn văn hóa Đông Sơn với thời đại Hùng Vương trong lịch sử nước ta. Và giai đoạn phát triển của nền văn hóa Đông Sơn cũng là giai đoạn then chốt hình thành dân tộc Việt Nam.

Có hai vấn đề đặt ra trong việc nghiên cứu nền văn hóa Đông Sơn để có thể xác định rõ nguồn gốc của dân tộc Việt. Thứ nhất, văn hóa Đông Sơn được du nhập từ bên ngoài vào hay là kế thừa các tiến hóa có sẵn từ thời đồ đá? Và thứ hai, chủ nhân của nền văn hóa Đông Sơn này thuộc tộc người nào.

Những nhà khảo cổ đầu tiên nghiên cứu về nền văn hóa Đông Sơn như Janse, vì không thể nào nghĩ rằng một nền văn hóa cao như vậy có thể có xuất xứ nội địa nên họ cố gắng tìm một nguồn gốc từ bên ngoài vào. Dựa trên hình dạng của một số những rìu đồng còn lại họ cho rằng văn hóa Đông Sơn thoát thai từ một nền văn minh cổ đại tại Đông Âu và được truyền từ vùng Trung Cận Đông sang Việt Nam. Nhưng những luận chứng này sau đó hầu như đã bị mọi người bỏ qua vì không thể tìm ra được một dây liên lạc nào nối liền Việt Nam với Đông Âu cả.

Một số quan niệm sau đó cho rằng văn hóa Đông Sơn được thoát thai từ nền văn minh sông Hoài của người Hán. Những học giả chủ trương quan điểm này cho rằng nghệ thuật đúc đồng tại Á châu phát sinh từ bên Trung Quốc và sau đó được truyền xuống miền Nam.

Đó là một lý do khiến Đào Duy Anh và Aurousseau cho rằng tổ tiên người Việt ta là gốc từ các vùng Chiết Giang, Phúc Kiến địa phận của nước Việt thời Xuân Thu, Chiến Quốc. Vùng Ngô Việt này, theo sử Trung Quốc, từ xưa đã nổi tiếng về nghề đúc đồng với những thanh bảo kiếm như Long Tuyền, Thái A còn được truyền tụng trong lịch sử.

Tuy nhiên, những khám phá về khảo cổ gần đây, đặc biệt là những khai quật tại Thái Lan cho thấy một bức tranh khác hẳn. Clark Neher, trong bài viết "The Bronze Drum Tradition" đăng trên tạp chí *Asian Studies* năm 1975 cho biết:

"Trái với những điều mà các học giả Trung Quốc vẫn thường tự nhận, việc đúc đồng đã được biết trước tại Đông Nam Á, và truyền lại sang Trung Quốc về sau này."

Mặc dầu kết luận của Neher vẫn còn đang bị tranh cãi, nhưng những bằng chứng khác cho thấy, nền văn hóa đồ đồng tại Đông Sơn đã phát triển độc lập với Trung Quốc và là một kế thừa của một nền văn hóa xưa hơn tại chỗ thuộc về thời kỳ đồ đá mới mà các nhà khảo cổ gọi là văn hóa Phùng Nguyên. Phùng Nguyên là một nền văn hóa thuộc vào thời kỳ đá mới (neolithic) mà những di chỉ được tìm thấy trên hầu hết vùng trung du Bắc Việt. Những thử nghiệm niên đại dùng Carbon 14 cho thấy nền văn hóa này được xuất hiện từ khoảng thiên niên kỷ thứ 3 trước Công nguyên với đặc trưng là những đồ gốm cứng có hoa văn thừng. Những phát hiện khảo cổ tại miền Bắc Việt Nam cho thấy là vào khoảng giữa thiên niên kỷ thứ hai, văn hóa

Phùng Nguyên đã phát hiện ra cách làm đồ đồng và chuyển thành một nền văn hóa mới được những nhà khảo cổ miền Bắc đặt tên là Đồng Đậu. Đồng Đậu đạt mức cao điểm vào khoảng đầu thiên niên kỷ thứ nhất. Đó chính là thời điểm mà Janse gọi là văn hóa Đông Sơn.

3.2 Lạc hay Lạc Việt

Nhưng những người chủ của nền văn hóa Đông Sơn này là ai? Họ có phải là bộ tộc Lạc Việt của nước Việt thời Xuân Thu di dân theo gót con chim Lạc hay không? Hay người Lạc, tiền thân của người Việt chúng ta là một tộc người khác hẳn?

Muốn tìm hiểu vấn đề này, ta phải trở lại lịch sử Trung Quốc vào thời xưa. Văn minh Hán tộc vốn xuất phát từ vùng hiện nay là Hoa Bắc, tập trung chung quanh các con sông Hà, Hoài. Tại vùng Hoa Trung, lưu vực sông Dương tử hiện nay, theo các sử liệu xưa thì là nơi mà văn hóa Hoa Hạ còn chưa phổ biến, nhưng những dân tộc ở đây cũng nói một thứ tiếng cùng họ với tiếng Hoa. Có ba nước mà trong thời từ sau khi nhà Chu thiên về phía Đông đã nổi bật lên ở vùng này. Đó là các nước Sở, Việt và Thục. Tuy nhiên biên giới của ba nước này đều cách biệt với vùng Hoa Nam qua một loạt những ngọn núi cao ngăn cách. Những ngọn núi này, có tên là Ngũ Lĩnh là biên giới giữa các tộc người thuộc dòng Hán tộc và những tộc người khác không phải là Hán. Nhưng ngay vùng Lĩnh Nam này của Trung Quốc cũng còn cách biệt với đồng bằng sông Hồng của Việt Nam bởi một loạt những núi cao hiểm hóc.

Những bằng chứng sử liệu

Sử liệu Trung Quốc không nhắc nhở gì đến miền Lĩnh Nam (vùng phía nam Ngũ Lĩnh này) trước thế kỷ thứ ba trước Công nguyên. Nhưng đến thế kỷ này một số biến động lớn đã xảy ra. Năm 333 TCN, Sở diệt Việt. Mười tám năm sau đó, Tần diệt Thục. Những quý tộc của hai nước Việt, Thục chạy về phía nam. Ta không biết gì về những vương quốc mà các dòng quý tộc nước Thục thành lập, nhưng các quý tộc của nước Việt đã đi xuống vùng Lĩnh Nam và lập nên những vương quốc mới mà sau này được sử Trung Quốc gộp lại chung dưới tên là Bách Việt. Bốn trong số những vương quốc này đã để lại dấu ấn trong lịch sử. Nam Việt, vương quốc lớn nhất có cương vực nằm tại cửa sông Tây giang tại khu vực thành phố Quảng Châu ngày nay; Mân Việt có trị sở nằm ở Phúc Kiến; Đông Âu ở Chiết Giang và Tây Âu nằm tại vùng Quế Lâm thuộc miền Bắc Quảng Tây ngày nay.

Những sự kiện này xảy ra tương ứng với thời gian nền văn hóa Đông Sơn của ta đang đi vào giai đoạn cực thịnh. Nếu có một cuộc di cư lớn của những người Việt từ phương Bắc xuống thì chắc hẳn họ đã để lại những dấu ấn trong những di vật của nền văn hóa Đông Sơn này. Nhưng cho đến nay những dấu hiệu đó đã không thấy xuất hiện. Điều đáng chú ý là *Đại Việt Sử Lược*, cuốn sử còn lại sớm nhất của Việt Nam, viết vào khoảng thế kỷ 13, có chép đến chuyện Việt Vương Câu Tiễn (505 TCN) sau khi diệt Ngô, đã sai sứ sang dụ Hùng Vương thần phục nhưng đã bị Hùng Vương cự tuyệt. Một điều chứng tỏ rằng dân Lạc của ta và những tộc mà người Hoa gọi là Bách Việt không có một liên hệ trực tiếp.

Nhưng nếu dân Việt không đến từ vùng Hoa Nam thì họ từ đâu đến? Những khai quật khảo cổ trong suốt những năm gần đây cho thấy những cư dân tại vùng đồng bằng sông Hồng và sông Mã đã tồn tại liên tục trong suốt thời kỳ từ hậu kỳ thời đá cũ cho đến thời kỳ đồng thau và sắt tức là từ khoảng thiên niên kỷ thứ 3 trước Công nguyên cho đến nay. Phân tích những di hài hóa thạch tìm được trong các di chỉ từ thời đá cũ trở đi, các nhà cổ nhân chủng học đã xác định những cư dân này bao gồm nhiều thành phần chủng tộc khác nhau trong đó quan trọng nhất là những thành phần thuộc tộc Nam Đảo (Austronesians) và Nam Á (Austroasiatics). Tuy rằng số lượng di hài tìm được không đủ để đưa ra những kết luận có tính khẳng định, nhưng một trong những kết quả thử nghiệm cho thấy càng về sau, nhất là kể từ khi thời đại đồng thau bắt đầu tỷ lệ những di hài thuộc chủng tộc Nam Á đã gia tăng so với những di hài thuộc chủng tộc Nam Đảo.

Những dữ kiện trên cho phép ta phác ra một cách rất đại cương tiến trình hình thành của cư dân trên vùng lãnh thổ sông Hồng mà sau này trở thành tổ tiên của chúng ta.

Những cư dân đầu tiên tại miền Bắc nước ta là những người da đen thuộc sắc dân Australoid và Melanesian có quan hệ mật thiết với những người thổ dân Aborigin tại Úc châu. Những người này đến vùng Đông Nam Á vào khoảng từ những năm 50.000 cho đến 25.000 trước Công nguyên. Tàn dư của những giống người này nay vẫn còn tồn tại tại Malaysia và Philippines. Nhưng bắt đầu từ khoảng cuối thiên niên kỷ thứ tư sang đến thiên niên kỷ thứ ba, tại vùng trung du và đồng bằng Bắc Việt xuất hiện một tộc người mới, những người này gốc Nam Đảo (Austronesian) và mang lại những thay đổi đưa nền văn hóa tại đây từ thời đại đồ đá cũ sang thời đại đá giữa, với các dụng cụ được gọt đẽo một cách khéo léo hơn. Có nhiều lý do cho thấy rằng việc di dân này đã được thực hiện một cách tương đối hòa bình. Tại nhiều di chỉ khai quật tỷ dụ như tại Hòa Bình và Bắc Sơn, người ta đã tìm thấy những bộ xương của người da đen và của người Nam Đảo chôn cạnh nhau. Theo các nhà nghiên cứu, những người mới tới này đi theo đường bộ và từ miền Hoa Nam xuống và tới vùng đồng bằng Bắc

Việt muộn nhất là vào khoảng giữa thiên niên kỷ thứ 2 trước Công nguyên. Ít lâu sau đó, trên đất nước Việt Nam lại xuất hiện một chủng tộc người mới, người Nam Á (Austroasiatics). Đây là một phần của một đợt di cư mới của người Nam Á trên toàn thể vùng Đông Nam Á. Tại những nơi khác ở Đông Nam Á, cuộc di cư của những người Nam Á này đã đẩy những tộc người Nam Đảo ra các đảo ngoài khơi lục địa châu Á hình thành những tộc người Mã Lai - Nam Đảo tại các quần đảo Philippines, Indonesia đến tận đảo Madagascar ở Phi châu. Tuy nhiên tại Việt Nam, có vẻ sự hợp nhất giữa hai tộc người này đã diễn ra một cách hòa bình hơn và thần thoại về cuộc hôn nhân giữa Lạc Long Quân và Âu Cơ đã hình tượng hóa sự hợp nhất của hai sắc tộc này thành một sắc tộc độc nhất, sắc tộc Lạc, hay tiền Việt (proto-Viet).

Những bằng chứng về ngôn ngữ và phong tục

Tiếng Việt Nam hiện tại được sắp vào tộc họ các ngôn ngữ Nam Á (Austroasiatic) cùng chung với Môn Khmer và Mường, tuy rằng có pha trộn thêm rất nhiều từ tố khác lấy từ các họ ngôn ngữ Nam Đảo và Thái chưa kể những vay mượn từ Hoa ngữ về sau này. Kết quả nghiên cứu về ngữ học như vậy đã xác nhận những phát hiện của cổ nhân chủng học cho rằng dân Lạc, tổ tiên của người Việt hiện nay, là những người Nam Á cổ xưa lai tạp với những người thuộc tộc Nam Đảo ở đồng bằng sông Hồng trong những thế kỷ cuối của thiên niên kỷ thứ 2 trước Công nguyên.

Nhưng những người Nam Á tổ tiên của chúng ta từ đâu đến? Những nghiên cứu về ngữ học cho thấy, hiện nay tại Đông Nam Á lục địa có tất cả 5 họ ngôn ngữ: Nam Đảo (Indonesian), Nam Á (Môn Khmer và Việt), Miến - Tạng,

Thái và Miêu Dao. Trong số các họ này, họ tiếng Thái đã được xác nhận là do những lớp người di cư từ vùng Tây Nam Trung Quốc xuống trong khoảng các thế kỷ thứ 12 và 13 sau Công nguyên còn họ Miêu - Dao thì bị giới hạn ở một vùng biên thùy phía Bắc của khu vực Đông Nam Á mà thôi. Cả hai thứ tiếng này như vậy không nằm trong tầm quan tâm của chúng ta. Phân tích việc phân bố các ngôn ngữ như vậy, ta thấy các thứ tiếng Indonesian bị giới hạn trong một khu vực từ Phan Rang lên đến vùng Tây Nguyên và tràn sang một số tỉnh miền Bắc của Cao Miên mà thôi. Nếu loại bỏ sự hiện diện của tiếng Thái mà hiện nay phân đôi vùng nói các ngôn ngữ Nam Á, ta thấy rằng ít nhất là từ giữa thiên niên kỷ thứ hai trước Công nguyên những dân tộc nói tiếng Nam Á đã ở suốt liền một giải từ vịnh Bengal cho đến vịnh Bắc Việt qua sang cả vùng Assam của Ấn Độ. Những tài liệu nghiên cứu cũng cho thấy, tiếng Việt đã tách rời ra khỏi gốc chung của tiếng Nam Á khá sớm chứng tỏ rằng người cổ Việt đã ra khỏi quê hương chung của tổ tiên những người Nam Á trước các tộc khác.

Những công trình nghiên cứu để tìm một quê hương gốc cho chủng người Nam Á đến nay vẫn còn thất bại. Một số thuyết cho rằng tổ tiên của người Indonesian cũng như người Nam Á đều phát xuất từ vùng Nam Hoa. Những người này đã từ từ rời bỏ vùng này và di cư xuống miền Nam trong những thiên niên kỷ của đầu thời kỳ đá mới. Theo giả thuyết này, những người Indonesian là tộc người đầu tiên rời bỏ vùng này và lan truyền sang đến Đài Loan và các vùng hải đảo. Những người Nam Á rời vùng này sau, và theo đường bộ lan truyền sang Đông Nam Á lục địa và vùng đông Ấn Độ. Một thuyết khác khẳng định rằng quê hương của người Nam Á là chính tại Đông Nam Á. Theo thuyết này thì những người Nam Á được hình thành qua sự chuyển biến của những người thuộc chủng Indonesian mà ra. Diễn biến hình thành chủng tộc Nam Á này được diễn ra tại một vùng rộng lớn, bao gồm không những cả vùng Đông Nam Á mà cả đến miền Nam Trung Quốc nữa.

Nhưng cũng có thể có một lý giải khác. Vào khoảng những năm cuối của thiên niên kỷ thứ 3 trước Công nguyên, tại tiểu lục địa Ấn Độ đã diễn ra một biến đổi rất lớn, đó là cuộc di cư của những người Aryan từ vùng Trung Á đi vào mà hiện còn được ghi lại trong những sử thi Mahabharata và Ramayana. Cuộc tiến công của những người Aryan này đã đẩy những tộc người sống tại Ấn trước đó phải hoặc lên những vùng núi cao, hoặc vượt biển đi sang những vùng đất mới. Sự kiện ra đi của những người này diễn ra muộn nhất là vào khoảng những năm 1500 TCN và trùng hợp vào việc xuất hiện tộc người Nam Á tại khu vực Đông Nam Á. Nếu giả thuyết này mà đúng thì ta có một chuyện khá lý thú là chính vì những chiến thắng của Rama mà ta có Lạc Long Quân.

Những nghiên cứu về phong tục cho thấy người Việt xưa có một loạt những phong tục tập quán và tín ngưỡng giống như những dân tộc khác ở Đông Nam Á như về tín ngưỡng, tục thờ vật tổ (rồng tiên) (totemism), phiếm thần (animism); về phong tục như nhuộm răng đen, ăn trầu, tục xâm mình. Ngay cả những nghi thức về hôn nhân, tang tế cũng như những ngày lễ hội (hội nước). Điều này cho thấy dân tộc Việt Nam hồi đó nằm chung trong một quần thể dân tộc Đông Nam Á. Ngay cả huyền thoại Lạc Long Quân và Âu Cơ trong truyền thuyết dựng nước của Việt Nam cũng có những nét tương tự như truyền thuyết dựng nước của Phù Nam với chàng Kaundinya từ biển đến và lấy nàng công chúa Liễu Diệp để dựng lên đất nước Phù Nam.

3.3 Hùng Vương và nước Văn Lang

Theo truyền thuyết, sau Lạc Long Quân là thời đại Hùng Vương. *Lĩnh Nam Chích Quái* chép sau khi từ biệt Lạc Long Quân, *"Âu Cơ và 50 người con lên đất Phong Châu, suy phục lẫn nhau, cùng tôn người con trưởng lên làm vua, hiệu là Hùng Vương, lấy tên nước là Văn Lang, đông giáp Nam Hải, tây tới Ba Thục, bắc tới hồ Động Đình, nam tới nước Hồ Tôn. Hùng Vương chia nước làm 15 bộ."* Nhưng như vậy thì Hùng Vương bắt đầu lên làm vua vào lúc nào? Và cương vực của đất nước mà Hùng Vương thành lập mở rộng đến đâu? Điều chắc chắn là triều đại của Hùng Vương kéo dài cho đến khi đất Việt Nam bắt đầu tiếp xúc với nền văn minh của Trung Quốc và bị kéo vào quỹ đạo của Trung Quốc vì những tài liệu cổ nhất của Trung Quốc đã nhắc tới *"đất Giao Chỉ khi chưa chia thành quận huyện, ruộng đất được gọi là Lạc điền, nước lên xuống theo thủy triều. Dân cư cầy bừa trên ruộng đó để sinh sống. Lạc vương và Lạc hầu cai trị những quận huyện. Ở mỗi huyện có Lạc tướng."*

Nhưng thời đại Hùng Vương bắt đầu từ lúc nào? *Lĩnh Nam Chích Quái* cũng như các sách sử khác không nói rõ Hùng Vương lên làm vua từ bao giờ, nhưng *Đại Việt Sử Lược*, một cuốn sử viết từ thời nhà Trần lại viết khá rõ: *"Đời Trang vương nhà Chu (696-682 TCN), ở bộ Gia Ninh có người lạ, dùng ảo thuật quy phục được các bộ lạc, tự xưng là Hùng Vương, đóng đô ở Văn Lang, đặt quốc hiệu là Văn Lang, phong tục thuần hậu, chính sự dùng lối kết thằng."* Lịch sử và khảo cổ học đã giúp cùng chứng minh. Những khai quật khảo cổ tại đồng bằng sông Hồng cho thấy rằng vào thời điểm khoảng từ thế kỷ thứ 7 TCN cho đến những năm đầu của thế kỷ thứ 1 sau Công nguyên, tại vùng đồng bằng sông Hồng và sông Mã đã xuất hiện một nền văn minh khá rực rỡ. Xã hội tại đó đã phát triển đến mức mà người ta có thể tin rằng một nhà nước có vương quyền đã được thành lập. Những điều ghi chép trong *Đại Việt Sử Lược* có vẻ đã phù hợp với những gì tìm được dưới lòng đất. Nhưng vương triều đó có phải là thật sự có tên là Hùng Vương hay không? Câu hỏi này có lẽ cũng khó giải quyết như câu hỏi liệu có một nàng Helen xinh đẹp khiến tạo ra trận chiến thành Troy hay không.

Truyền thuyết và tín ngưỡng của nhân dân Việt Nam thì khẳng định rằng có một triều đại của các vua Hùng kéo dài trên 2000 năm từ thiên niên kỷ thứ ba cho đến cuối thiên niên kỷ thứ nhất trước Công nguyên. Ngọc phả đền Hùng tại Phú Thọ còn có đủ phả hệ của các vua Hùng với tên tuổi cùng thời gian trị vì. Tuy nhiên ngọc phả này khó có thể tin được vì chỉ được viết ra vào thế kỷ thứ 18. Lại nữa hiệu của các vua Hùng trong ngọc phả toàn bằng chữ Hán Việt, một điều không thể xảy ra được khi vào thời đó chúng ta hoàn toàn chưa tiếp xúc gì với người Hán cả. Nhưng dù sao chăng nữa, truyền thuyết này cũng khẳng định rằng vào thời xưa người Việt chúng ta trước khi người Hán sang đã có một vị vua và đó là vua Hùng.

Vào khoảng những năm 20 của thế kỷ trước, một cuộc tranh luận đã nổ ra giữa các học giả chung quanh vấn đề Hùng Vương hay Lạc Vương. Henri Maspero, một học giả người Pháp vốn đã bỏ ra rất nhiều công phu nghiên cứu về lịch sử Việt Nam chủ trương rằng phải gọi là Lạc vương chứ không thể gọi là Hùng Vương được. Theo ông chữ Lạc và chữ Hùng trong Hán tự rất giống nhau vì vậy người ta có thể sao chép lại nhầm một cách dễ dàng. Và việc gọi Hùng Vương trong khi tất cả các từ khác, Lạc điền, Lạc dân, Lạc hầu, Lạc tướng là vô lý. Lý luận mà Maspero và những người ủng hộ ông đưa ra trên đã bị đại đa số những người nghiên cứu về lịch sử Việt Nam bác bỏ vì một lý do chính và quan trọng nhất, truyền thuyết và tất cả những cổ tích và thần thoại Việt Nam chỉ nói đến Hùng Vương chứ không bao giờ nói đến Lạc vương cả.

Mặc dầu vậy, nghi vấn mà Maspero đưa ra vẫn là một vấn đề cần phải giải thích cho thỏa đáng. Phải đến những năm cuối của thập niên 60, những công trình nghiên cứu về ngữ học do những nhà nghiên cứu tại miền Bắc Việt Nam mới đem lại một số ánh sáng mới về vấn đề này. Theo một nghiên cứu của Nguyễn Kim Thản và Vương Lộc thì từ "Lạc" trong thư tịch của Trung Quốc viết về nước ta là một phiên âm từ "rạc" mà theo tiếng cổ Việt và tiếng Mường có nghĩa là "nước." Vì tiếng Hoa không có âm "r" cho nên họ đã viết thành "lạc." Còn về danh hiệu "Hùng" thì theo Trần Quốc Vượng là phiên âm của từ "khun" một từ cổ của các ngôn ngữ Nam Á có nghĩa là người cầm đầu, người tôn trưởng. Từ này hiện còn tồn tại tại nhiều ngôn ngữ hiện đại như tiếng Khmer, tiếng Thái và ngay cả tiếng Munda, một ngôn ngữ cùng thuộc họ Nam Á tại vùng Đông Bắc Ấn Độ.

Nếu những lời suy luận này đúng thì tuy rằng vào thời kỳ vua Hùng ta quả có một vương triều thật, nhưng vương triều này có tên hiệu là gì thì đó là một điều mà ta không bao giờ biết được. Vương triều đó có niên đại xấp xỉ ngang với giai đoạn của nền văn hóa Đông Sơn, bắt đầu từ khoảng đầu thiên niên kỷ thứ nhất. Chúng ta tạm gọi thời kỳ đó là thời kỳ Hùng Vương.

Xã Hội dân Lạc dưới thời Hùng Vương

Lĩnh Nam Chích Quái mô tả lại cuộc sống của xã hội dưới thời các vua Hùng như sau:

Tướng văn là Lạc hầu, tướng võ là Lạc tướng. Con trai vua gọi là quan lang, con gái gọi là my nương, trăm quan gọi là bố chính, thần bộc nữ lệ gọi là xảo, xứng (còn gọi là nô tỳ). Bề tôi gọi là hồn, đời đời cha truyền con nối gọi là phụ đạo. Vua đời đời thế tập gọi là Hùng Vương không bao giờ thay đổi.

　　Lúc ấy, dân sống ở rừng và vùng chân núi, xuống nước đánh cá thường bị giống giao long làm hại. Bèn nói với vua. Đáp: "Giống sơn man và giống thuỷ tộc khác hẳn nhau. Giống thủy tộc yêu kẻ giống mình mà ghét kẻ khác mình cho nên hại nhau đó." Bèn bảo người đời lấy mực xăm vào mình theo hình Long Quân, theo dạng thủy quốc. Từ đó không bị tai họa giao long làm hại nữa. Tục xâm mình của dân Bách Việt cũng bắt đầu từ đó.

　　Hồi quốc sơ, dân không đủ đồ dùng, phải lấy vỏ cây làm áo, dệt cỏ gianh làm chiếu, lấy nước cốt gạo làm rượu, lấy cây quang lang, cây tung đồ làm cơm, lấy cầm thú, cá, ba ba, làm mắm, lấy rễ gừng làm muối. Phạt mương đốt rẫy, đất sản xuất nhiều gạo nếp, lấy ống tre thổi cơm. Bắc cây làm nhà để tránh hổ sói. Cắt tóc ngắn để dễ đi lại trong rừng núi. Đẻ con ra, lấy lá chuối lót lên cho nằm, có người chết thì giã cối làm lệnh, người lân cận nghe tiếng đến cứu giúp. Chưa có trầu cau, việc hôn thú giữa nam nữ lấy gói muối (có thể là gói đất) làm đầu. Rồi giết trâu dê để làm đồ lễ, lấy cơm nếp để nhập phòng cùng ăn, sau đó mới thành thân.

　　Căn cứ vào đoạn văn trên của *Lĩnh Nam Chích Quái* chúng ta có thể thấy xã hội Việt Nam thời Hùng Vương đã bắt đầu phân hóa thành giai cấp với tầng lớp quý tộc, các Lạc hầu, Lạc tướng ở trên và đa số dân chúng bình dân phục vụ cho tầng lớp này. Dưới tầng lớp bình dân là một tầng lớp nô lệ mà theo *Lĩnh Nam Chích Quái* gọi là xảo xứng. Cách tổ chức xã hội này cũng giống như tổ chức xã hội của nhiều dân tộc ở tình trạng phát triển tương tự như dân Việt thời Hùng Vương. Các khai quật khảo cổ cũng cho thấy rằng đã có một sự phân hóa trong xã hội như vậy. Các ngôi mộ khai quật được thuộc về thời đại này cho thấy hai loại khác biệt, một loại mộ có chôn theo rất nhiều đồ minh khí quý giá và một loại mộ không có bao nhiêu đồ minh khí chôn theo. Điều này đã xác minh rằng đã có một sự phân chia giai cấp trong xã hội thời đó. Tuy nhiên sự cách biệt giữa các tầng lớp xã hội chưa thật là sâu sắc, các hiện vật khảo cổ và phong tục mai táng cho thấy ngoại trừ số lượng đồ minh khí ngoài ra chưa có khác nhiều giữa các tầng lớp. Những câu chuyện cổ tích còn lại đến ngày nay như "công chúa Tiên Dung lấy Chử Đồng Tử" hoặc là "vua tôi cùng đi cầy"; chuyện bánh dầy bánh chưng nói đến Lang Liêu và các con khác của Hùng Vương thi làm bánh đều cho thấy một xã hội mà phong tục tương đối còn thuần phác và bộ máy cai trị còn chưa phức tạp.

Nhà học giả người Pháp Henri Maspero căn cứ trên những tập tục của các dân tộc thiểu số miền thượng du Bắc Việt thời đầu thế kỷ 20 đã giả thiết rằng xã hội của dân Lạc, dân Việt Nam dưới thời Hùng Vương, là một xã hội có đẳng cấp dựa trên những quyền lợi thế tập, tinh thần tương ái và lòng trung thành với cá nhân. Dân chúng sống thành những làng nhỏ mà hầu hết là có những quan hệ gia tộc với nhau dưới quyền cai trị của những Lạc tướng. Những giả thiết này phù hợp với những sử liệu còn sót lại và với những phát hiện của khảo cổ học.

Những Lạc tướng này có thể là những tù trưởng bộ lạc liên minh lại thành quốc gia. Người cầm đầu liên minh bộ lạc này là Hùng Vương. Hùng Vương là đại diện cho liên minh bộ lạc trong việc giao tế với các dân tộc miền núi và những bộ tộc láng giềng khác, nhưng có lẽ không can thiệp vào công việc nội bộ của các bộ lạc. Chính Hùng Vương cũng là chủ của một bộ lạc có cơ sở tại Phong Châu.

Phụ nữ đóng một vai trò quan trọng trong xã hội người Việt cổ. Truyện Tiên Dung và Chử Đồng Tử cho thấy quyền của người con gái tự chọn người hôn phối vẫn còn được coi trọng. Và như sau này ta sẽ thấy khi dân Việt cổ đầu tiên nổi lên chống lại sự thống trị của Hán tộc họ đã nổi lên dưới ngọn cờ của những vị quần thoa.

Số lượng vũ khí chôn theo trong các ngôi mộ thời Đông Sơn cho thấy dân Việt thời đó phải chịu những áp lực từ bên ngoài khá nhiều. Các câu chuyện về Phù Đổng Thiên Vương, truyền thuyết Sơn tinh - Thủy tinh cho ta thấy rằng hiện tượng chiến tranh khá phổ biến dưới thời Hùng Vương. Tuy nhiên những chứng tích tìm được cho thấy rằng thời Hùng Vương chưa có một quân đội thường trực mà chắc hẳn phần lớn những cuộc chiến tranh nếu xảy ra thì sẽ động viên nông dân để chiến đấu. Chuyện Phù Đổng Thiên Vương cũng cho ta thấy tính cách đó.

Về kinh tế, những mô tả trong *Lĩnh Nam Chích Quái*, *"phải lấy vỏ cây làm áo, dệt cỏ gianh làm chiếu, lấy nước cốt gạo làm rượu, lấy cây quang lang, cây tung đồ làm cơm, lấy cầm thú, cá, ba ba, làm mắm, lấy rễ gừng làm muối. Phạt nương đốt rẫy, đất sản xuất nhiều gạo nếp, lấy ống tre thổi cơm."* có lẽ chỉ tương ứng với giai đoạn đầu khi mà những bộ lạc tạo thành ra dân Việt cổ còn chưa tạo thành được một dân tộc. Sang đến thời Hùng Vương, dân Việt cổ đã biết làm ruộng lúa nước. *Thủy Kinh Chú* dẫn *Giao Châu ngoại vực ký*, chép:

"Đời xưa đất Giao Chỉ khi chưa chia thành quận huyện, ruộng đất được gọi là Lạc điền, nước lên xuống theo thủy triều. Dân cư cày bừa trên ruộng đó để sinh sống. Lạc vương và Lạc hầu cai trị những quận huyện. Ở mỗi huyện có Lạc tướng."

Điều đó chứng tỏ rằng trong giai đoạn sau của thời Hùng Vương, nghề trồng lúa nước đã bắt đầu được phổ biến. Trong những di vật tìm được còn có nhiều lưỡi cày bằng đồng, một điều cho thấy rằng nông nghiệp đã phát triển qua giai đoạn "phạt nương, làm rẫy" (đao canh, hỏa nậu) mô tả trong *Lĩnh Nam Chích Quái*. Bên cạnh nghề trồng lúa, việc trồng các loại cây khác cũng phát triển. Sách vở và thư tịch Trung Quốc đã nhắc đến nhiều thứ cây của Việt Nam trong thời Bắc thuộc. Những thứ cây này chắc hẳn không phải đợi đến lúc người Hán sang mới bắt đầu được thuần hóa và đem gieo trồng. Nghề chăn nuôi cũng phát triển tuy rằng không tách khỏi trồng trọt. Đông Nam Á là nơi đầu tiên thuần giống gà nhà và trong những di chỉ của thời Hùng Vương ta thấy có những tượng gà bằng đất nung và bằng đồng. Các gia súc khác mà xương được tìm thấy tại các di chỉ bao gồm chó, heo, trâu bò. Tuy rằng ngựa được nhắc đến trong chuyện Phù Đổng Thiên Vương, nhưng các di chỉ không cho thấy xương cốt của loại này.

Tuy nông nghiệp đã phát triển, nhưng săn bắn và hái lượm vẫn đóng một vai trò quan trọng trong cuộc sống của dân Việt cổ. Xương cốt của nhiều loại thú rừng đã được tìm thấy tại các di chỉ trong các giai đoạn khác nhau của thời đại Hùng Vương. Nghề đánh cá cũng phát triển. Người ta đã tìm thấy nhiều lưỡi câu bằng đồng.

Bên cạnh nông nghiệp, các nghề thủ công cũng phát triển mạnh. Nghề mộc, trong đó có nghề sơn đã đạt được một trình độ cao qua việc phát hiện những đồ minh khí bằng gỗ sơn màu nâu đỏ chất sơn rất tốt và kỹ thuật sơn cao. Nghề làm đồ gốm cũng đã phát triển khá cao. Người thời Hùng Vương đã biết làm gốm bằng bàn xoay với những hoa văn và trang trí khá đẹp tuy rằng không nhiều. Trong giai đoạn cuối đời Hùng Vương người ta đã sản xuất được đồ gốm cứng chứng tỏ rằng việc thiết kế lò nung đã được hoàn thiện.

Nhưng quan trọng nhất trong các ngành thủ công nghiệp thời Hùng Vương phải nói đến nghề luyện kim, đặc biệt là nghề làm đồng. Nghề luyện đã xuất hiện từ giai đoạn sớm nhất của thời Hùng Vương mà người ta đã tìm thấy những cục đồng vụn, xỉ đồng hay rỉ đồng tuy rằng hiện chưa tìm thấy những di vật bằng đồng nguyên vẹn. Vào những giai đoạn sau, người ta đã tìm thấy khá nhiều công cụ bằng đồng thau và cả những khuôn đúc. Trống đồng Đông Sơn là những hiện vật nổi tiếng, đặc trưng cho cả nền văn hóa thuộc vào thời kỳ này. Vào cuối giai đoạn Hùng Vương, khi nghệ thuật đúc đồng lên đến cao độ, thì nghề làm đồ sắt cũng bắt đầu xuất hiện. Một số hiện vật bằng sắt đã được đào lên ở những di chỉ vào cuối thời đại Hùng Vương chứng tỏ rằng kỹ thuật làm sắt mà nhiều người cho rằng do người Hoa đưa vào trong thời Bắc thuộc là không đúng.

Sự suy tàn của triều đại Hùng Vương

Theo truyền thuyết được ghi lại trong *Đại Việt Sử Ký Toàn Thư* thì vào cuối thời Hùng Vương, vua có con gái là Ngọc Hoa Mỵ Nương nhan sắc xinh đẹp. Thục Vương nghe tiếng đến cầu hôn. Vua muốn gả, nhưng Lạc hầu can rằng: "Họ muốn chiếm nước ta, chỉ lấy việc hôn nhân làm cớ đó thôi." Vua bèn thôi. Thục Vương vì thế đem lòng oán giận. Sau vua gả con cho Sơn Tinh, Thục Vương dặn con cháu phải diệt Văn Lang mà chiếm lấy nước. Đến đời cháu là Thục Phán, có dũng lược, muốn thực hiện chí của tiền nhân nên dấy quân đánh Hùng Vương, diệt nước Văn Lang. Lúc đó là vào cuối đời nhà Chu bên Trung Quốc. Triều đại Hùng Vương truyền được 18 đời đến đó là chấm dứt. Tuy nhiên nền văn minh của dân Việt cổ vẫn còn tiếp tục cho đến vài trăm năm sau nữa mới hoàn toàn bị suy thoái.

An Dương Vương là nhân vật được lịch sử ghi chép đầu tiên của nước ta. Tên tuổi, danh hiệu ông và tên nước Âu Lạc của ông được ghi chép đầu tiên trong bộ *Quảng Châu ký* được viết ra vào đời Tấn. Sau đó các bộ *Thủy Kinh Chú* và *Việt Kiệu thư* cũng đều nhắc đến *An Dương Vương*.

Nhưng những chi tiết về cuộc đời của ông ngay đến cả thời gian tồn tại của nước Âu Lạc cũng đều bị chìm đắm trong màn đêm của huyền thoại. Cho đến địa điểm mà ông xây thành làm kinh đô cũng không được hoàn toàn xác định. Cái tên Cổ Loa mà người ta đặt cho thủ đô của ông cũng là cái tên mà người đời sau đặt ra. Cổ Loa, nghĩa đen là cái thành cổ hình xoắn ốc chỉ là cái tên tượng hình cho di tích của tòa thành còn lại được coi như là của An Dương Vương xây, chứ còn tên thật của nó mà An Dương Vương đặt ra thì không còn ai biết. Cái tên Cổ Loa chỉ xuất hiện từ khoảng thế kỷ thứ 15 trong các tài liệu của Việt Nam như *Lĩnh Nam Chích Quái,* hoặc *Dư Địa Chí* và *Đại Việt Sử Ký Toàn Thư.* Trước đó, trong những tài liệu của Trung Quốc chỉ thấy nhắc đến những tên như Việt Vương Thành, hoặc Việt Vương Cổ Thành.

Từ những huyền thoại và truyền thuyết đó, cộng với một chút sử liệu còn sót lại chúng ta chỉ biết được một cách đại cương rằng có một ông vua, có thể tên là Thục Phán đã đánh chiếm nước Văn Lang của Hùng Vương, xưng hiệu là An Dương Vương, đặt tên nước là Âu Lạc. Nước này sau đó bị Triệu Đà từ phương bắc tới xâm lăng. An Dương Vương tổ chức kháng cự, nhưng rốt cuộc đã bị thua và đất nước rơi vào sự thống trị của họ Triệu. Nhân vật Triệu Đà và cuộc xâm lăng Âu Lạc đã được ghi chép trong sử liệu của Trung Quốc, nhưng còn An Dương Vương và những gì xảy ra trước đó thì hầu như là hoàn toàn chỉ được nói đến trong truyền thuyết Việt Nam mà thôi.

Những sử liệu của Trung Quốc chỉ nhắc đến giai đoạn sau của triều đại An Dương Vương khi ông chống nhau với Triệu Đà, thành ra, về việc khởi nghiệp của An Dương Vương chúng ta phải quay trở lại các nguồn sử liệu Việt Nam mà quan trọng nhất là các bộ *Lĩnh Nam Chích Quái* và *Việt Điện U Linh Tập*. Trong truyện "Thần Kim Quy" *Lĩnh Nam Chích Quái* viết:

"Vua An Dương Vương nước Âu Lạc là người Ba Thục, họ Thục, tên Phán. Nhân vì tổ phụ khi trước cầu hôn lấy Mỵ Nương là con gái Hùng Vương nhưng không được nên mang oán. Phán muốn hoàn thành chí người trước, cử binh đánh Hùng Vương diệt nước Văn Lang, cải hiệu là Âu Lạc, rồi lên làm vua, xây thành ở đất Việt Thường."

Đại Việt Sử Ký Toàn Thư chép lại gần giống hệt như *Lĩnh Nam Chích Quái*, chỉ nói khác rằng vua đóng đô và xây thành Cổ Loa tại Chu Diên. Sau đó các bộ sách khác như *Dư Địa Chí* của Nguyễn Trãi, *Lịch Triều Hiến Chương Loại Chí* của Phan Huy Chú cũng ghi chép về An Dương Vương và nước Âu Lạc với nội dung tương tự. Việt Thường, Chu Diên là tên của các huyện mà các triều đại Trung Quốc lập ra về sau này. Việt Thường theo các bản địa lý cổ nằm tại châu Hoan, tức là vùng Nghệ An bây giờ, trong khi Chu Diên thì nằm tại khu vực tây và nam sông Thái Bình tương đương với vùng Hải Dương, Thái Bình hiện nay. Cả hai chỗ đều không trùng với địa điểm Cổ Loa hiện nay mà người ta vẫn công nhận là thành của An Dương Vương.

Phải cho tới thế kỷ thứ 19 một số sử thần triều Nguyễn mới tỏ ý hoài nghi về một số điểm ghi chép ở trên nhất là ở điểm An Dương Vương là người Ba Thục. Có người như Nguyễn văn Siêu đã thẳng cánh nghi ngờ cả sự tồn tại của thành vua Thục trên đất nước Giao Chỉ. Lý do chính khiến người ta hoài nghi là không những từ Việt Nam hiện nay đến vùng Tứ Xuyên là nơi đất Ba Thục thời xưa cách nhau một khoảng rất xa và phải đi qua nhiều vương quốc khác vào thời đó, mà còn bởi sự kiện rằng trước khi An Dương Vương xuất hiện gần một thế kỷ thì nước Thục đã không còn tồn tại nữa, vì đã bị nước Tần tiêu diệt vào năm 315 trước Công nguyên. Ngay cả trong trường hợp Thục Phán là hậu duệ của các vua Thục thì trong thời gian gần một trăm năm đó, gia đình ông cũng phải kiếm một nơi nào để sinh sống.

Một số học giả đã tìm cách để giải thích khó khăn này trong đó giải thích của Đào Duy Anh được khá nhiều người ủng hộ. Theo ông thì sau khi nước Thục bị diệt vong, con cháu vua Thục chạy sang tá túc tại Sở. Đến khi Sở mất nước thì họ chạy xuống phía nam đến vùng Vân Nam lập một nước Thục khác có tên là Tây Thục. Trong sử Trung Quốc (*Hậu Hán thư - Nam Man Tây Nam Di Truyện*) có chép đến nước này trong mục Ai Lao Di chính là nước Thục đó. Như một trong những người ủng hộ thuyết này đã viết:

"*Cuối đời vua Hùng, Thục Phán đã từ đây mà xuống xâm lược nước ta. Đó là một cuộc chiến tranh dai dẳng và khốc liệt. Cuối cùng nước Văn Lang bị tiêu diệt... Nước Tây Thục (Ai Lao di) này nằm sát nước ta ở tây bắc, nó nằm trên trục giao thông chủ yếu của nước ta với miền Tây Nam đi qua thung lũng sông Hồng, sông Lô; Tây Thục cũng là một trạm trung gian trên con đường giao thông quốc tế thời cổ giữa những nước phía Tây như Ấn Độ cổ đại... Đến đời Hán Minh Đế, Ai Lao thuộc hẳn về nhà Hán, Hán chia đất đó thành hai huyện Ai Lao và Bắc Nam, sau đổi thành Vĩnh Xương nay tức là châu tự trị Đức Hoằng thuộc tỉnh Vân Nam.*"

Tuy nhiên những người chống lại cho rằng đây là một thuyết dựa vào quá nhiều ức đoán. Đặc biệt người ta đã chỉ ra rằng trong thời cổ, việc giao lưu giữa Giao Châu và Ích Châu chỉ hạn chế đến Điền (một vương quốc cổ thuộc khu vực phía Nam tỉnh Vân Nam hiện nay) chứ không bao giờ lên đến vùng Ai Lao di cả. Ai Lao di cũng chưa từng bao giờ trở thành một nước hùng mạnh để phát triển và đe dọa

Giao Châu cả. Đặc biệt, trong thời Tần Hán, Điền là một bức tường chắn ngang đường giao lưu giữa Bắc và Nam và giữa Trung Quốc với Miến Điện, Ấn Độ ngày nay.

Về niên đại thành lập và thời gian tồn tại của nước Âu Lạc ta cũng có nhiều nghi vấn.

Trần Trọng Kim trong *Việt Nam Sử Lược* đã chép theo *Đại Việt Sử Ký Toàn Thư* và cho niên đại của nước Âu Lạc từ năm 257 trước Công nguyên cho đến 208 trước Công nguyên. Việc chọn niên đại này dựa trên một câu của *Đại Việt Sử Lược*, cuốn sách sử xưa nhất của Việt Nam còn tồn tại viết vào cuối đời Trần, nói rằng Hùng Vương mất nước vào những năm chót của nhà Chu:

"Cuối đời Chu, Hùng Vương bị con vua Thục là Phán đánh đuổi mà lên thay."

Theo sử Trung Quốc, Chu bị Tần diệt vào khoảng năm 256 TCN. Nếu Hùng Vương bị mất nước vào tay Thục Phán trước khi nhà Chu bị diệt thì sự kiện đó phải xảy ra muộn nhất là vào năm 256 TCN. Có lẽ chính vì vậy, nên mà các sử gia ta đã chọn năm 257 TCN là lúc mà nước Văn Lang bị diệt vong. Còn tại sao lại chọn năm chót của triều đại An Dương Vương là năm 208 TCN? Hiện chúng ta không biết các sử gia thời trước căn cứ vào đâu để chọn niên điểm này là lúc kết thúc thời kỳ An Dương Vương. Căn cứ vào sử Trung Quốc năm 208 TCN là năm Tần Thủy Hoàng chết, Tần Nhị Thế bãi binh xâm lược vùng Bách Việt.

Một số sử gia miền Bắc tuy vậy lại cho rằng triều đại An Dương Vương trễ hơn. Sự qua đời của Tần Thủy Hoàng chính là nguyên nhân mà một số sử gia Hà Nội đã chọn lựa năm 208 TCN như là niên điểm bắt đầu việc An Dương Vương dựng nên nước Âu Lạc, với mốc cuối cùng cho sự diệt vong của nước Âu Lạc được đặt vào năm 180 TCN.

Những lý do mà các sử gia Hà Nội lựa chọn những niên điểm như vậy sẽ được trình bày trong phần sau.

An Dương Vương dựng lên nước Âu Lạc đúng vào lúc toàn bộ vùng Hoa Nam rơi vào một cuộc khủng hoảng lớn. Chính vì vậy muốn hiểu rõ hơn về An Dương Vương và đất nước Âu Lạc của ông chúng ta cần phải tìm hiểu thêm bối cảnh lịch sử của vùng này vào những năm cuối của thế kỷ thứ ba trước Công nguyên.

Năm 222 TCN, Tần Vương Chính tức Tần Thủy Hoàng Đế về sau này, sai Vương Tiễn mang 60 vạn quân diệt nước Sở, lúc mang quân về vòng qua Sơn Đông, diệt nước Tề thống nhất Trung Quốc. Năm 221 TCN Tần Vương tự xưng là Tần Thủy Hoàng Đế đồng thời cử 50 vạn quân chia làm 5 đạo đánh vùng Lĩnh Nam. Năm đạo quân này do Đồ Thư chỉ huy chia làm ba đường, hai đạo quân đi đường thủy đánh Nam Việt, một đạo quân đánh Đông Âu và Mân Việt và hai đạo quân đánh Tây Âu. Chiếm đất đặt ra ba quận Quế Lâm (miền đông tỉnh Quảng Tây); Nam Hải (tỉnh Quảng Đông hiện nay) và Tượng (miền tây tỉnh Quảng Tây và miền nam Quý Châu hiện nay).

Nam Việt, Mân Việt và Đông Âu không tạo ra nhiều vấn đề, nhưng đạo quân Tần tấn công vào Tây Âu đã gặp sức đề kháng mãnh liệt của dân chúng. Phải mất ba năm, quân Tần mới giành được những thắng lợi đầu tiên khi vào năm 219 TCN vua Tây Âu tử trận. Nhưng không vì vậy mà dân Bách Việt chịu hàng phục nhà Tần. *Hoài Nam Tử* kể lại cuộc xâm lược của nhà Tần vào đất Bách Việt như sau:

"Người Việt bỏ trốn vào trong rừng, sống chung với cầm thú, không ai chịu làm nô lệ cho người Tần cả. Họ chọn những người kiệt hiệt lên làm tướng, ban đêm ra đánh quân Tần, đại phá quân Tần, thây phơi huyết chảy hàng mấy chục vạn người và giết được đô úy là Đồ Thư."

Cuộc tiến quân về phía Nam của nhà Tần như vậy là bị sa lầy trên các vùng rừng và núi của tỉnh Quảng Tây. Không có đủ quân trấn đóng, nhà Tần phải gởi thêm lính đến trú đóng ở các vùng mới chiếm được này. Những thành phần binh lính là những người đào vong, tù tội, người nghèo ở gởi rể (chuế tế), lái buôn. Họ ở hỗn cư với dân Bách Việt. Tuy nhiên những đám quân Tần này vẫn bị hoàn toàn cô lập với nhân dân địa phương đến nỗi năm 214 TCN khi Triệu Đà được cử vào làm chức Úy quận Nam Hải đã phải dâng biểu về triều xin cấp cho ba vạn đàn bà góa hoặc con gái chưa chồng để *"may vá quần áo cho quân sĩ."* Triều đình nhà Tần chỉ gởi được có một vạn năm ngàn người. Tình hình cứ như vậy cho đến khi Tần Thủy Hoàng chết. Tư Mã Thiên cũng đã tả tình cảnh quân Tần như sau:

"Đương bấy giờ nhà Tần ở phía Bắc thì mắc họa với người Hồ, ở phía Nam thì mắc họa với người Việt. Đóng binh ở đất vô dụng, tiến không được thoái cũng không xong. Trong hơn mười năm, đàn ông mặc áo giáp, đàn bà phải chuyên chở, khổ không sống nổi. Người ta tự thắt cổ trên cây ở dọc đường, người chết trông nhau. Kịp khi Thủy Hoàng Đế băng, cả thiên hạ nổi lên chống."

Tần Thủy Hoàng Đế băng vào năm 209 TCN. Năm sau Tần Nhị Thế ra lệnh bãi binh tại Bách Việt.

Cuộc chiến tại vùng Hoa Nam tuy có tính cách khốc liệt như vậy, nhưng không thấy có ảnh hưởng bao nhiêu tới vùng đất của người Lạc. Truyền thuyết dân gian của Việt Nam hầu như không nhắc nhở gì đến cuộc kháng chiến chống nhà Tần của các dân tộc Bách Việt. Câu chuyện độc nhất được ghi lại trong *Lĩnh Nam Chích Quái* có liên quan đến sự kiện này là truyện "Lý Ông Trọng" trong đó kể lại An Dương Vương dâng Lý Ông Trọng cho Tần Thủy Hoàng để quân Tần không đánh nước ta. Tuy nhiên việc nhà Tần tiến đánh vùng Lĩnh Nam đã là một khúc quanh

lịch sử quan trọng đối với Việt Nam vì đây là lần đầu tiên
mà ta tiếp xúc với văn minh của người Hán, và từ đó dẫn
đến việc nước ta trở thành một quận huyện của đế quốc
Hán mở đầu cho sự chuyển hoá của dân ta từ Lạc trở thành
Việt. Nhưng đó là câu chuyện về sau.

Trong những thập niên 1960 và đầu 1970, vì những lý
do chính trị, các sử gia Hà Nội đã tìm cách chứng minh
rằng dân Lạc cũng tham gia vào cuộc kháng chiến chống
nhà Tần và Thục Phán chính là một lãnh tụ của cuộc kháng
chiến đó. Theo họ, Âu Lạc, Tây Âu và Tây Âu Lạc cũng là
một, và trong cuộc chiến chống Tần đó các bộ tộc Lạc và
Âu đã liên minh cùng cử "người kiệt hiệt" lên làm tướng
đánh quân Tần. Người kiệt hiệt đó chính là Thục Phán. Chỉ
sau khi Tần Nhị Thế bãi binh thì liên minh Âu và Lạc mới
tan vỡ và Thục Phán đánh Hùng Vương diệt nước Văn
Lang. Một số người còn đi xa hơn nữa, nói rằng không có
cuộc chiến Hùng-Thục mà sau kháng chiến chống Tần
thành công, Hùng Vương cảm thấy già yếu đã tự động
nhường ngôi cho Thục Phán chính thức hóa cuộc liên minh
giữa Âu và Lạc.

Những lý thuyết đó phục vụ cho quan điểm chính trị
đương thời nhiều hơn là quan điểm sử học. Chúng bỏ quên
một số những sự kiện về địa lý lịch sử cũng như về nhân
văn. Căn cứ vào các dữ kiện còn lại trong *Sử ký*, *Hán thư*
và *Hoài Nam Tử* ta có thể thấy rằng quân đội nhà Tần lúc
đó tiến tối đa là tới khu vực thượng lưu sông Tây Giang mà
thôi, còn cách biên giới nước ta cả mấy trăm cây số. Khó
có thể tưởng tượng rằng lúc đó, với Hùng Vương chỉ như
thủ lãnh của một liên minh bộ tộc lại có thể gởi quân đi
hàng trăm dặm giúp đỡ một đất nước khác mà mình không
có liên hệ.

Trên phương diện quân sự, những điều kể lại trong
Hoài Nam Tử và *Sử ký* cho ta thấy cuộc chiến du kích đã

xảy ra sau khi Tây Âu bị quân Tần chiếm mà thôi. Vì vậy, mặc dầu dân Bách Việt sau này có giết được Đồ Thư, nhưng họ vẫn không giải phóng được đất nước của họ. Sau này khi Triệu Đà lập nước Nam Việt, áp dụng những chính sách chiêu dụ thì cuối cùng đã tạo ra được sự lắng dịu và làm cho dân chúng Bách Việt chấp nhận quyền cai trị của nhà Triệu.

3.4 An Dương Vương và cuộc chiến Hùng-Thục

Nguồn gốc An Dương Vương

Trong khi tìm hiểu nguồn gốc của An Dương Vương có hai yếu tố mà tất cả mọi câu chuyện về ông đều nói tới: đó là tên nước Âu Lạc mà ông đặt ra và việc ông đóng kinh đô trên đất của người Lạc, dù rằng tại Cổ Loa hiện nay hay là tại một nơi khác như Nghệ An mà một số nhà khảo cứu đã đề ra.

Mặc dầu sự cố ý nhầm lẫn nước Âu Lạc với Tây Âu là một điều không chấp nhận được, nhưng các học giả Hà Nội đã có một phần nào đúng khi chú ý đến từ "Âu" trong tên nước Âu Lạc.

Các bộ sử cổ của Trung Quốc như *Sử ký* của Tư Mã Thiên cho thấy khi nước Việt của Câu Tiễn bị Sở diệt vào năm 333 TCN, con cháu vua Việt và các nhà quý tộc Việt chạy về Lĩnh Nam và thành lập một số quốc gia tại vùng này. Tên của những vương quốc mà họ thành lập hầu hết đều có hoặc từ "Việt" như Nam Việt, Mân Việt hoặc từ "Âu" như Đông Âu, Tây Âu. Ở miền Nam Triết Giang (địa bàn của nước Việt cũ) hiện còn một con sông có tên là Âu giang. Nơi đây vốn là trung tâm điểm của nền văn hóa của nước Việt cổ thời Chiến Quốc. Với những điều chúng ta biết về lịch sử của những cuộc di dân trong thời cổ đại, ta có thể khẳng định rằng đại đa số dân Việt đó không rời bỏ quê hương của họ. Chỉ những thành phần thống trị, giới quý tộc cùng với những cận thần của họ mới lìa bỏ quê hương mà đi. Những người này thông thường tụ họp thành những băng đảng có vũ trang giống như những băng đảng rợ Goth, rợ Frank hoặc Anglo Saxon tấn công vào biên thùy của thế giới La Mã trong những ngày cuối của đế quốc này.

Những nhóm vũ trang như vậy, phần lớn là những binh sĩ chuyên nghiệp nên thông thường có thể đánh bại binh đội của các bộ tộc nông dân như của nước Văn Lang vốn không có một đội quân thường trực mà thường chỉ khi có giặc mới động viên nhân dân mà thôi.

Thục Phán có lẽ là lãnh tụ của một trong những đám đó. Tên của ông cho thấy có thể có một quan hệ nào đó với nước Thục. Nhưng nước Thục đó đã bị tiêu diệt từ trên một trăm năm trước. Có thể rằng ông đã ty nạn tại Tây Âu, nơi mà những quý tộc Việt dựng nên một đất nước mới sau khi bị Sở diệt. Có thể rằng ông cùng những người Tây Âu khác đã chạy trốn trước sức tấn công của quân Tần và tới nước Văn Lang của Hùng Vương rồi nhân thế tấn công chiếm đoạt nước này. Điều chắc chắn là ông không phải là người Lạc mà là một người Việt thuộc giòng giống Bách Việt. Chính vì vậy những lý luận cho rằng cuộc chiến Hùng-Thục chỉ là một cuộc chiến nội bộ giữa hai bộ tộc của một dân tộc Lạc xem chừng không đúng.

Điều đáng chú ý là những tài liệu xưa nhất của Trung Quốc đã không nhắc nhở gì về đất nước của Thục Phán cả. *Quảng Châu ký* chép rằng:

"Binh tướng Thục Vương tử đánh bại Lạc hầu, tự xưng là An Dương Vương, đóng đô ở Phong Khê."

Giao Châu ngoại vực ký thì chép:

"Sau ba vạn binh tướng Thục Vương tử đánh bại Lạc vương, Lạc hầu, khuất phục các Lạc tướng. Thục vương tử tự xưng là An Dương vương."

Nam Việt chí cũng chép:

"Sau ba vạn binh tướng của Thục Vương tử đánh diệt Hùng Vương."

Các sử gia cổ đại Trung Quốc luôn luôn cẩn thận ghi chép khi một nước này bị diệt bởi một nước khác. Điều này cho thấy Thục Phán có thể coi như là người cầm đầu một đạo quân chứ không hề là người đứng đầu một quốc gia như ta tưởng. Nhưng như vậy nó cũng phù hợp với một sự kiện khác mà bình thường có thể khiến ta ngạc nhiên. Tất cả các thư tịch của Trung Quốc cũng như của Việt Nam đều nói An Dương Vương đóng đô tại Phong Khê (Cổ Loa), tức là ngay chính giữa trọng tâm của nước Văn Lang. Nếu Thục Phán đã là vua của một nước, dù rằng đó là một nước láng giềng với Văn Lang chăng nữa (có thuyết nói rằng nước của Thục Phán nằm tại vùng Cao Bằng hiện nay) thì ông không có lý do gì mà lại dời kinh đô của mình đến một nước mà mình mới chiếm được. Nhất là khi kinh đô mới ấy nằm ngay giữa nước địch, cách xa đất nước của mình.

Cuộc chiến Hùng-Thục

Tuy không một sử liệu nào nhắc đến một cách chi tiết cuộc chiến Hùng-Thục, nhưng chính những thiếu sót đó có thể cho ta đoán được rằng cuộc chiến này không khốc liệt là bao nhiêu. Chắc chắn là không đến nỗi khốc liệt như cuộc chiến giữa nhà Tần và các tộc Bách Việt.

Ta có thể tưởng lại diễn biến cuộc chiến Hùng-Thục như sau:

"Vào khoảng những năm cuối của thế kỷ thứ 3 trước Công nguyên, có một đoàn người, phần lớn là binh sĩ

nhưng cũng có thể có thêm đàn bà, trẻ con - những người đi tháp tùng trong các đạo quân thời cổ - mệt mỏi tiến từ Quảng Tây hướng về phía Việt Nam hiện nay. Những người này có lẽ là người Tây Âu, thuộc chủng tộc Tày-Thái hiện nay. Họ đã phải bỏ chạy trước sức đánh vũ bão của bạo Tần. Thủ lãnh của họ là Thục Vương tử, giòng dõi của một triều đại mà trước đó một trăm năm cũng đã bị Tần tiêu diệt và đã ngụ cư ở đất Tây Âu sau khi nước Thục mất.

Tới vùng đất mà hiện nay là tả ngạn sông Hồng, vùng trải từ Tuyên Quang, Thái Nguyên xuống đến phía Bắc sông Đuống, họ dừng lại và định cư ở đó. Để tưởng nhớ đất cũ, họ đặt tên cho vùng đất mới này là Tây Vu (Vu theo các nghiên cứu về ngữ học là một biến thể của chữ Âu).

Nhưng khi định cư tại vùng đất mới này thì họ đã đụng với những bộ lạc đã sinh sống sẵn ở đó, dân tộc Lạc thuộc chủng tộc Nam Á vốn đã tạo ra một liên minh bộ lạc mà thủ lãnh là Hùng Vương. Có thể là những người mới này xin gia nhập vào liên minh bộ lạc của Hùng Vương nhưng bị từ chối - truyền thuyết nói rằng Thục Vương xin cưới Mỵ Nương con gái Hùng Vương nhưng không được. Các cuộc hôn nhân cổ đại thường thường vẫn mang một ý nghĩa chính trị, chính thức hóa một liên minh hay là việc gia nhập của một thành phần mới vào trong bộ tộc - và một cuộc chiến đã nổ ra.

Trong cuộc chiến này, Hùng Vương không được sự ủng hộ của các bộ lạc khác trong liên minh và vì vậy đã thất bại, phải nhường chức minh chủ cho người mới, chỉ còn giữ quyền cai trị bộ lạc cũ của mình là bộ Văn Lang mà thôi. Lãnh tụ mới của liên minh bộ lạc, Thục Phán, để kỷ niệm sự sáp nhập giữa hai tộc người này mới ghép tên hai bộ tộc vào nhau và đặt tên nước mới là Âu Lạc.

Những tưởng tượng của chúng ta về chuyện này có đúng hay không thì không ai có có thể biết. Tuy nhiên, một

BẢN ĐỒ
NƯỚC TA
Từ đầu Công nguyên đến
Thế kỷ thứ 10

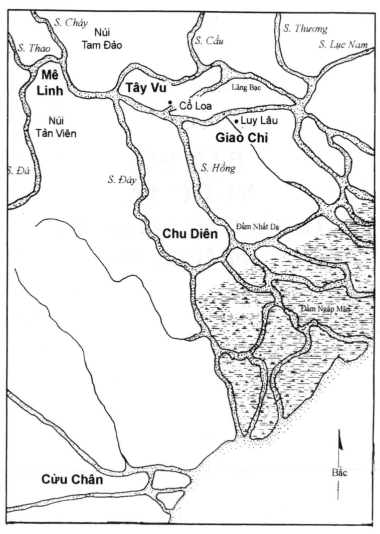

Vùng trung tâm cổ Việt cách đây 2000 năm (TK 1)

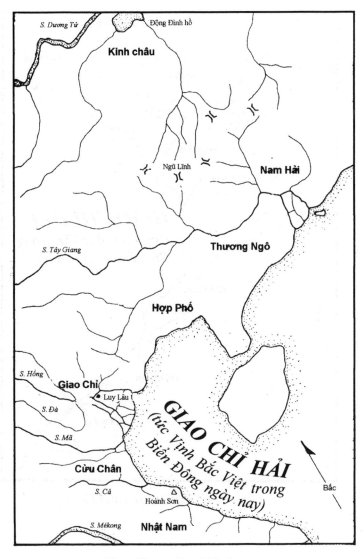

Giao Chỉ quận thời thuộc Hán

Giao Châu dưới thời Tấn (TK 3)

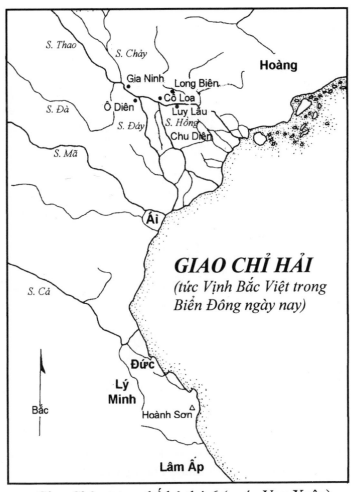

Giao Châu trong thế kỷ thứ 6 (nước Vạn Xuân)

An Nam thời thuộc Đường (TK 7-9)

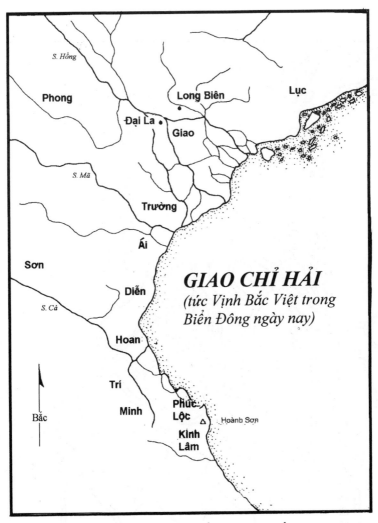

An Nam Đô Hộ Phủ vào đầu TK 9 (cuối Đường)

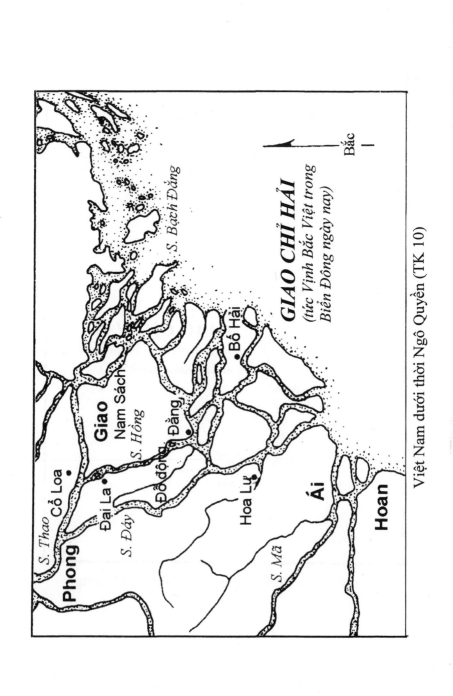

GIAO CHỈ HẢI
(tức Vịnh Bắc Việt trong
Biển Đông ngày nay)

Bắc

S. Bạch Đằng

Bồ Hải

Giao
Nam Sách

S. Hồng

Đỗ động, Đằng

S. Thao
Cổ Loa

Đại La

S. Đáy

Phong

Hoa Lư

S. Mã

Ái

Hoan

Việt Nam dưới thời Ngô Quyền (TK 10)

số những dữ kiện còn lại cho ta thấy rằng một sự tưởng tượng như vậy, ít nhất cũng khả chấp.

Những khảo sát về cổ nhân chủng học và cổ ngôn ngữ học cho thấy người Việt chúng ta tương đối khá đồng nhất. Những yếu tố Tày-Thái trong ngữ ngôn tiếng Việt không nhiều khiến ta khó có thể cho rằng nước Âu Lạc được thành lập bởi việc sáp nhập hai tộc người khác nhau. Điều này buộc chúng ta phải chọn một trong hai giả thuyết. Một là An Dương Vương và bộ tộc của ông cũng là một tộc người Lạc như là các học giả Hà Nội vẫn đưa ra. Hai là, số lượng những người Tây Âu đi theo An Dương Vương rất nhỏ và họ đã bị đồng hóa vào cộng đồng người Lạc không để lại bao nhiêu dấu vết. Một cuộc điều tra về ngôn ngữ địa phương sử dụng tại vùng Đông Anh quanh khu vực Cổ Loa cũ vào khoảng những năm 1960 cho thấy tiếng nói của cư dân tại đây hoàn toàn là những tiếng Việt thông thường không có bao nhiêu khác biệt với tiếng Việt tại các vùng khác. Tuy nhiên nó cũng đưa ra được một số, tuy rằng rất ít, những từ đặc biệt địa phương mà người ta cho là tiếng Tày-Thái cổ tỷ như chữ "viềng" được dùng thay cho chữ "thành."

Nguyễn Linh trong bài nghiên cứu "Bàn về nước Thục của Thục Phán" đăng trong tạp chí *Nghiên Cứu Lịch Sử* số 124 xuất bản vào tháng 7 năm 1969 tại Hà Nội đã nghiên cứu một số lớn thần phả, ngọc phả (sự tích các thần thờ tại các đình làng) đã cho thấy rằng những ký ức dân gian về cuộc chiến giữa Hùng Vương và giặc Thục chỉ tập trung vào chung quanh khu vực Vĩnh Phúc Yên, tức là địa bàn của bộ Văn Lang trong mười lăm bộ tạo nên nước Văn Lang của Hùng Vương mà thôi.

Một yếu tố khác cho thấy An Dương Vương dựa vào một lực lượng quân đội thường trực là sự hiện diện những dấu tích của một công trình quân sự - thành Cổ Loa - Ngoài ra, kho tên đồng hàng vạn chiếc tìm thấy ở Cầu Vực (Cổ Loa) năm 1959 là một phát hiện khảo cổ học hiếm thấy. Những đầu mũi tên đồng ba cạnh tương đối lớn về kích thước và khá đặc biệt về kiểu dáng này là cơ sở tốt để giải thích truyền thuyết về nỏ thần. (*Việt kiệu thư:* "Âu Lạc thời Tần rất mạnh, có phép dùng nỏ rất giỏi, một phát tên đồng có thể xuyên qua hơn chục người. Triệu Đà sợ lắm.") Việc xây dựng một thành to lớn như vậy cùng tích trữ những vũ khí tốn tiền và tốn kém công sức để thực hiện như những mũi tên đồng cho thấy An Dương Vương không thể nào dựa vào một lực lượng dân binh để phòng vệ được.

Ngoài ra, sau khi An Dương Vương đánh bại Hùng Vương rồi, các lạc hầu lạc tướng vẫn còn tiếp tục giữ nguyên quyền hành của họ tại các vùng họ cai trị. Ngay cả con cháu Hùng Vương vẫn còn tiếp tục trị vì tại Mê Linh; *Hậu Hán thư* khi thuật lại chuyện Hai Bà Trưng cũng đã viết bà Trưng là con gái lạc tướng Mê Linh vốn giòng họ Hùng.

Những chuyện xảy ra như vậy cho thấy nước Văn Lang của Hùng Vương cũng như là Âu Lạc của An Dương Vương chưa trở thành một quốc gia như ta hiểu sau này mà chỉ là những liên minh bộ tộc trong đó nhà vua, dù rằng Hùng Vương hay An Dương Vương đều không có quyền hành tuyệt đối đối với các chức quan dưới quyền mình.

Truyền thuyết Sơn Tinh-Thủy Tinh và những dấu tích của một sử thi Việt Nam

Người Việt chúng ta hiếm có ai mà không biết đến truyện Sơn Tinh Thủy Tinh trong đó hai vị thần đều đến cầu hôn Mỵ Nương con vua Hùng Vương thứ 18. Sơn Tinh biện được đồ lễ trước và cưới được Mỵ Nương còn Thủy Tinh đến sau tức giận bèn dâng nước lên đánh. Từ đó hàng năm cứ đến mùa lũ người ta tương truyền rằng đó là Thủy Tinh dâng nước lên để đánh báo thù.

Ngoại trừ sự kiện là cuộc tranh chấp Sơn Tinh Thủy Tinh xảy ra vào cùng thời với việc Hùng Vương mất nước, ít ai chúng ta lại nghĩ rằng truyền thuyết này có liên hệ tới cuộc chiến Hùng-Thục. Nhưng những nghiên cứu về các thần tích tại các đình và đền thờ tại vùng Vĩnh Phúc Yên, Phú Thọ trong những năm 1960 tại miền Bắc đã tìm ra một loạt những câu chuyện nói về Sơn Tinh và các bộ hạ của ông trong cuộc chiến giữa Hùng Vương và Thục Vương.

Ngọc phả để tại đền Hùng tương truyền là do Nguyễn Cố soạn vào năm 1470 chép lại rằng:

"Đời Hùng Vương thứ 17, giữa vua Hùng và vua Thục có quan hệ láng giềng tốt với nhau. Sang đời Hùng Vương thứ 18, Sơn Tinh lấy được Mỵ Nương và vua Hùng định nhường ngôi cho con rể. Trước đó Hùng Vương đã từ chối không gả con gái cho vua Thục. Vua Thục đem quân đánh Hùng Vương. Nhờ Tản Viên (tức Sơn Tinh) giúp sức, Hùng Vương đánh tan được quân Thục, nhưng sau đó nghe lời khuyên của Sơn Tinh, Hùng Vương nhường ngôi cho vua Thục rồi cả Hùng Vương lẫn Sơn Tinh cùng hoá."

Khảo sát về các thần tích khác trong địa bàn Vĩnh Phúc Yên, Phú Thọ, Nguyễn Khắc Xương đã đưa ra một loạt những câu chuyện dân gian về những vị thần và những con người giúp Hùng Vương chống cự lại An Dương Vương. Những truyện như Hùng Lộc đại vương bị kẻ địch chặt đứt đầu đã tự lấy vải buộc cổ lại tiếp tục chiến đấu cho đến khi địch rút. Đến khi chạy tới một cái cầu ở xã Xuân Vi, ông hỏi một bà hàng bán nước bên đường: "Người đứt đầu thì còn sống được không?" Bà hàng đáp: "Ông nói lạ, người đứt đầu thì làm sao sống được?" Ông bèn xuống ngựa, nằm trước quán, để giáo ngang người mà chết. Chỗ ấy mối đùn lên thành mộ. Làng bèn thờ ông làm thần. Hoặc chuyện

Đinh Công Tuấn ở Lâm Thao đã chiến đấu quyết liệt chống lại An Dương Vương. Khi bị An Dương Vương đuổi ông đã nhảy xuống sông Thao chứ không chịu đầu hàng.

Những thần tích này phảng phất còn giữ được những cốt lõi của các câu chuyện dân gian nhưng đã được chế biến lại qua ngòi bút của các nhà nho (hầu hết các thần tích và ngọc phả này được viết vào đời Lê). Chúng có thể là những dấu tích của những sử thi của người Lạc thời xưa tương tự như Iliad hoặc Mahabharata, nhưng tiếc là không có một cây bút thiên tài như Homer để hoàn thành một sử thi toàn hảo.

Xã Hội Việt Nam dưới thời An Dương vương

Căn cứ vào những gì ta biết về các xã hội cổ đại, cộng với những dữ kiện ta biết về nước Việt Nam thời Âu Lạc, ta có thể có một số phỏng đoán về xã hội Âu Lạc dưới thời An Dương Vương. Đây là một xã hội nông nghiệp được tổ chức theo kiểu thị tộc. Mỗi thị tộc có một vùng đất riêng của mình và được cai trị bởi một người mà theo truyền thống ta cứ gọi là Lạc tướng. Trái với Hùng Vương, An Dương Vương không có một thị tộc nào của riêng mình cả. Ông chỉ là một lãnh tụ quân sự.

Sự kiện này phảng phất giống như tình trạng tại nước Anh dưới thời của vua Arthur, không phải vua Arthur trong thần thoại và cổ tích với các hiệp sĩ ngồi quanh bàn tròn và những chuyến đi hành hiệp, mà là vua Arthur lịch sử của thời kỳ chống lại sự xâm lăng của những người Anglo-Saxon. Vào thời đó nước Anh của những người Celt được chia ra thành rất nhiều vương quốc nhỏ, mỗi vương quốc chỉ tương đương với một tỉnh của nước Anh bây giờ tức là về độ lớn thì cũng xấp xỉ tương đương với một bộ của nước ta dưới thời Hùng Vương và An Dương Vương. Nennius, trong cuốn lịch sử nước Anh của ông viết vào thế kỷ thứ 9 viết:

"Arthur không phải là vua, nhưng ông chỉ huy các vua trong các trận đánh."

Và cũng như Arthur có một đội quân chuyên nghiệp của mình và chỉ trông cậy vào sự trợ giúp phần nào của các dân binh mà các vị vua dưới quyền ông chiêu mộ, An Dương Vương cũng có một đội quân chuyên nghiệp của ông, có lẽ bao gồm những người đi theo ông trong quá trình chạy xuống phương Nam, nhưng sau đó chắc hẳn có tuyển mộ thêm từ các bộ tộc thời Hùng Vương.

Cố nhiên đây chỉ là những phỏng đoán, ta không có một bằng chứng nào có thể xác nhận được chuyện này. Nhưng ngay cả cái tên xưng của ông cũng cho ta thấy một ít lý do rằng những phỏng đoán này có thể gần sự thật. An Dương Vương là một cái tên rất Hán. Nó có nghĩa là "yên biển." Chắc chắn là vào thời An Dương Vương nước ta chưa Hán hóa đến mức mà nhà vua phải xưng hiệu của mình bằng một cái tên rất Tầu như vậy. Từ "An Dương" làm ta liên tưởng đến từ "Phục Ba," một tước hiệu của Mã Viện. Phải chăng An Dương Vương đã lấy hiệu là người đã chinh phục được những bộ lạc vùng sông biển? Và các sử gia người Hán sau này đã dịch ra tiếng Hán để trở thành An Dương Vương?

Thành Cổ Loa

Nếu An Dương Vương là lãnh tụ một đội quân đi chinh phục một liên minh bộ lạc thì việc xây một toà thành, một pháo đài cho mình và quân đội mình trú đóng là một chuyện tất nhiên. Truyện thần Kim Quy trong *Lĩnh Nam Chích Quái* kể lại rằng khi xây thành thì cứ đắp đến đâu thành lở đến đấy. Truyện kể rằng:

"Vua lập đàn trai giới, cầu đảo bách thần. Ngày mùng bảy tháng ba, bỗng thấy một cụ già từ phương đông tới trước cửa thành mà than rằng "Xây dựng thành này biết bao giờ mà xong được?" Vua mừng rỡ đón vào trong điện, thi lễ hỏi rằng: "Ta đắp thành này đã nhiều lần băng lở, tốn nhiều công sức mà không thành thế là cớ làm sao?" Cụ già đáp: "Sẽ có sứ Thanh Giang tới cùng nhà vua xây dựng thành mới thành công," nói rồi từ biệt ra về.

Hôm sau vừa ra cửa đông chờ đợi bỗng thấy một con rùa vàng từ phương Đông lại, nổi lên mặt nước mà nói sõi tiếng người, tự xưng là sứ Thanh Giang, thông tỏ việc trời đất âm dương, quỷ thần. Vua mừng rỡ nói: "Điều đó chính cụ già đã báo cho ta biết trước." Bèn dùng xe bằng vàng rước vào trong thành, mời ngồi trên điện, hỏi vì sao xây thành không được. Rùa vàng đáp: "Cái tinh khí ở núi này là con vua đời trước, muốn báo thù cho nước. Lại có con gà trắng sống ngàn năm hóa thành yêu tinh, ẩn ở núi Phất Diệu Sơn..."

Những nghiên cứu về phong tục thực hiện vào trước năm 1945 cho biết tại miền Bắc có một số làng thờ gà làm thành hoàng, đồng thời tại một khu di chỉ gần đền Hùng người ta đã khai quật được những tượng hình đầu gà. Điều này gợi lên cho ta ý nghĩ rằng, gà có thể đã từng được thờ làm vật tổ tại một số bộ của dân Lạc. Và ở đất Cổ Loa xưa kia, có thể có một số những bộ mang tên gà hoặc thờ gà, bị An Dương Vương lấy đất xây thành, đã nổi lên chống lại (chi tiết thành xây bị sụp đổ). Điều đó cũng được hình tượng thêm qua việc nhắc lại chuyện "con vua đời trước, muốn báo thù cho nước."

Còn thần Kim Quy thì sao? Rùa chắc chắn là vật tổ của những người Tày-Thái cổ, những dân tộc thuộc Bách Việt thời đó mà có triển vọng là dân tộc gốc của An Dương

Vương. Ở các vùng người Thái nay vẫn còn phổ biến tục thờ rùa và nhiều truyền thuyết về rùa.

Được sự giúp đỡ của Rùa Vàng, An Dương Vương đã xây xong được thành Cổ Loa. Thật sự, Cổ Loa không phải là tên thành mà An Dương Vương đặt. Nếu hiểu theo nghĩa chữ thì Cổ Loa chỉ có nghĩa là thành xoắn ốc xưa mà thôi. Tất cả các thư tịch cổ nhất như *Việt Sử Lược, Lĩnh Nam Chích Quái* của ta hay *Việt kiệu thư* của Trung Quốc chỉ nói đến An Dương Vương xây thành ở đất Việt Thường mà thôi. Tên Cổ Loa có lẽ chỉ xuất hiện từ cuối thời Lê, cùng lúc với việc xây dựng đền thờ An Dương Vương và Mỵ Châu ở bên trong vòng thành còn lại. Theo Ngọc phả Hồng Đức, xã Cổ Loa thời trước có tên là trang Kim Lũ và còn có tên nôm là Kẻ Chủ, tức là làng chúa - hiểu theo nghĩa chữ nôm cổ "kẻ" có nghĩa là một làng hay một thị trấn, Hà Nội hồi xưa còn gọi là "kẻ chợ."

Mặc dầu những di tích còn lại của thành này cho thấy niên đại của chúng sớm nhất chỉ là vào đầu đời Đông Hán, nhưng có khả năng rằng dưới những di tích đó, dấu vết của toà thành thời An Dương Vương vẫn còn tồn tại. Nếu những di tích còn lại phản ảnh một phần nào tòa thành cổ của An Dương Vương thì theo nhận xét của những nhà khảo cổ thành Cổ Loa này là một công trình phòng thủ rất kiên cố và lợi hại, vừa là một căn cứ bộ binh, lại vừa là một căn cứ thủy quân quan trọng. Điều này rất phù hợp với những gì chúng ta đoán về An Dương Vương.

Năm 1959, các nhà khảo cổ miền Bắc đã tìm được bên trong khu vực vòng thành Cổ Loa một kho tên đồng có chứa đến hàng vạn mũi tên đủ loại. Kho tên này đã làm ta nhớ đến một huyền thoại nữa có liên quan đến An Dương Vương và sự diệt vong của nước Âu Lạc, đó là huyền thoại về cây nỏ thần.

Chiếc vuốt rùa và cây nỏ thần của An Dương Vương

Nỏ không phải là vũ khí thông dụng của người Hán, trái lại nó lại là một vũ khí rất thông dụng của các dân tộc Đông Nam Á. Ngay từ "nỗ" mà người Hoa dùng để gọi cây nỏ cũng là mượn từ các thứ tiếng Đông Nam Á mà ra. Nghề bắn nỏ của ta đã có từ lâu đời. Trong *Lịch Triều Hiến Chương Loại Chí* Phan Huy Chú có nhắc đến phép thi bắn nỏ của các triều đại Đại Việt về sau này, cũng như là sự phân biệt giữa lối bắn cung của bộ binh với bắn nỏ của thủy binh. Nhưng có lẽ đáng chú ý nhất là bài biểu của Mã Viện tâu với vua Hán xin đi dẹp cuộc nổi loạn của nông dân ở Tứ Xuyên. Trong bài biểu này, được chép lại trong *Thủy Kinh Chú*, Mã Viện viết:

"Tôi xin đem theo hơn một vạn người Lạc Việt, có ba nghìn người tập quen chiến đấu, cung có tên độc, bắn một lần mấy phát tên bắn như mưa, trúng ai nấy chết."

Tam Quốc Chí có nhắc đến chuyện Gia Cát Lượng phát minh ra "nỏ liên châu" có thể bắn ra một lần mười phát tên. Phải chăng Khổng Minh đã học được cách chế tạo nỏ này trong lúc đi đánh Mạnh Hoạch ở phương Nam? Có thể việc phát minh ra vũ khí này được khởi thủy từ thời An Dương Vương và vì vậy người ta mới cho nó một gốc tích thần thoại như vậy. *Lĩnh Nam Chích Quái* viết rằng:

"Rùa vàng ở lại ba năm rồi từ biệt ra về. Vua cảm tạ nói: "Nhờ ơn của thần thánh đã xây được thành. Nay nếu có giặc ngoài đến thời lấy gì mà chống?" Rùa vàng đáp: "Vận nước suy thịnh, xã tắc an nguy là do mệnh trời, nhưng con người có thể tu đức mà kéo dài thời vận. Nhà vua ước muốn ta có tiếc chi." Rồi tháo vuốt đưa cho nhà vua mà nói: "Đem vật này mà làm lẫy nỏ, nhằm quân giặc mà bắn thì sẽ không lo gì nữa." Dứt lời trở về biển đông."

Việc xây thành Cổ Loa, cũng như việc tồn trữ những kho vũ khí trong thành cho thấy việc xây dựng nhà nước Âu Lạc của An Dương Vương dựa trên việc dùng vũ lực hoặc là đe dọa dùng vũ lực đối với các thành phần khác của dân Lạc. Và vì vậy, khi lực lượng quân sự của An Dương Vương không còn đủ mạnh để chiến thắng một lực lượng khác, những Lạc tướng của Âu lạc đã sẵn sàng đi theo kẻ chiến thắng.

Các khai quật khảo cổ cho thấy không có một sự đứt quãng nào trong văn minh Đông Sơn cho đến tận cuối thời Tây Hán. Điều đó chứng tỏ rằng cuộc chiến giữa vua Hùng và An Dương Vương không liên quan gì đến đại số dân chúng bao nhiêu. Nói chung xã hội dân Lạc hay Việt cổ vẫn tiếp tục cuộc sống của họ như dưới thời Hùng Vương. Có khác chăng là ở trên tầng lớp cao nhất có một sự thay đổi. An Dương Vương chắc hẳn sau khi lên ngôi vẫn tiếp tục lối cai trị của Hùng Vương với các Lạc tướng tiếp tục cai trị khu vực của họ. Nhưng vào cuối cuộc đời của ông, một thay đổi lớn đã đến đó là cuộc xâm lược của Triệu Đà.

Chương 4. Bắc thuộc lần thứ nhất: Từ Triệu Đà cho đến cuộc chinh phục của Mã Viện

4.1 Triệu Đà khởi nghiệp

Theo *Sử ký* và *Hán thư*, Triệu Đà vốn người Chân Định (vùng Hà Bắc Trung Quốc hiện nay). Năm 214 trước Công nguyên, Tần Thủy Hoàng phái 50 vạn quân chinh phục vùng Bách Việt ở Lĩnh Nam, diệt các nước Nam Việt, Mân Việt, Đông Âu và Tây Âu (thuộc vùng Quảng Đông, Quảng Tây và miền nam tỉnh Quý Châu hiện nay) lập ra ba quận Quế Lâm, Nam Hải và Tượng, Triệu Đà được cử giữ chức huyện lệnh huyện Long Xuyên thuộc quận Nam Hải.

Khi Tần Thủy Hoàng băng vào năm 209 TCN, bọn Trần Thắng, Ngô Quảng tụ tập nông dân nổi lên chống nhà Tần. Lúc đó dân chúng oán ghét chính sự nhà Tần "trăm họ sinh lòng oán giận, trong mười nhà muốn nổi loạn có đến bảy nhà" (*Sử ký* - Tần Thủy Hoàng bản kỷ) vì vậy mọi người hùa theo. Trung Quốc đại loạn.

Lúc bấy giờ Nhâm Ngao làm chức đô úy quận Nam Hải. Thấy Trung Quốc đại loạn cũng muốn tự lập một nơi, nhưng nhìn quanh không thấy ai có thể giúp mình được. Đến khi Nhâm Ngao đau nặng gần chết mới cho gọi Triệu Đà đến Phiên Ngung (Quảng Châu hiện nay) khuyên Đà nên nhân lúc Trung Quốc rối loạn hãy tổ chức cát cứ ở phương Nam. Ngao khuyên Đà rằng:

"Phiên Ngung dựa vào núi là nơi hiểm trở. Nam Hải từ đông sang tây rộng có đến mấy nghìn dặm, lại có người đất Bắc (Trung Quốc) giúp đỡ, có thể lập thành một nước được."

Rồi Nhâm Ngao viết giấy ủy cho Triệu Đà làm đô úy Nam Hải. Sau khi Ngao chết, Đà lên thay, truyền hịch cho bọn quan lại dưới quyền coi các cửa quan vùng Ngũ Lĩnh dặn dò phòng bị. Đà lại dùng cớ giết những quan lại do nhà Tần lập mà không theo mình và bổ những người ủng hộ mình lên thay. Năm 207 TCN, nhà Tần bị diệt, Đà đem quân đánh chiếm cả hai quận Quế Lâm và Tượng lập ra nước gọi là Nam Việt và xưng là Nam Việt Vũ Vương. Mặc dầu dựa vào những người phương Bắc di cư đến vùng Lĩnh Nam để dựng nghiệp, nhưng Triệu Đà đã khéo sử dụng và mua chuộc tầng lớp quý tộc, tù trưởng bộ lạc Bách Việt để củng cố chính quyền của mình.

Năm 206 TCN, Lưu Bang đánh thắng Hạng Vũ, thống nhất Trung Quốc lập ra nhà Hán. Năm 196 TCN, Hán Cao Tổ sai Lục Giả xuống phong cho Đà làm Nam Việt Vương. Mặc dầu thần phục nhà Hán, nhưng Đà vẫn giữ được nguyên quyền lực của mình tại địa phương. Cao Tổ mất, Cao Hậu nhiếp chính (187-180 TCN) nghe lời tấu của các quan ra lệnh cấm bán các đồ điền khí cho Nam Việt. Triệu Đà cho rằng Trường Sa Vương đã dèm pha điều ấy với Cao Hậu nên tự tôn làm Nam Việt Vũ Đế rồi đem quân đánh Trường Sa. Hán cho quân sang đánh Nam Việt, nhưng đạo quân viễn chinh này bị dịch lớn không ra khỏi được biên giới. Khi Cao Hậu mất, Văn Đế tức vị, ra lệnh bãi binh. Được yên tại mặt bắc rồi, nhân thế, Triệu Đà đã tìm cách khuếch trương thế lực ra các nước lân bang. Chính trong thời gian này, nước Âu Lạc đã bị Triệu Đà xâm lược.

Cuộc chiến giữa Âu Lạc và Triệu Đà

Lúc Triệu Đà củng cố quyền lực của mình tại vùng Nam Hoa và thành lập nước Nam Việt có lẽ cũng chính là lúc mà An Dương Vương dựng lên nước Âu Lạc tại nước ta. *Sử ký* của Tư Mã Thiên chỉ viết một cách ngắn ngủi rằng:

"Cao hậu mất, tức bãi binh. Nhân thế Đà lấy binh lực uy hiếp, lấy của cải đút lót khiến Mân Việt và Tây Âu Lạc thần phục."

Điều này cho thấy nước Âu Lạc bị diệt vong vào khoảng năm 180 TCN khi Cao Hậu chết. Nhưng trước đó, giữa Triệu Đà và An Dương Vương có chiến tranh không và chiến tranh như thế nào thì *Sử ký* không hề nhắc đến. Truyền thuyết mà các sử gia Việt Nam sử dụng để kể lại về thời này đều dựa theo truyện "Thần Kim Quy" đã được ghi ở trên. Sau khi An Dương Vương nhận được móng rùa:

"Vua sai Cao Lỗ làm nỏ, lấy vuốt rùa làm lẫy, gọi là nỏ "Linh Quang Kim Quy thần cơ." Sau Việt Vương là Đà cử binh xâm lược, Vua đem quân giao chiến, lấy nỏ thần ra bắn. Quân Đà thua to, chạy về Trâu Sơn đắp lũy đối chiến không dám ra đánh bèn xin hòa. Vua vui lòng nghe theo, để phía Bắc sông Tiểu Giang thuộc Đà cai trị, phía nam thì vua cai trị.

"Không bao lâu Đà cầu hôn, Vua gả con gái là Mỹ Châu cho con trai Đà là Trọng Thủy. Trọng Thủy dỗ Mỹ Châu cho xem trộm nỏ thần rồi ngầm làm một cái lẫy nỏ khác thay cho vuốt rùa. Sau đó nói dối xin trở về phương Bắc thăm cha."

Theo *Lĩnh Nam Chích Quái*, sau khi được lẫy nỏ thần rồi, Đà lại mang quân đánh. An Dương Vương thua chạy ra biển. Nước Âu Lạc từ đó bị diệt. Trọng Thủy đuổi theo đến biển thấy Mỹ Châu bị giết ở đó bèn cũng tự vẫn chết theo.

Truyền thuyết về nỏ thần và Mỵ Châu - Trọng Thủy cũng được ghi lại trong thư tịch Trung Quốc. *Thủy Kinh Chú* dẫn *Giao Châu ngoại vực ký* viết rằng:

"Nam Việt vương là Triệu Đà đem quân đánh An Dương Vương. An Dương Vương có người thần là Cao Thông xuống giúp, làm cho vương một cây nỏ thần, bắn một phát chết ba trăm người. Nam Việt Vương biết là không thể đánh được bèn lui quân về đóng ở huyện Vũ Ninh. Sau Việt Vương sai thái tử là Thủy hàng phục An Dương Vương. An Dương Vương không biết Cao Thông là thần, đối đãi vô đạo. Thông liền bỏ đi, nói với vua rằng "giữ được nỏ ấy thì làm vua cả thiên hạ. Không giữ được nỏ ấy thì mất cả thiên hạ." An Dương Vương có con gái là Mỵ Châu. Thấy Thủy đẹp trai, Châu bèn cùng với Thủy tư thông. Thủy bảo Châu lấy nỏ của cha cho xem rồi ngầm cưa trộm cho gãy. Xong trốn về nói với Việt Vương. Việt Vương mang quân tiến đánh. An Dương Vương đem nỏ ra bắn thì nỏ gãy. An Dương Vương thua chạy xuống thuyền ra biển. Việt Vương hàng phục được các Lạc tướng."

Tương tự như vậy, *Việt kiệu thư* cũng chép:

"Vua man có con gái là Lan Châu, đẹp và giỏi nghề làm nỏ. Triệu Đà sai con sang làm rể, không đầy ba năm học được cách chế nỏ và phá nỏ. Bèn sai quân đi đánh bắt được vua man đem về."

Sử ký và *Hán thư* không chép đến tên thái tử Triệu Trọng Thủy, nhưng đều chép rằng khi Triệu Đà chết, cháu nội là Hồ lên thay. Điều đó khiến ta có thể nghĩ rằng truyền thuyết nói Trọng Thủy chết ở Âu Lạc có lẽ cũng đúng.

Căn cứ vào những thư tịch ta có thể thấy rằng Triệu Đà đã đem quân xâm lược Âu Lạc nhiều lần. Tuy nhiên vì quân của An Dương rất giỏi nghề bắn nỏ nên quân của Triệu Đà bị thua. *Việt kiệu thư* chép: *"Người man ở Nam Việt thời Tần rất mạnh, về phép dùng nỏ lại càng hay lắm,*

mỗi phát tên bằng đồng có thể xuyên qua hơn chục người.
Triệu Đà rất sợ." Tài bắn nỏ này vì vậy có thể được thần
thoại hóa ra thành nỏ thần. Để có thể chinh phục được An
Dương Vương vì vậy Triệu Đà phải gởi Trọng Thủy sang
làm con tin để dò xét hư thực. Thần thoại "An Dương
Vương": *"An Dương Vương không biết Cao Thông là thần,*
đối đãi vô đạo. Thông liền bỏ đi," có thể là tượng trưng cho
việc An Dương Vương mất sự ủng hộ của dân chúng.
Ngoài ra *Sử ký* viết: *"Đà lấy binh lực uy hiếp, lấy của cải*
đút lót khiến Mân Việt và Tây Âu Lạc thần phục," cho thấy
rằng Triệu Đà đã dùng của cải mua chuộc các Lạc tướng để
bỏ An Dương Vương theo Đà.

Dù sao chăng nữa, các tư liệu còn lại không nhắc nhở
gì đến những kháng cự của dân Âu Lạc với chính quyền
mới của Triệu Đà. Điều này cho thấy rằng dân Lạc đã chấp
nhận sự cai trị của nhà Triệu một cách khá nhanh chóng.

Chế độ cai trị của nhà Triệu và xã hội Âu Lạc

Mặc dầu đã đánh bại được An Dương Vương và chiếm
được nước Âu Lạc, nhưng Triệu Đà có lẽ đã không đưa ra
những thay đổi gì nhiều trong cơ cấu cai trị cũng như xã
hội dân Việt cổ. Nhà Triệu chia Âu Lạc thành hai quận
Giao Chỉ và Cửu Chân và cử hai quan sứ coi. Công việc
của hai viên sứ này có lẽ chỉ tập trung vào việc bảo đảm
cho con đường thương mại quốc tế với các nước ở phía
nam và tây cũng như là trung tâm thương mại nơi họ ở. Các
nghiên cứu lịch sử thương mại quốc tế đã chứng minh được
rằng từ những thế kỷ thứ hai và thứ ba trước Công nguyên
đã hình thành một con đường thương mại hàng hải quốc tế
nối suốt từ thế giới La Mã bên Âu Châu tới đế quốc Hán tại
phương đông. Con đường này đi từ Địa Trung Hải qua Ai

Cập, vòng qua bán đảo Arab đến Ấn Độ rồi lại từ Ấn Độ đi qua quần đảo Indonesia tới Phù Nam (tức miền nam Việt Nam hiện nay) sang Trung Quốc. Nước Văn Lang và Âu Lạc là một chặng đường quan trọng của con đường hàng hải này.

Ngoài việc cử hai viên sứ đó ra, cơ cấu cai trị của Âu Lạc dưới nhà Triệu hầu như không đổi so với thời An Dương Vương và Hùng Vương. Các Lạc tướng vẫn cai trị dân như cũ. Ngay cả con cháu của An Dương Vương chắc cũng được Triệu Đà để lại tiếp tục làm vua như cũ vì sau này *Hán thư* có nhắc đến một Tây Vu Vương tính nổi lên chống lại quân Hán và bị bộ hạ của mình mà *Hán thư* gọi là *"một tả tướng quân của cổ Âu Lạc"* giết.

Nhà Triệu diệt vong

Trung Quốc đến thời Hán Vũ Đế (140-87 TCN) đã trở thành một đế quốc rộng lớn và hùng mạnh. Hán Vũ Đế đã tích cực tìm cách mở rộng bờ cõi. Phía Bắc, quân Hán đã tiến công Hung Nô chiếm được một vùng đất rộng lớn gồm đất Lũng Tây, Bắc Địa, Hà Tây (tức là vùng tây bắc Thiểm Tây và Cam Túc hiện nay) mở đường thông thương với các nước miền Tây Vực. Sứ thần nhà Hán đã đến tận An Tức (Iran hiện nay) và Thận Độc (Ấn Độ hiện nay). Về phía đông, năm 108 TCN quân Hán đã tiến công diệt nước Triều Tiên của họ Vệ và mở quan hệ với Nhật Bản. Thành ra việc Nam Việt nằm chặn con đường thương mại hàng hải quốc tế là một cản trở mà Hán sớm muộn cũng phải tìm cách thanh toán.

Về phần Nam Việt, sau khi Triệu Đà chết vào năm 137 TCN, cháu là Triệu Hồ lên thay. Hồ hèn nhát yếu đuối bị Hán dụ cho con là Anh Tề sang làm con tin ở triều Hán. Anh Tề ở Trường An lấy một người vợ Hán là Cù thị. Hồ chết. Anh Tề về thay, lập Cù thị làm hoàng hậu và con Cù thị là Hưng làm thái tử. Anh Tề tuy tỏ lòng thần phục Hán nhưng vẫn muốn duy trì chính quyền độc lập của mình. Tuy nhiên khi Anh Tề chết, Triệu Hưng lên thay; Hán sai tình nhân cũ của Cù thị là An Quốc Thiếu Quý sang dụ Cù thị và Triệu Hưng xin nội thuộc nhà Hán. Tể tướng nhà Triệu là Lữ Gia hết sức chống đối. Hán Vũ đế bèn sai Hàn Thiên Thu mang hai ngàn dũng sĩ sang Nam Việt nhằm giết Lữ Gia. Lữ Gia cùng em đem binh giết Cù thị và Triệu Hưng cùng sứ giả Hán, lập con trưởng của Anh Tề là Thuật Dương Hầu Kiến Đức vốn là con người vợ Việt lên làm vua rồi đem quân đánh tan quân Hàn Thiên Thu.

Nhân cớ đó, Hán đế phái 10 vạn quân gồm các tội nhân và quân lâu thuyền cùng một số người Việt đầu hàng dưới quyền chỉ huy của Phục Ba Tướng Quân Lộ Bác Đức chia làm năm đạo sang đánh Nam Việt. Mùa đông năm 111 TCN, quân Hán vào Nam Việt, phá đạo quân tiền phương của Nam Việt rồi tiến đánh Phiên Ngung. Lữ Gia và Kiến Đức bỏ thành chạy ra biển nhưng sau đó bị chính các quan lại của mình bắt đem nộp cho Lộ Bác Đức. Nước Nam Việt đến đó là diệt vong. Trong cuộc chiến giữa nước Nam Việt và nhà Hán, đất Âu Lạc hoàn toàn không tham dự. Chiến trận chỉ xảy ra trong vùng Quảng Đông và Quảng Tây Trung Quốc, và quân Lộ Bác Đức cũng không cả tiến vào vùng đất của Âu Lạc nữa. *Sử ký* của Tư Mã Thiên chép rằng khi nghe tin quân Hán đến, quan giám Quế Lâm của Nam Việt đã dụ Âu Lạc đầu hàng. Còn *Giao Châu ngoại vực ký* chép:

"Lộ tướng quân (tức Lộ Bác Đức) đến Hợp Phố, hai sứ giả của Việt vương đem một trăm con bò, một ngàn hũ rượu cùng sổ hộ khẩu của dân hai quận Giao Chỉ và Cửu Chân đến nộp. Bèn cho hai sứ giả đó làm thái thú Giao Chỉ và Cửu Chân, các lạc tướng cai quản dân như cũ."

Vài nhận xét về nhà Triệu và Triệu Đà

Các sử gia của ta ngày xưa không cho nhà Triệu là một nhà ngoại tộc. Cuốn sử đầu tiên của nước ta, *Đại Việt Sử Ký* của Lê Văn Hưu đời Trần đã mở đầu với nhà Triệu. Khi Nguyễn Trãi viết Bình Ngô Đại Cáo ông đã mở đầu "Tự Triệu, Đinh, Lý, Trần chi triệu toạ ngã quốc, dữ Hán, Đường, Tống, Nguyên nhi các đế nhất phương" (Từ Triệu, Đinh, Lý, Trần gây nền độc lập, cùng Hán, Đường, Tống, Nguyên làm đế một phương). Những điều đó đủ cho ta thấy rằng tổ tiên ta coi nhà Triệu cũng là một triều đại của dân tộc Việt không khác gì các triều đại độc lập như Đinh, Lê, Lý, Trần về sau này. Tại sao tổ tiên ta lại phân biệt giữa nhà Triệu và những triều đại Hán cai trị nước ta về sau này? Không phải các cụ ta không biết Triệu Đà là người Hán, chính sử của ta đã viết rất rõ về lai lịch Triệu Đà cũng như là về nhà Triệu.

Có lẽ các nhà viết sử cũ của ta đã không đặt nặng việc Triệu Đà là người Hán, mà trái lại coi Triệu Đà là người đã đứng lên đại diện cho phương Nam chống lại sự bành trướng của Hán tộc. Vả lại để có thể tự lập chống lại với đế quốc Hán, Triệu Đà đã phải dựa vào sự ủng hộ của những người Việt. Và trong các điều kiện đó, chính Triệu Đà cũng đã bị Việt hóa. Theo *Sử ký* của Tư Mã Thiên, khi Triệu Đà tiếp sứ Hán là Lục Giả, ông đã ngồi xổm theo kiểu của những người Việt. Vì vậy nhà Triệu, tuy rằng là một triều đại lập ra bởi một người phương Bắc, nhưng vẫn được người nam coi như là một triều đại của mình.

Điều đáng chú ý là Triệu Đà cũng được người Trung Quốc tôn sùng. Đối với họ, ngược lại, Triệu Đà là người Hán đầu tiên mở đường cho Hán tộc tiến xuống vùng Lĩnh Nam. Tuy nhiên cần phải nói rằng việc tôn sùng Triệu Đà tại Trung Quốc chỉ bắt đầu vào đời Đường khi các vùng

Quảng Đông, Quảng Tây và Quý Châu đã bị ràng buộc chặt chẽ vào quỹ đạo của người Hán.

4.2 Chính sách cai trị dưới thời Lưỡng Hán

Sau khi diệt nhà Triệu, Hán đổi đất Nam Việt thành Giao Châu, đặt một viên quan thứ sử cai trị. Trị sở của châu được đặt tại Mê Linh. Mê Linh cũng là trị sở của quận Giao Chỉ và của toán binh Hán đóng đồn tại đây dưới quyền của một viên đô úy. Dưới châu là quận có một viên thái thú cai trị. Theo pháp chế của nhà Hán, thứ sử không can thiệp trực tiếp vào việc cai trị của các quận. Đó là công việc của các thái thú. Hàng năm thứ sử đi tuần các quận để thanh tra việc trị dân của các thái thú ra sao. Giao Châu được chia làm 9 quận. Ba quận trong đó, Giao Chỉ, Cửu Chân và Nhật Nam, nằm trong cương vực nước ta hiện nay. Dưới các quận là huyện. Tại Âu Lạc cũ, pháp chế nhà Hán vẫn để các Lạc tướng quyền cai trị như cũ tức là vẫn được hưởng các quyền lợi trước kể cả quyền thế tập. Những bộ xưa của nước Văn Lang như vậy nay đã biến thành các huyện của Hán và các Lạc tướng trở thành "huyện lệnh" được lĩnh "ấn đồng, tua xanh" *(Giao Châu ngoại vực ký)*. Theo *Sử ký* và *Hán thư* thì chính sách của Tây Hán đối với những vùng đất mới chinh phục là "lấy tục của nó mà cai trị." Chế độ cai trị của nhà Hán như vậy không khác gì của nhà Triệu. Các Lạc hầu, Lạc tướng nay trở thành những quan lại của triều Hán được cấp ấn phong nhưng không bị ràng buộc gì nhiều.

Nói chung chính sách cai trị của nhà Tây Hán đối với dân Lạc tương đối nhẹ nhàng. Dân Lạc không phải chịu các thứ thuế như tại nơi chính quốc. Lương ăn, tiền bạc, vật dụng đều được chở từ các quận cũ ở gần tới *(Hán thư - Hóa Thực Chí)*. Triều đình Hán đòi hỏi chính là những đồ cống nạp phần nhiều là những thổ sản và những đồ quý hiếm tại Trung Quốc như sừng tê, ngà voi, đồi mồi; những loại trái cây như quít, vải, nhãn, chuối, vân vân (Hán Vũ Đế đặt chức Quất quan - quan coi quít - để lo việc kiếm quít dâng lên triều đình Hán tại Trường An và chức Tu Quan để lo việc tổ chức dân cống trái cây và thức ăn tại Giao Chỉ). Nhiệm sở các quan này ở Liên Lâu (nay là huyện Thuận Thành, Bắc Ninh gần Hà Nội). Số đồ cống nạp tương đối không nhiều. *Hán nghi thức* của Linh Phú viết rằng:

"Cửu Chân, Giao Chỉ, Nhật Nam dùng hai sừng tê dài 9 tấc và một mai đồi mồi. Uất Lâm dùng một ngà voi dài 3 thước trở lên và 20 bộ lông chim trĩ để thay vàng."

Có lẽ chính vì vậy mà những cuộc nổi dậy của dân Lạc trong những năm đầu của triều Tây Hán hầu như không thấy được nhắc đến trong những bộ sử thời đó. Cuộc nổi dậy độc nhất được ghi chép là cuộc nổi dậy của Tây Vu Vương (tức là hậu duệ của An Dương Vương được Triệu Đà tiếp tục cho giữ tước sau khi diệt nước Âu Lạc) vào năm 106 TCN, năm năm sau khi nước Nam Việt bị Hán diệt. Nhưng ngay cả cuộc nổi dậy này cũng không có tầm mức quan trọng gì cho lắm vì Tây Vu Vương đã bị ngay chính bộ hạ của mình giết. *Hán thư* chép lại là Tây Vu Vương nổi lên nhưng đã bị viên Tả Tướng Quân cũ của Âu Lạc là Hoàng Đồng chém chết. Trong hơn một trăm năm đầu dưới sự cai trị của nhà Tây Hán, mặc dầu nằm trong đế quốc Hán, nhưng đối với người dân thường của xã hội dân Lạc không có một biến động lớn gì xảy ra. Người ta vẫn tiếp tục sống như dưới thời Hùng Vương và An Dương Vương. Nhưng đến những năm đầu tiên của thiên niên kỷ mới, với sự sụp đổ của chính quyền trung ương Hán tại Trường An, lịch sử của xã hội dân Lạc bước vào một bước ngoặt lớn mở đường cho một giai đoạn mới, giai đoạn người Lạc biến thành Việt.

Sự suy tàn của nhà Tây Hán và ảnh hưởng của nó với đất Giao Chỉ

Vào cuối triều Tây Hán, Trung Quốc đại loạn; các tầng lớp quý tộc, đại thương nhân cướp ruộng đất của dân trong khi sưu cao thuế nặng đã đẩy càng ngày càng nhiều nông dân vào đường cùng nổi lên làm loạn. Năm 1 trước Công nguyên, Bình Đế lên làm vua mới có 9 tuổi, thái hậu lâm triều, trao quyền chính lại cho Vương Mãng. Bốn năm sau, Mãng giết Bình Đế và đến năm 8 sau Công nguyên Vương Mãng tự xưng hoàng đế đặt quốc hiệu là Tân. Việc tiếm hiệu của Vương Mãng đã tạo điều kiện cho dân chúng và các chính quyền cát cứ ở các nơi đồng loạt nổi lên. Chính quyền Vương Mãng tan rã. Năm 23, Lưu Tú, một dòng dõi vua Hán đã phá được những thế lực cát cứ khác, lên ngôi tại Lạc Dương lập lại nhà Lưu Hán, sử gọi là Đông Hán hay Hậu Hán. Khi Vương Mãng tiếm hiệu, châu mục quận Giao Chỉ là Đặng Nhượng, thái thú quận Giao Chỉ là Tích Quang cùng các thái thú khác dưới quyền Đặng Nhượng không chịu thần phục mà tách ra cát cứ một phương. Đến năm 29 (năm thứ 5 hiệu Kiến Vũ đời Quang Vũ Đế) khi Lưu Tú đã lên ngôi ở Lạc Dương rồi, chức Chinh Nam đại tướng quân của Đông Hán là Sầm Bành vốn xưa là bạn thân của Đặng Nhượng mới viết thư và cử người xuống gặp Đặng Nhượng thuyết hàng. Nhượng bèn mang bọn thái thú dưới quyền về hàng Quang Vũ. Thế là đất Giao Chỉ lại thuộc về nhà Hán.

Trong thời gian Trung Quốc rối loạn trên, nhiều người Hán chạy loạn xuống đất Giao Chỉ sinh cơ lập nghiệp. Những thành phần này phần lớn là giới quý tộc, sĩ đại phu và địa chủ. Sang Giao Chỉ họ liên lạc và kết hợp với đám quan lại người Hán có sẵn tại địa phương. Được sự trợ giúp của những thành phần mới này, các quan lại người Hán bắt đầu can thiệp nhiều hơn vào xã hội địa phương, mở đầu cho việc Hán hóa. Những cố gắng mới của các quan lại này lại được củng cố thêm bởi chính sách của nhà Đông Hán với các vùng này.

Chính sách cai trị của nhà Đông Hán

Nhà Đông Hán bỏ chính sách "ky my" (ràng buộc) của nhà Tây Hán đối với đất Giao mà áp dụng một pháp chế hà khắc giống như tại Trung nguyên. Guồng máy hành chánh cai trị của nhà Đông Hán tại các châu quận khá nặng nề.

Đứng đầu châu Giao Chỉ là một viên thứ sử. Giúp việc cho thứ sử là các viên tòng sự. Châu Giao có tất cả bảy viên tòng sự, công tào coi việc tuyển bổ quan lại; binh tào coi việc quân; bạc tào coi việc sổ sách tiền nong, thuế má... Dưới chức tòng sự là các chức giả tá coi việc văn thư thời tiết, pháp luật.

Dưới châu là quận. Châu Giao Chỉ có bảy quận, trong đó ba quận, Giao Chỉ, Cửu Chân và Nhật Nam là ba quận thuộc địa phận Việt Nam hiện nay. Đứng đầu mỗi quận là một viên thái thú, có một quận thừa giúp việc về hành chánh và một viên đô úy coi việc quân. Các quận ở ngoài biên thì đặt chức trưởng sử. Giúp cho thái thú cai trị quận có các tào, mỗi tào có một viên duyện làm việc và chức thư tá coi việc giấy tờ. Tất cả guồng máy hành chánh này đều ăn lương từ thuế thu được của châu và quận chứ không nhận được bổng lộc gì của trung ương.

Thuế má được đánh như tại Trung Quốc, ngoài ra tại mỗi quận tùy theo lớn nhỏ, còn đặt ra những chức diêm quan (coi về muối), thiết quan (coi về sắt), công quan (quan lại coi về thuế các sản phẩm thủ công), thủy quan (coi thuế đầm ao, đánh cá). Chính sách Hán hóa được coi trọng, mỗi quận có trên hai mươi vạn dân được cử một người "hiếu liêm" để đưa vào triều làm quan.

Dưới quận là huyện có chức huyện lệnh. Những huyện lệnh này đầu tiên cũng theo như lệ thời Tây Hán do các Lạc tướng cai trị. Vì vậy những huyện này có thể tương đương với những bộ của thời Hùng Vương hoặc An Dương Vương. Với hệ thống hành chánh này, chính quyền Đông Hán đã đe dọa trực tiếp đến quyền lợi của các Lạc tướng cũng như là đặt một gánh nặng thuế khóa lên đầu nhân dân Lạc vốn chưa từng chịu những ràng buộc như vậy. Nếu thêm vào đó tình trạng tham nhũng bóc lột của các thái thú người Hán được cử sang cai trị thì một cuộc nổi dậy dĩ nhiên là không thể tránh khỏi và đó là điều đã diễn ra với cuộc khởi nghĩa của Hai Bà Trưng.

Chính sách Hán hóa và cuộc khởi nghĩa của Hai Bà Trưng

Sử Trung Quốc cũng như sử ta đều ca tụng Tích Quang và Nhâm Diên như là những người có công "khai hóa" cho dân tộc ta. Nhưng có một điều mâu thuẫn đáng chú ý trong việc này là tại sao với công khai hóa như vậy mà ngay sau đó tại châu Giao đã có một cuộc khởi nghĩa lớn đến nỗi Hán Quang Vũ, mặc dầu còn bận rộn các vấn đề tại Trung nguyên đã phải gởi một tên tướng tài lão luyện như Mã Viện sang đàn áp?

Tích Quang làm thái thú Giao Chỉ từ thời Bình Đế nhà Tây Hán, sau về hàng Đông Hán tiếp tục làm thái thú Giao Chỉ cho đến khi được Tô Định sang thay thế. *Hậu Hán thư* ca tụng Tích Quang là:

"Xưa ở thời Bình đế, người Hán Trung là Tích Quang làm thái thú Giao Chỉ dạy dỗ dân Di dần dần hóa theo lễ nghĩa. Cuối đời Vương Mãng, Tích Quang đóng cửa biên giới chống cự."

Đành rằng Tô Định là một kẻ mà theo bài biểu của Mã Viện gởi cho vua Hán "thấy tiền là sáng mắt lên" nhưng nếu Tích Quang đã có công như *Hậu Hán thư* viết, "dạy dỗ dân Di khiến họ dần dần đi theo lễ nghĩa," thì chẳng lẽ một khi bà Trưng nổi lên không có ai nhớ công đức của Tích Quang mà theo Hán chống lại sao. Còn Nhâm Diên làm thái thú quận Cửu Chân đúng vào thời Hai Bà Trưng khởi nghĩa. *Hậu Hán thư* chép:

"Diên đến Cửu Chân dạy dân cầy cấy, khai khẩn ruộng nương, khiến bách tính no đủ. Lại dân Lạc Việt không biết phép giá thú, đều theo dâm hiếu, không thành lứa đôi, không biết đạo cha con, không biết đạo vợ chồng. Diên bèn đưa thư xuống các huyện khiến đàn ông từ 20 tuổi cho đến 50 tuổi; đàn bà từ 15 đến 40 tuổi phải theo tuổi tác mà lấy nhau. Ai nghèo không có tiền làm đồ sính lễ thì khiến từ trưởng lại trở xuống phải bớt bổng lộc ra để chẩn cấp. Người ta cưới nhau cùng một lúc đến hơn hai nghìn người. Năm đó mưa thuận gió hòa, mùa màng phong đăng, người sinh con mới biết giống nòi, mới biết tộc họ. Đều nói rằng "khiến ta có được như thế này là nhờ ngài Nhâm vậy." Nhiều người đặt tên con là Nhâm. Vì thế bọn Man Di, Dạ Lang ở ngoài cõi mộ nghĩa giữ nơi biên ải. Diên bèn bãi bỏ quân lính trinh sát đi."

Nhưng khi cuộc khởi nghĩa của Hai Bà Trưng nổ ra, quận Cửu Chân của Nhâm Diên cũng bị kéo theo vào cuộc nổi dậy và cũng như các thái thú khác, Diên cũng chỉ "thoát được thân mình mà thôi." *(Hậu Hán thư)*

Trên thực tế chính những cố gắng "khai hóa" của những người như Tích Quang và Nhâm Diên cùng với chính sách cai trị của nhà Đông Hán là những nguyên nhân sâu xa dẫn đến cuộc nổi dậy của toàn vùng Lĩnh Nam dưới sự lãnh đạo của Hai Bà Trưng. Sự tham tàn của Tô Định cũng như là cái chết, nếu có, của Thi Sách chỉ là một yếu tố phụ, một giọt nước cuối cùng đã làm tràn cái ly đã chứa đầy những căm phẫn trước đó. Nếu không có những lý do trên ta sẽ không thể hiểu được tại sao những quận xa xôi như Thương Ngô ở tận phía Bắc tỉnh Quảng Tây cũng như Nhật Nam lại có thể cùng Hai Bà Trưng nổi dậy như vậy.

4.3 Cuộc khởi nghĩa của Hai Bà Trưng

Xã hội Giao Chỉ vào lúc Hai Bà Trưng khởi nghĩa

Bà Trưng quê ở châu Phong
Giận người tham bạo thù chồng chẳng quên
Chị em nặng một lời nguyền
Phất cờ nương tử thay quyền tướng quân
Ngàn Tây nổi áng phong trần
Ầm ầm binh mã tới gần Long Biên
Hồng quần nhẹ bước chinh yên
Đuổi ngay Tô Định dẹp yên biên thành
Đô kỳ đóng cõi Mê Linh
Lĩnh Nam riêng một triều đình nước ta.

Đó là những lời miêu tả cuộc khởi nghĩa của Hai Bà Trưng trong *Đại Nam Quốc Sử Diễn Ca* mà hầu hết chúng ta đã từng học qua khi còn nhỏ. Nhưng nếu chỉ có vì trả thù chồng mà Hai Bà nổi lên khởi nghĩa thì làm sao có thể kéo theo sự ủng hộ của toàn bộ quần chúng châu Giao bao gồm cả bảy quận để thành lập một triều đình riêng ở đất Lĩnh Nam?

Xã hội Giao Chỉ vào thời Hai Bà Trưng là một xã hội tương đối trù phú. Nông nghiệp và thủ công nghiệp phát triển đã đủ để nuôi sống một số dân lên đến xấp xỉ một triệu người, đông nhất trong bảy quận của Giao Châu và còn đủ để xuất cảng gạo sang bán tại Cửu Chân và Hợp Phố nữa. Những đồ điền khí bằng sắt dần dần thay thế những món đồ làm bằng đồng thau đã giúp người nông dân khai phá được những vùng đất khó làm hơn ở vùng châu thổ sông Hồng, nơi mà nước biển đã bắt đầu rút ra khỏi chốn mà cổ địa chất học còn gọi là vịnh Hà Nội. Trong lúc Trung Quốc còn đang rối loạn, thì Giao Chỉ là một cõi yên bình. Thứ sử Đặng Nhượng đã giữ được châu Giao là nơi yên tĩnh nhất trong toàn bộ đế quốc Hán rộng lớn. Nhưng nhiều đám mây đen đã bay đến làm u ám bầu trời yên bình đó. Tuy các Lạc tướng vẫn còn giữ quyền cai trị những vùng đất của mình và vẫn được lưu truyền chức vụ đó cho các con của họ, nhưng người Hán đã càng ngày càng can thiệp sâu vào việc cai trị. Tình hình yên tĩnh ở Giao Chỉ đã thu hút một số ngày càng đông người Hán chạy loạn sang, không những chỉ dân thường mà cả những hạng sĩ đại phu, quý tộc, địa chủ. Những người này, qua những quan hệ về tộc thuộc với quan lại người Hán tại Giao Chỉ, chắc hẳn đã sinh cơ lập nghiệp tại đây. Tuy rằng sau loạn Vương Mãng, khá đông những người Hán này đã trở về phương Bắc, nhưng số còn lại cũng không nhỏ. Ví như tiên tổ của Lý Bí (tức Lý Nam Đế) vốn là người Hán, vào cuối đời Tây Hán, khổ vì loạn lạc, lánh sang ở nước Nam trải bảy đời thành người Nam *(Đại Việt Sử Ký Toàn Thư)*, hoặc như tổ tiên của Sĩ Nhiếp vốn người Vấn Dương nước Lỗ *"đến khi có loạn Vương Mãng, rời sang ở Giao Châu, trải qua sáu đời đến Nhiếp."* (*Tam Quốc Chí - Ngô thư*, Sĩ Nhiếp truyện)

Việc lập nghiệp của những tầng lớp quý tộc Hán này chắc hẳn thế nào cũng có đụng độ với những quyền lợi của tầng lớp quý tộc Lạc, những Lạc tướng. Các người Hán mới sang có thể chiêu mộ dân chúng đi khẩn hoang ở những vùng đất mới, hoặc là chiếm hữu đất đai có sẵn của các làng xã dân Lạc, nhưng chắc hẳn phần lớn tập trung tại những khu vực thị tứ, nơi có sẵn những quan lại và binh lính người Hán như Mê Linh, Liên Lâu, Tư Phố, Cư Phong vân vân. Tại những nơi này, sự ràng buộc chèn ép của giới quan lại Hán đối với giới quý tộc Lạc chắc hẳn rất là gay gắt.

Chính sách thu thuế của triều đình Đông Hán, cùng với những cố gắng Hán hóa đối với người Lạc cũng đóng góp thêm vào những bất mãn âm ỷ trên. Khi Tích Quang còn làm thái thú, có thể y đã khéo léo trung hòa những bất mãn này giữ cho chúng khỏi nổ bùng lên. Nhưng sau khi Tích Quang được gọi về Bắc, Hán Quang Vũ gởi Tô Định sang thay làm thái thú Giao Chỉ. Theo bài biểu của Mã Viện, Tô Định là người mà *"thấy tiền thì dương mắt lên; thấy giặc thì nhắm mắt lại, sợ chinh chiến."* (*Hậu Hán thư* - Mã Viện truyện) tức là một kẻ vừa tham lam lại vừa hèn nhát. Đến đây phong trào phản kháng của dân Việt bèn dâng lên mãnh liệt. Và chẳng bao lâu sau, toàn bộ nhân dân Giao Chỉ đã nổi dậy, kéo theo sự nổi dậy của toàn thể châu Giao.

Cuộc khởi nghĩa của Hai Bà Trưng

Cuộc khởi nghĩa của Hai Bà Trưng là cuộc khởi nghĩa đầu tiên của người dân Lạc chống lại sự cai trị của đế quốc phương bắc. Hai Bà Trưng, chị là Trưng Trắc, em là Trưng Nhị là con gái Lạc tướng Mê Linh. *Lĩnh Nam Chích Quái* viết Hai Bà Trưng họ Hùng, là dòng dõi Hùng Vương. *Thủy Kinh Chú* của Trung Quốc cũng chép Bà Trưng là con gái Lạc tướng Mê Linh. Mê Linh vốn là bộ tộc của Hùng Vương vì vậy Bà Trưng là giòng dõi Hùng Vương chắc là đúng. Chồng bà Trưng Trắc, Thi Sách, là con Lạc tướng Chu Diên, cũng là giòng họ quý tộc của dân Lạc. Bà là một người mà sử Trung Quốc cũng phải công nhận rất "hùng dũng," "có can đảm dũng lược" (*Hậu Hán thư* - Giao Chỉ truyện). Sử cũ của ta dựa vào truyền thuyết nói rằng Bà

Trưng thù Tô Định giết chồng nên cử binh đánh đuổi Tô Định. *Lĩnh Nam Chích Quái* kể lại:

"Thời ấy Tô Định ở Giao Châu rất tham bạo; nhân dân rất khổ sở. Trắc thù Định giết chồng, bèn cùng em là Nhị dấy binh đánh Định, vây hãm Giao Châu. Các quận Nhật Nam, Cửu Chân và Hợp Phố đều hưởng ứng."

Tuy nhiên các sử liệu của Trung Quốc không thấy nhắc nhở gì đến việc Tô Định giết Thi Sách cả. *Hậu Hán thư* chỉ chép rằng:

"Thái thú Tô Định lấy pháp luật ràng buộc. Trắc căm giận cho nên làm phản. Lúc đó người Lý ở Cửu Chân, Nhật Nam, Hợp Phố đều hưởng ứng."

Còn *Thủy Kinh Chú* thì viết rõ hơn:

"Con Lạc tướng Chu Diên tên là Thi, lấy con gái Lạc tướng Mê Linh là Trưng Trắc làm vợ. Trắc là người có can đảm dũng lược, cùng Thi khởi binh đánh phá các châu quận, hàng được các Lạc tướng; họ đều suy tôn Trắc lên làm vua đóng đô ở huyện Mê Linh, được thu thuế hai năm ở hai quận Giao Chỉ và Cửu Chân. Về sau Hán sai Phục Ba tướng quân Mã Viện đem quân đánh, Trắc, Thi chạy vào Kim Khê Cứu, ba năm mới bắt được."

Theo sử cũ, Hai Bà khởi binh ở Mê Linh. Sau khi phá song đô úy trị, tức là đồn quân trú đóng của Hán tại đó liền tiến đánh quận trị của Giao Chỉ ở Liên Lâu (nay là huyện Thuận Thành, Bắc Ninh gần Hà Nội). Châu trị của Giao Châu cũng ở đó, thành ra khi phá được Liên Lâu thì chính quyền cai trị châu Giao cũng hoàn toàn tan rã. Cuộc nổi dậy của dân chúng Cửu Chân, Nhật Nam, Hợp Phố cũng làm tan rã chính quyền tại các quận đó. Quan lại Hán kẻ thì bị nghĩa quân giết chết, kẻ thì trốn chạy về Trung Quốc. *Hậu Hán thư* chép "thứ sử Giao Chỉ và các thái thú chỉ giữ được thân mình mà thôi."

Hậu Hán thư chép Hai Bà sau đó chiếm được 65 thành. Đời Đông Hán, mỗi thành như vậy là một huyện. 65 huyện là một con số rất lớn vì cả châu Giao Chỉ mới có 56 huyện chia ra như sau: Nam Hải 7, Thương Ngô 11, Uất Lâm 11, Hợp Phố 5, Giao Chỉ 12, Cửu Chân 5, Nhật Nam 5. Nếu con số 65 thành mà *Hậu Hán thư* nói rằng Hai Bà chiếm được là đúng thì điều đó có nghĩa là ngoài toàn bộ vùng Lĩnh Nam ra, nghĩa quân của Hai Bà còn đánh chiếm được một số thành ở vùng Sở, Việt của nhà Đông Hán nữa. Có một số người đã khẳng định là thấy miếu thờ Hai Bà tại vùng sông Tương thuộc Hồ Nam. Tuy nhiên điều này khó mà đúng. Những miếu thờ hai vị thần nữ tại vùng này hầu như chắc chắn là thờ Nga Hoàng, Nữ Anh, hai người vợ của vua Thuấn mà truyền thuyết Trung Quốc nói là đã chết tại đây sau khi Thuấn đi tuần thú phương nam không về. Tuy nhiên ngay cả trong trường hợp *Hậu Hán thư* chép nhầm 56 thành thành ra 65 thành thì điều đó cũng cho thấy rằng với cuộc khởi nghĩa của Hai Bà, toàn bộ châu Giao, từ phía nam Ngũ Lĩnh đã không nằm trong tay nhà Hán.

Căn cứ vào những sử liệu còn lại ta có thể thấy gì về cuộc khởi nghĩa của Hai Bà Trưng? Các tài liệu của ta đều nói rằng Thi Sách bị Tô Định giết, Hai Bà vì báo thù chồng nên nổi lên khởi nghĩa. Điều đó đã thu hẹp ý nghĩa của cuộc khởi nghĩa của Hai Bà Trưng thành một cuộc báo thù cá nhân. Có lẽ các sử gia sau này của Việt Nam vì mang nặng quan niệm phong kiến Tống Nho nên đã phải cho Thi Sách chết để giải thích vai trò mờ nhạt của ông chăng? *Hậu Hán thư*, tài liệu gần với thời đại đó nhất đã không hề nói đến Thi Sách bị giết mà chỉ chép rằng *"Thái thú Giao Chỉ là Tô Định, lấy pháp luật ràng buộc, Trắc nổi giận nên làm phản."* Còn *Giao Châu ngoại vực ký* thì chép rõ là Trưng Trắc cùng Thi khởi binh. Tuy nhiên có một điều nổi bật khác là tất cả các sử liệu của ta cũng như của Trung Quốc đều nói rằng Hai Bà là người lãnh đạo cuộc nổi dậy và Hai Bà được các Lạc tướng cùng tôn sùng lên làm vua.

Nước ta từ thời kỳ Hùng Vương trở ra đã chuyển sang chế độ phụ hệ tuy rằng chưa chặt chẽ. Chế độ một chồng một vợ đã được thiết lập: đàn ông đi hỏi vợ chứ không phải con gái đi hỏi chồng nữa như những truyện Sơn Tinh, Thủy Tinh hoặc Mỵ Châu, Trọng Thủy cho thấy. Như vậy tại sao Thi Sách nếu sống không lên làm vua mà lại để cho Trưng Trắc? Có thể là Thi Sách đã chết trong cuộc nổi dậy nên bà Trưng mới lên làm vua chăng? Trừ *Giao Châu ngoại vực ký* ra, tất cả các sử liệu đều không nhắc đến vai trò của Thi Sách trong cuộc khởi nghĩa, trong khi mọi sử liệu đều nhấn mạnh đến cá tính của Bà Trưng như "dũng mãnh, có tài thao lược." Điều này cho thấy dù Thi Sách có còn sống chăng nữa, ông chỉ đóng một vai trò mờ nhạt trong cuộc khởi nghĩa này.

Việc Hai Bà Trưng được các Lạc tướng tôn lên làm vua cho thấy, chế độ mẫu hệ của Việt Nam lúc đó tuy rằng đã bị thay thế nhưng những tàn dư vẫn rất mạnh. Địa vị của người phụ nữ trong xã hội vẫn còn rất cao. Người ta sẵn sàng chấp nhận vai trò của phụ nữ kể cả trong chính quyền và trong quân sự. Vì vậy khi Hai Bà nổi lên trong các toán quân hưởng ứng đã có rất nhiều nữ tướng (Thánh Thiên công chúa, Bát Nàn công chúa, Lê Chân v.v.)

Thần tích của một số làng còn lại cho thấy cuộc khởi nghĩa của Hai Bà Trưng không phải là cuộc khởi nghĩa đầu tiên. Trước đó cũng đã có những cuộc nổi dậy khác nhưng thất bại. Phải đến khi Hai Bà nổi lên, với sự ủng hộ của hai giòng họ lớn vào bậc nhất của xã hội Lạc thời đó thì mới có đủ khả năng đánh bại được những toán quân Hán đồn trú. Cuộc nổi dậy như vậy là đã dựa vào những bất mãn của toàn dân mà thành công. Chính sách Hán hóa của nhà Đông Hán không những tạo ra những căm hận trong xã hội dân

Lạc mà cả trong những xã hội khác bị Hán chinh phục, đặc biệt là trong những tộc Việt ở vùng Lĩnh Nam và khu vực Ngô Sở. Chính vì vậy mà toàn bộ châu Giao đã nổi lên. Sau khi đàn áp xong cuộc khởi nghĩa của Hai Bà, Mã Viện cũng đã phải đi đàn áp cuộc nổi dậy của những người Sơn Việt ở Hồ Nam và viên tướng này đã chết ở đó.

Bà Trưng làm vua được chưa đầy ba năm thì Quang Vũ nhà Hán sai Mã Viện đem quân sang đàn áp. Sử sách không chép rõ trong ba năm đó Hai Bà đã làm được những gì. *Thủy Kinh Chú* chép rằng *"Trưng Trắc thu được thuế má hai năm tại Giao Chỉ và Cửu Chân."* Điều đó cho thấy rằng quyền hạn của Hai Bà chỉ bao gồm hai quận đó mà thôi. Những nơi khác tuy nổi dậy khởi nghĩa nhưng không có quan hệ trực tiếp với chính quyền mới. Trong thời gian Hai Bà làm vua, chắc hẳn các Lạc tướng vẫn nắm quyền trị dân như cũ và có lẽ ngoài những người trực tiếp ứng mộ khởi nghĩa dưới trướng Hai Bà, đại đa số quân đội vẫn còn nằm trong tay các Lạc tướng. Chính vì vậy mà một khi phải đối phó với một đội quân chính quy như của Mã Viện, Hai Bà đã mau chóng thất bại. Và với sự thất bại của cuộc khởi nghĩa Hai Bà Trưng, xã hội Lạc đã bước sang một giai đoạn mới: giai đoạn Lạc Việt

4.4 Từ Lạc chuyển sang Việt: Cuộc chinh phục của Mã Viện

Vào cuối thời Tây Hán, xã hội Trung Quốc bước vào chế độ môn phiệt. Các nhà "đại gia" - địa chủ, phú thương, quan lại quyền quý - chiếm đất của nông dân, nuôi nô tỳ kể đến hàng vạn. Nông dân đói khổ nổi lên làm loạn. Vương Mãng lên ngôi đưa ra tân pháp tìm cách cải tổ nhưng đã bị các hào gia và bọn quan lại cũ chống đối cuối cùng thất bại. Đến lúc Quang Vũ trung hưng tình trạng lại càng tệ hơn nữa. Năm Kiến Vũ 16 (tức năm 39 sau Công nguyên) Quang Vũ ra lệnh cho các châu quận đo lại ruộng đất nhằm tước bớt đất của các hào gia chia lại cho dân nghèo, quân bình bớt số thuế phú dân nghèo phải chịu. Nhưng lệnh của vua ra lại bị bọn quan lại địa chủ chống đối làm ngược lại đến nỗi "trăm họ ta thán, đón đường kêu oan" *(Hậu Hán thư)*. Sang năm 40 các hào gia và binh lính nổi dậy tại khắp nơi, đặc biệt là tại bốn châu Thanh, U, Từ, Ký (Sơn Đông, Hà Bắc hiện nay). Tại phương nam ngoài cuộc khởi nghĩa của Hai Bà Trưng tại Giao Chỉ còn có cuộc khởi nghĩa của các tộc Sơn Việt tại các vùng Hồ Nam, Hồ Bắc, Quý Châu.

Chính vì vậy, mặc dầu sau khi Hai Bà Trưng khởi nghĩa đánh chiếm các châu quận tại Giao Châu, Quang Vũ đã ra lệnh cho các quận Trường Sa, Hợp Phố, Giao Chỉ, sắm sửa xe thuyền, sửa sang cầu đường trữ sẵn thóc gạo để chuẩn bị chinh phục *(Hậu Hán thư - Giao Chỉ truyện)* nhưng phải đến hai năm sau, Hán mới thu thập đủ lực lượng để mang quân sang đàn áp cuộc khởi nghĩa của Hai Bà Trưng.

Mùa hạ, tháng tư năm Kiến Vũ 18 (năm 42 CN) Hán Quang Vũ phong Mã Viện làm Phục Ba tướng quân, Lưu Long làm phó tướng thống lĩnh bộ binh sang đàn áp dân Lạc. Chỉ huy thủy quân là Đoàn Chí được phong làm Lâu Thuyền tướng quân hẹn họp nhau ở Hợp Phố để cùng tiến vào Giao Chỉ.

Mã Viện, tự Văn Uyên, là một danh tướng của nhà Đông Hán. Viện trước theo Ngỗi Hiêu, sau bỏ Hiêu về theo Lưu Tú (Quang Vũ Đế) đã từng cầm quân phá quân Khương tại Lũng Hữu và chống cự với Hung Nô ở Nhạn Môn. Khi được Quang Vũ cử đi đánh Giao Chỉ, Viện đã vừa phá xong cuộc khởi nghĩa của Lý Quảng ở Hoản Thành. Sau này sau khi dẹp yên được Giao Chỉ, Viện lại được Quang Vũ cử đi đánh những tộc Sơn Việt ở vùng Ngũ

Khê (Quý Châu). Khi tiến sâu vào đất của những tộc này, quân đội của Viện bị chặn đường ở Hồ Khẩu, các vùng núi cao bị người Việt chiếm, tiến lên không được, lương thực không tới; quân lính không chịu nổi thủy thổ bị dịch chết rất nhiều. Viện cũng bị bệnh chết trong quân.

Theo *Hậu Hán Thư*, trong cuộc chinh phục chống lại Hai Bà Trưng, quân Mã Viện có khoảng mười ngàn quân, lấy từ các quận Trường Sa, Quế Dương, Linh Lăng (thuộc Hồ Bắc) và từ Thương Ngô (Giao Châu) nhưng theo *Thủy Kinh Chú* dẫn bài biểu của Mã Viện lên Hán Quang Vũ thì quân của Mã Viện khi đi vào Giao Chỉ bao gồm *"mười hai ngàn quân tinh nhuệ của Giao Chỉ, họp với đại binh thành hai chục ngàn người. Thuyền xe lớn nhỏ hai ngàn chiếc."* Điều đó có nghĩa là trong thời gian tiến binh từ Bắc xuống đến Hợp Phố, Mã Viện đã tuyển thêm được trên một vạn người tại châu Giao ở các quận Thương Ngô, Nam Hải, Uất Lâm và Hợp Phố, tức là các quận thuộc miền nam Trung Quốc hiện nay. Những quận này như đã nói ở trên, không nằm trong tầm kiểm soát của Hai Bà Trưng, và nếu có nổi dậy cùng Hai Bà, chắc đã bị Hán mau chóng nắm lại quyền kiểm soát. Mã Viện đã không gặp một trở ngại nào khi mang quân từ Hồ Nam qua Quảng Đông, Quảng Tây cả; trái lại viên tướng Hán đã tăng cường được quân lực lên gấp đôi so với khi phát xuất.

Khi hai đạo quân thủy lục hội lại tại Hợp Phố, Đoàn Chí bị bệnh chết. Quang Vũ hạ chiếu cho Mã Viện thống xuất cả thủy lục quân tiến công vào Giao Chỉ. Có lẽ vì phải phối hợp với cả thủy quân, nên Mã Viện không đi theo đường núi qua ngả Lạng Sơn mà tiến vào địa phận Giao Chỉ nhưng lại mở đường theo ven biển. *Hậu Hán thư* - Mã Viện truyện chép:

"Viện phải vượt bể vào Giao Chỉ. Thuyền ít không đủ chở quân, bèn hỏi thăm những người đi núi rồi ven bờ bể theo núi mở đường hơn nghìn dặm."

Phải gần một năm sau khi xuất quân, vào mùa xuân năm Kiến Vũ 19 (43) Mã Viện mới tiến quân vào đến Lãng Bạc. Tại đây Mã Viện đã gặp quân ta do bà Trưng Nhị chỉ huy từ Mê Linh xuống. Các sử của ta như *Đại Việt Sử Ký Toàn Thư* và *Việt Sử Thông Giám Cương Mục* đều cho là Lãng Bạc là Hồ Tây ở ngoại thành Hà Nội bây giờ. Nhưng nếu xét theo địa lý lịch sử thì lúc đó Hồ Tây còn chưa thành hình mà mới chỉ là một nhánh sông của sông Hồng mà thôi. Các tài liệu mô tả trong *Hậu Hán thư* và *Thủy Kinh Chú* cho thấy Lãng Bạc có thể là vùng đồi núi hiện nay là huyện Tiên Du thuộc Bắc Ninh.

Trong suốt thời gian Mã Viện tiến quân vào Việt Nam như vậy Hai Bà Trưng làm gì thì không thấy một sử liệu nào nói đến cả. Nhưng suốt con đường tiến quân từ Hợp Phố tới Lãng Bạc sử không chép tới một cuộc kháng cự nào từ phía Hai Bà Trưng; điều đó đủ cho thấy rằng Mã Viện đã tiến quân vào đất nước ta mà không gặp khó khăn gì. So sánh với những điều được biết tại những trường hợp có một bối cảnh xã hội tương tự như trường hợp của các tiểu vương quốc người Celt chống lại cuộc xâm lược của La Mã dưới thời Julius Cesar thì chúng ta có thể đoán rằng lúc đó Hai Bà đang còn phải tìm cách thuyết phục các Lạc tướng hợp binh lại dưới một sự chỉ huy duy nhất thay vì mỗi bộ tộc chiến đấu lẻ tẻ và ô hợp.

Trận chiến tại Lãng Bạc chắc chắn là một trận đánh lớn. Hai bên cầm cự nhau trong nhiều ngày, có thể đến một vài tháng. Đã có lúc, Mã Viện, một tên danh tướng của Hán phải nao núng lo sợ rằng sẽ thua và bị chết ở đây. *Hậu Hán thư* - Mã Viện truyện chép:

"Viện (sau khi phá được Hai Bà Trưng và được Quang Vũ phong làm Tân Tức hầu) sai giết bò, nấu rượu khao thưởng quan lại quân sĩ rồi nghiêm trang nói, "người em họ tôi là Thiếu Du thường thương hại tôi có tính khẳng khái, ôm chí lớn và khuyên rằng kẻ sĩ sinh ra ở đời này chỉ nên mong muốn làm sao có ăn có mặc, ra ngoài có xe, có ngựa yên ổn để trông coi phần mộ tổ tiên tại quê quán; như vậy là đủ rồi chứ nếu cầu thêm nữa chỉ là tự làm khổ mà thôi. Vào lúc ta còn đang ở kẹt giữa Lãng Bạc và Tây Lý (Tây Vu), địch còn chưa bị diệt, dưới thì nước lụt, trên thì mây mù, khí độc bốc lên ngùn ngụt, ngẩng trông lên thấy diều hâu đang bay sà rơi xuống nước. Khi nằm mới nhớ lại những lời khuyên của Thiếu Du lúc sinh thời mà tiếc không biết làm sao đạt được."

Nhưng cuối cùng trong trận này Mã Viện đã giành được phần thắng; quân ta tan vỡ, Hai Bà phải chạy về Cấm Khê. Theo *Việt Điện U Linh Tập*, thấy phải cầm cự với Mã Viện lâu dài ở Lãng Bạc, các Lạc tướng chán nản bỏ rơi Hai Bà và rút quân về địa phận của mình. Rất có thể rằng có một phần quân sĩ của Hai Bà lại còn bỏ theo Mã Viện nữa. Trong bài biểu của Mã Viện sau khi thắng được Hai Bà ở Giao Chỉ và trước khi đem quân vào Cửu Chân, Mã Viện đã khoe với vua Hán rằng:

"Thần có hơn vạn người Lạc Việt, trong đó có hơn hai nghìn người tập quen chiến đấu cung có tên độc, bắn một lần mấy phát, tên bắn như mưa, trúng ai nấy chết."

Dù sao chăng nữa, trước tình thế đó, Hai Bà phải mang quân giao chiến chứ không thể nào dùng chước cầm cự lâu dài để chờ cho quân Mã Viện mỏi mệt bị dịch bệnh mà phải rút. Cuối cùng Hai Bà bị Mã Viện đánh thua. Theo sử Trung Quốc, Mã Viện đem quân đuổi theo, hai bên giao chiến nhiều lần, quân Hai Bà bị thua luôn, về sau Mã Viện giết được Hai Bà dâng đầu về kinh đô Lạc Dương. Theo sử ta thì không phải Hai Bà bị giặc giết mà đã tự vận tại sông Hát.

> *Cấm Khê đến lúc hiểm nghèo*
> *Chị em thất thế phải liều với sông.*

Lúc đó là vào mùa hạ tháng 5 năm Kiến Vũ thứ 19 (năm 43 CN).

Sau khi bình định được Giao Chỉ rồi Mã Viện mang quân vào Cửu Chân đánh lực lượng của Hai Bà tại vùng này. Tướng của Hai Bà là Đô Dương chống cự dũng mãnh nhưng cuối cùng phải thua. *Hậu Hán thư* chép: "Viện đem hơn hai ngàn lâu thuyền lớn nhỏ, hai vạn chiến sĩ đi đánh giặc Cửu Chân là dư đảng Trưng Trắc. Từ huyện Vô Công đến huyện Cư Phong chém bắt hơn năm ngàn người." (Cư Phong là một bộ tộc lớn thời Hùng Vương, chính tại làng Đông Sơn thuộc huyện này là nơi đầu tiên phát hiện ra những đồ đồng thau cho thấy sự tồn tại của thời đại Hùng Vương). *Thủy Kinh Chú* chép, "Thế là đất Cửu Chân yên."

4.5 Sự tan rã của xã hội Lạc và mầm mống hình thành của xã hội Lạc Việt

Với thất bại của Hai Bà Trưng và cuộc trấn áp của Mã Viện, xã hội Việt Nam của nền văn hoá Đông Sơn cuối cùng đã tan rã. Sau khi đánh bại xong cuộc khởi nghĩa của Hai Bà Trưng, Viện ở lại Giao Chỉ trong hầu hết năm Kiến Vũ 19 và tiến hành việc củng cố chính quyền Hán tại đất Lạc. Có thể nói đây là một cuộc cách mạng xã hội đầu tiên tại Việt Nam.

Trong thời gian còn chiến đấu chống lại Hai Bà Trưng, Viện đã giết rất nhiều những người mà Hán sử gọi là những "cừ suý" tức là những Lạc tướng và những thành phần quý tộc của dân Lạc. Sau khi bình định xong Cửu Chân, Viện còn đẩy hơn 300 gia đình "cừ súy" khác lên Linh Lăng (Hồ

Nam). Thế là sau cuộc chiến, tầng lớp lãnh đạo của dân Lạc đã bị tiêu diệt gần hết. Sau Mã Viện, danh từ Lạc tướng đã không được sử sách nhắc nhở gì đến nữa chứng tỏ rằng tước vị Lạc tướng thế tập đã bị hủy bỏ. Nhằm xóa bỏ đến cả ký ức các bộ tộc cũ, Viện cũng đã sửa đổi lại ranh giới các huyện, sáp nhập những huyện nhỏ lại với nhau và chia những huyện lớn ra. Theo *Thủy Kinh Chú*, Mã Viện đã "định lại các quận huyện và đặt lệnh trưởng." Như vậy nếu trước kia quyền lực của các quan lại Hán chỉ tập trung vào một số trung tâm lớn, còn tại các huyện (tức là các bộ tộc) quyền hành còn nằm trong tay các Lạc tướng, thì nay quan lại Hán đã đi xuống tận các huyện. Để bảo vệ cho đám quan lại mới này, cũng như là để tạo ra những trung tâm dân cư mới mà dân chúng chắc hẳn phần lớn là người Hán, tại mỗi huyện Viện đều bắt xây thành lũy kiên cố. *Hậu Hán thư* chép: "Viện đi qua nơi nào đều xây thành quách cho các quận huyện" đồng thời "đào ngòi, tưới nước sinh lợi cho dân." Việc xây thành và đào ngòi tưới nước này cho ta thấy hai điều. Thứ nhất việc xây thành có nghĩa là phải có binh lính Hán đồn trú nếu không thì xây thành chỉ có hại chứ không có ích gì. Đào kênh khơi ngòi như vậy là Viện đã nối tiếp công việc của Tích Quang và Nhâm Diên. Chắc hẳn khi đào kênh khơi ngòi này Viện đã thiết lập chế độ đồn điền giúp cho quân Hán đồn trú có đủ khả năng tự cấp không trông cậy vào lương thực ở bên ngoài. Theo *Hậu Hán thư*, Viện đã áp dụng chính sách đồn điền này khi ở Lạc Dương. Sự kiện quân Hán đồn trú để khai khẩn đồn điền đã được Du Ích Kỳ đời Tấn ghi lại trong *Thái Bình quảng ký*:

"Ở phía Nam bờ sông Thọ Linh (tức là sông Gianh ngày nay) có hơn mười nhà là những binh lính của Mã Văn Uyên còn sót lại không về. Họ tự lấy họ là Mã và thông hôn với nhau. Nay có đến hai trăm nhà. Người Giao Châu lấy

lẽ họ là người lưu ngụ nên gọi họ là "Mã Lưu". Tiếng nói ăn uống vẫn như người Hoa."

Nhưng điều quan trọng nhất mà Mã Viện làm khiến cho xã hội dân Lạc thay đổi hẳn cục diện là buộc dân Lạc thay đổi những tập tục cũ của mình để theo Hán. *Hậu Hán thư* - Mã Viện truyện chép:

"Viện tâu rằng luật Việt và luật Hán khác nhau hơn mười chuyện, nay xin làm sáng tỏ cựu chế đối với người Việt để ước thúc họ. Từ đó về sau Lạc Việt tuân theo việc cũ của Mã tướng quân."

Cần lưu ý là *Hậu Hán thư* dùng chữ "luật" chứ không phải chữ "pháp." Pháp có nghĩa là pháp luật, phép của nước như trong đoạn tả nguyên nhân dẫn đến việc Bà Trưng khởi nghĩa, *Hậu Hán thư* chép "thái thú Tô Định dữ pháp thẳng chỉ" có nghĩa là thái thú Tô Định lấy pháp luật mà ràng buộc, trong khi tại đây dùng chữ "luật," luật có nghĩa là tập tục của xã hội. Chúng ta không biết mười điều khác biệt giữa luật Hán và luật Việt là gì, nhưng có thể rằng một trong những điều đó là việc lấy họ để phân biệt rõ huyết thống phụ hệ. Tất cả các họ của Việt Nam cho đến nay, từ họ Nguyễn, họ Lê cho đến các họ Dương, họ Mai đều là những họ xuất phát tại Trung Quốc. Nếu Mã Viện bắt dân Lạc phải có họ để phân biệt "tính" (tên) và "thị" (họ) thì điều này cũng không phải là lạ. Trong thời cận đại, khi Pháp lập nền đô hộ lên đất Lào, Pháp cũng bắt người Lào phải lấy họ để tiện việc sổ sách. Dân Lào chỉ mới có họ từ cuối thế kỷ thứ 19 mà thôi. Còn tại Thái Lan, phải đến đời vua Chulalongkorn thì người Thái mới bắt đầu có họ, khi vua Thái muốn bắt chước các nước Tây Phương. Hiện nay tại Miến Điện và Indonesia, dân chúng cũng chỉ có tên mà không có họ. Mười điều khác biệt đó cũng chứng tỏ rằng xã hội Lạc vẫn còn là một xã hội có tổ chức và có những phong tục tập quán riêng của mình mà dù thất bại cũng không hoàn toàn bị mất đi.

Mặc dầu chế độ Lạc tướng đã đi vào trong quá khứ, và một số lớn những Lạc tướng bị giết hoặc bị Mã Viện lưu đầy sau khi khởi nghĩa của Hai Bà Trưng thất bại, nhưng giới quý tộc Lạc không vì thế mà không còn đóng một vai trò nào trong lịch sử về sau này. Khi thiết lập chính quyền Hán tại các huyện của Giao Chỉ và Cửu Chân, Mã Viện không thể nào dùng toàn người Hán được. Viện bắt buộc phải dùng những quý tộc Lạc cũ, có thể là những người đã bỏ Bà Trưng để theo Viện hoặc là những người đầu hàng sau khi Bà Trưng thất bại. Điều đó giải thích câu "xin làm sáng tỏ cựu chế để ước thúc họ." Chắc hẳn khi nói vậy Viện đã đưa ra một đề nghị với các Lạc tướng rằng hãy tuân thủ các luật pháp của đế quốc Hán để đổi lại sự khoan hồng của Hán triều và cho tiếp tục phụ vào việc cai trị.

Thất bại của cuộc khởi nghĩa của Hai Bà Trưng đánh dấu cố gắng cuối cùng của xã hội Lạc nhằm giữ lại những nếp sống và chế độ chính trị cũ. Tuy nhiên trong đống tro tàn của xã hội cũ đó một xã hội mới đã manh nha. Việc trộn lẫn dân chúng thuộc các bộ tộc khác nhau của xã hội Lạc, việc đưa người Hán sống tạp với người Lạc đã dần dần làm nẩy sinh một cộng đồng mới trong đó những yếu tố truyền thống Lạc được hỗn hợp với những yếu tố Hán để tạo ra một xã hội mới, xã hội Lạc Việt mà khả năng tranh đấu để tồn tại mạnh mẽ hơn cổ xã hội Lạc nhiều.

Lạc, "Yueh" và Việt

Tổ tiên chúng ta không phải là người Việt. Chúng ta không biết khi lập quốc, tổ tiên ta tự gọi mình là gì, nhưng chắc chắn không phải là Việt, dù là Lạc Việt hay là một tên Việt gì khác. Ta hãy tạm gọi bằng tên mà những người Trung Quốc đầu tiên gọi dân ta, trước khi tên Việt được dùng một cách phổ biến; tên đó là Lạc. Tại đây ta sẽ không nhắc lại đến những cuộc tranh cãi kéo dài từ trên năm mươi năm nay chung quanh nghĩa chữ Lạc là gì? Hùng Vương hay Lạc vương? vân vân...

Vậy thì Việt là gì? Tại sao chúng ta lại trở thành Việt chứ không còn là Lạc nữa? "Yueh" là danh từ người Hoa dùng để chỉ những dân tộc không phải người Hán sống ở lưu vực phía Nam sông Trường Giang xưa kia. Người Hoa tự nhận là văn minh. Họ cho họ là "Hoa" - tinh hoa - và gọi những dân tộc khác bằng những từ có tính miệt thị; phía tây gọi là Nhung; phía bắc gọi là Địch; phía đông gọi là Di; còn phía nam đầu tiên vì xưa kia chưa tiếp xúc nhiều với những dân tộc ở phương nam họ gọi hết tất cả là "Man," mọi rợ. Từ "Yueh" mà dân Việt ta gọi là "Việt" là từ đầu tiên mà người Hoa đặt ra để phân biệt những dân tộc ở phương nam mà một nền văn minh Hoa bành trướng về phương nam bắt đầu tiếp xúc.

Sử gia Tư Mã Trinh đời Đường đã nói rất rõ rằng trước thời Xuân Thu, nhà Chu chưa biết đến Việt. Như thế có nghĩa rằng chữ Việt lần đầu tiên xuất hiện cùng với nước Việt của cuối đời Xuân Thu. Theo những thư tịch của Trung Quốc, người ta biết rằng nước Việt này xuất hiện vào khoảng thế kỷ thứ 5 trước Công nguyên và lần đầu tiên được nhắc đến trong các bộ *Tả truyện* của Tả Khưu Minh và *Việt tuyệt thư* vốn là hai bộ sách viết vào thời Chiến Quốc mà sau này được thời Hán sửa sang và thêm bớt khá nhiều. Việt lúc đó là một danh từ riêng.

Thời Xuân Thu, văn minh Trung Hoa vượt ra khỏi khu vực truyền thống của họ ở lưu vực các sông Hoài, Hà mà lan xuống phương Nam. Tại vùng lưu vực sông Trường Giang họ bắt đầu tiếp xúc với những dân tộc không phải là Hán mà quan trọng nhất là các nước Sở, Ngô và Việt. Sở, nằm ở ngay miền giữa lưu vực sông Trường Giang - nay thuộc các tỉnh Hồ Nam, Hồ Bắc - là nước đầu tiên bị Hán hóa với tầng lớp quý tộc cai trị du nhập văn hóa Hoa Hạ ngay từ những năm đầu của thời Đông Chu. Ngô và Việt nằm ở phía đông nam của Sở dọc theo bờ biển. Những nước này, Sở, Ngô và Việt đều bị những nước tập trung ở lưu vực sông Hoàng Hà gọi chung là Nam Man cả. "Man" có nghĩa là hỗn độn không rõ. Người Trung Quốc thời Xuân Thu-Chiến Quốc hiểu về khu vực phía Đông, phía Tây, phía Bắc khá nhiều, nhưng với phía Nam họ không biết gì, thành ra đối với họ, những dân tộc phương Nam vẫn là một khối người hỗn độn không phân biệt được.

Tuy nhiên cần nhớ rằng kiến thức của những người Trung Quốc thời này về các dân tộc "Nam Man" không bao gồm dân tộc ta. Tầm ảnh hưởng của văn hóa Trung Quốc còn ở rất xa vùng đồng bằng sông Hồng. Nhìn vào bản đồ, ta thấy: từ Hồ Nam đi xuống lưu vực sông Tây Giang (tức là Quảng Đông, Quảng Tây ngày nay) tức là từ địa phận các nước Sở, Việt đi xuống vùng mà người Hoa sau này gọi là vùng Lĩnh Nam còn bị cách bởi một rặng núi lớn hiểm trở, rặng Ngũ Hành Sơn. Việc giao thông giữa hai miền Hoa Trung và Hoa Nam chỉ có thể thực hiện qua năm ngọn đèo chính gọi là Ngũ Lĩnh. Từ lưu vực sông Tây Giang sang đến vùng đồng bằng Bắc Bộ, quê hương của người Lạc, tổ tiên của chúng ta còn cách thêm nhiều rặng núi hiểm trở nữa. Điều đó cho thấy, sự tiếp xúc của tổ tiên ta với người Hán rất ít và nếu có thì cũng chỉ một cách gián tiếp mà thôi.

Tư Mã Thiên là người đầu tiên dùng từ Việt với một nghĩa rộng hơn là chỉ nước Việt của Câu Tiễn. Ngoài việc dùng từ Việt để kể lại những sự việc có quan hệ trực tiếp với nước Việt thời Xuân Thu và những di duệ của nước này thời Tần Hán như Đông Âu, Tây Âu, Mân Việt vân vân, ông còn dùng từ "Việt" với một nghĩa khác. Như Lưu Hy đời Hán giải thích, Việt có nghĩa là vượt, để chỉ những tộc người nằm ngoài vòng "lễ nghĩa" của nhà Chu, phù hợp với cách phân chia ảnh hưởng nhà Chu của Tư Mã Thiên. Bằng từ Việt này Tư Mã Thiên chỉ những tộc người phương nam có ít nhiều tiếp xúc và chịu ảnh hưởng của Hán tộc và để so sánh sự khác nhau giữa họ với những người Hồ và Hán ở phương Bắc. Trong khái niệm Việt của Tư Mã Thiên ông đã loại trừ ba khu vực, Sở, Ngô và dân Lạc của chúng ta. Điều đó cũng dễ hiểu. Sở và Ngô đã bị đồng hóa vào nền văn hóa Hoa Hạ, còn dân Lạc của chúng ta thì vẫn còn xa lạ chưa tiếp xúc gì với văn hóa Hán cả. Chính cũng theo quan điểm này của Tư Mã Thiên mà các nhà sử học Trung Quốc trong những đời sau này, khi tiếp xúc với các dân tộc ở phương Nam khác như Lâm Ấp, Chân Lạp họ cũng không bao giờ gộp cư dân những nước đó vào khái niệm Việt cả.

Khảo cổ học và cổ nhân chủng học cũng đã chứng minh sự khác biệt của văn hóa cổ của dân Lạc với những nền văn hóa cổ đại phát triển tại vùng Giang Nam. Các nghiên cứu về nhân chủng và cổ ngôn ngữ học cho thấy, vào cuối thời kỳ đồ đá, trong lúc tại Đông Nam Á hình thành chủng tộc người Nam Á thì tại miền Giang Nam cũng hình thành những tộc người nói tiếng Tày - Thái tức là những dân tộc được Tư Mã Thiên gọi là Bách Việt.

Theo khảo cổ học, vào hậu kỳ thời đại đá mới ở Trung Quốc, tương đương với giai đoạn Phùng Nguyên của Việt Nam, miền lưu vực sông Hoàng Hà đã phát triển hai nền văn hóa được mệnh danh là Ngưỡng Thiều và Long Sơn. Đó chính là những nền văn hóa cơ bản của Hán tộc. Trong khi đó tại vùng Giang Nam cũng phát triển nhiều nền văn hóa khác mà đặc trưng là các món đồ gốm có hoa văn in hình học khác với gốm màu của Ngưỡng Thiều hoặc gốm đen của Long Sơn. Khu vực văn hóa này, tương đương với địa bàn mà các sử gia Trung Quốc gọi là khu vực của những dân tộc Bách Việt được đặt tên là "Văn Hóa Đồ gốm hoa văn in" (Ấn Văn Đào Văn Hóa). Về trình độ, văn hóa này tương đương với trình độ của văn hóa Phùng Nguyên tại vùng châu thổ sông Hồng, nhưng những sản phẩm đồ gốm của họ cũng khác hẳn với những sản phẩm đồ gốm tìm được trong những cuộc khai quật khảo cổ tại Việt Nam về phương diện trang trí và hình dạng. Càng về sau, trong lúc những sản phẩm đào được tại Việt Nam tiếp tục giữ những đặc tính cơ bản của mình thì những sản phẩm đào được tại vùng Giang Nam đã ngày càng mang thêm ảnh hưởng của vùng Hoa Bắc, với những hoa văn phảng phất trang trí của đồ đồng thời Thương Chu.

Một số những hiện vật đặc trưng của văn hóa Giang Nam cũng đã đào được tại Việt Nam, tuy với một số lượng ít ỏi, trong khi một số những hiện vật đặc trưng của dân Lạc cũng đã đào được tại vùng Giang Nam. Điều này cho thấy giữa hai vùng có một quan hệ thương mại nào đó. Đặc biệt sang thời đại đồng thau, sự khác biệt giữa hai vùng càng được thấy rõ rệt. Trống đồng, đặc trưng của văn hóa Đông Sơn hầu như không được thấy tại vùng Hoa Nam này. Tại Hoa Nam, trừ vùng Tấn Ninh (Vân Nam) nơi người ta đã phát hiện được một số đồ đồng mang phong cách văn hóa Đông Sơn như trống đồng loại 1, dao găm chắn tay ngang với lưỡi hình lượn sóng vân vân, còn toàn bộ vùng Giang Nam rộng lớn còn lại, từ Hồ Nam, Hồ Bắc qua đến Giang Tây, Triết Giang, Phúc Kiến, Quảng Đông, Quảng Tây cho đến nay người ta không hề tìm thấy được vết tích nào của nền văn hóa Đông Sơn. Hầu hết những đồ đồng tìm được trong vùng này đều mang phong cách của nước Sở hay là của văn hóa Đông Chu.

Những chứng tích khảo cổ học đó đã lại một lần nữa xác định sự khác biệt giữa người Lạc, tổ tiên của chúng ta, và những tộc người mà người Hán xưa gọi là Bách Việt hoặc Việt nhân hoặc Di Việt. Vậy thì tại sao tổ tiên chúng ta đang từ Lạc trở thành Việt?

Những sách cổ nhất của Trung Quốc nói về dân ta không nói đến tên Việt. Phải sang đến đời Đông Hán, đặc biệt là sau cuộc chinh phục của Mã Viện, từ Việt mới được ghép vào với từ Lạc, trở thành Lạc Việt, để chỉ những người dân tại vùng châu thổ sông Hồng và sông Mã. Tại sao lại có sự thay đổi như vậy về phía những người Trung Quốc? Và tại sao người mình lại chấp nhận từ Việt do Trung Quốc áp đặt thành tên của dân tộc mình để rồi nhiều người sau này lại còn đi tìm nguồn gốc dân tộc từ những tộc Bách Việt ở Giang Nam cũng như là còn nhận quàng cả những tác phẩm như Kinh Dịch của Trung Quốc làm của mình?

Đây là một vấn đề phức tạp và tế nhị có liên quan cả đến tự ái dân tộc. Theo thiển ý, người Trung Quốc trong cái niềm tự hào bá quyền nước lớn, luôn luôn giả sử rằng những dân tộc có "may mắn" được họ chinh phục dần dà sẽ được khai hóa để trở thành người Hoa. Quá trình tiến hoá này theo họ sẽ đi từ "man di" tức là hoàn toàn không có chút ảnh hưởng văn hóa Hoa Hạ sang "Việt" để rồi cuối cùng trở thành Hoa. Đối với người Hán, dân "man" ở Giao Chỉ sau mấy trăm năm tiếp xúc với văn hóa Hán đã bắt đầu được khai hóa đủ để có thể trở thành Việt. Và để cho thấy sự khác biệt giữa tộc Việt mới này với những tộc Việt khác ở vùng Giang Nam, chữ Lạc đã được thêm vào cũng như là từ Điền Việt đã được người Hán ghép vào để chỉ những dân tộc thuộc văn hóa Điền cổ xưa ở Vân Nam ngày nay.

Thế còn dân ta tại sao lại chấp nhận cái tên "Việt"? Trái với người Nhật mà nền văn hóa có cơ hội được phát triển độc lập không bị những áp lực từ bên ngoài, tổ tiên chúng ta đã phải đấu tranh không ngừng để có thể tồn tại.

Dưới ách thống trị của người Hán, và nhất là sau cuộc khởi nghĩa của Hai Bà Trưng thất bại, tầng lớp quý tộc cai trị cổ truyền đã bị tiêu diệt và việc đấu tranh để bảo tồn những giá trị văn hóa và tinh thần dân tộc đã phải đứng sau cuộc đấu tranh để có thể tồn tại dưới một chế độ cai trị bóc lột, tàn ác và ngoại lai. Trong cuộc đấu tranh này, những giá trị nào mà không có một đóng góp trực tiếp vào sự tồn tại đều phải bị gạt bỏ. Trong trường hợp đó, việc chấp nhận từ Việt có một giá trị sinh tồn tương đối giúp người Lạc có một chỗ đứng trong vũ trụ quan của thế giới người Hoa để mở đường cho những tự hào về sau này trong câu thơ của Lý Thường Kiệt, "Nam Quốc sơn hà nam đế cư." Bởi vì dù sao chăng nữa, "Việt" tuy rằng đứng ngoài vòng kiềm tỏa của "lễ nghĩa" nhà Chu nhưng cũng là có văn minh. Theo Tư Mã Thiên, thủy tổ của nước Việt đời Xuân Thu là con cháu Đại Vũ.

Vài nhận xét về từ "Giao Chỉ"

Từ "Giao Chỉ" lần đầu tiên được áp dụng để chỉ nước ta là vào thời Triệu Đà. Triệu Đà sau khi diệt An Dương Vương bèn chia nước Âu Lạc ra làm hai quận, Giao Chỉ và Cửu Chân đặt hai quan sứ cai trị. Nhưng từ Giao Chỉ này có nguồn gốc xa xưa hơn. Theo Trần Văn Giáp, nghĩa chính và nghĩa cổ nhất của Giao Chỉ được lấy từ thiên Vương Chế của Lễ ký. Theo thiên này thì nam man có một đất gọi là Điêu Đề Giao Chỉ; có ý nói ở đất đó, người ta khi nằm thì đầu hướng ra ngoài, chân duỗi vào phía trong và gác chéo lên nhau. Một số học giả người Hoa, và một số học giả Việt Nam cũng dựa vào đó mà khẳng định rằng người Hoa đã biết đến đất ta từ thời Chu. Nhưng nếu xét kỹ trong Lễ ký thì đoạn văn này nói đến việc nước Trịnh. Trong thời Chu, Trịnh là một nước ở tỉnh Hà Nam tồn tại từ khoảng 774 đến 500 TCN thì bị nước Hán diệt. Nếu xét vào bối cảnh không gian và thời gian lúc đó, thì từ "nam man" này chỉ có thể chỉ đến những dân tộc ở vùng lưu vực sông Trường Giang hoặc xa hơn nữa tối đa là đến lưu vực sông Tây Giang là cùng. Điều mỉa mai là từ Giao Chỉ này đã tồn tại và gắn liền với Việt Nam từ đó đến nay. Dưới thời Minh, vùng biển ngoài khơi Việt Nam được người Minh gọi là Giao Chỉ hải. Người Bồ Đào Nha đọc trại ra thành Cochin để rồi từ đó có danh từ Cochinchina để chỉ miền Nam Việt Nam. Thành ra mặc dầu không chỉ vùng đất của dân tộc ta, từ này vẫn gắn liền với vùng đất này.

Chương 5. Giai đoạn Bắc thuộc lần thứ 2: Từ Mã Viện đến cuộc khởi nghĩa của Lý Bí

Tại Trung Quốc từ cuối đời Tây Hán, các nhà hào gia, bao gồm bọn quý tộc, địa chủ, các thương nhân giàu có càng ngày càng có ảnh hưởng nhiều về chính trị và xã hội. Sang đời Đông Hán, tình trạng này càng trở trên trầm trọng hơn. Tuy rằng vào buổi đầu, các hoàng đế Đông Hán có áp dụng một số biện pháp mới nhằm cấm các hào gia cướp đất của nông dân nghèo nhưng cũng không ngăn chặn được bao nhiêu. Các hào gia nuôi cả ngàn "tân khách," nắm trong tay cả chục ngàn mẫu ruộng, hàng chục ngàn nông dân, nô tỳ làm vương làm tướng một cõi. Mã Viện, chẳng hạn, được tả là có ba ngàn "thực khách" trong nhà.

Càng về sau tình hình lại càng tệ hơn, thành lập chế độ mà ta tạm gọi là "chế độ môn phiệt" trong đó những họ lớn được coi là "danh gia, vọng tộc" nắm quyền chính trị, được pháp luật bảo hộ có ưu thế tuyệt đối về kinh tế. Theo Tư Mã Quang, thì "cử người hiền không ngoài thế tộc, pháp luật không đụng đến quyền quý" và "thượng phẩm không có người nghèo; hạ phẩm không có thế tộc." Vào cuối đời Đông Hán những giòng họ này tổ chức những đạo quân riêng tự chiếm một số vùng hoặc để tự bảo vệ, hoặc để ủng hộ cho những thế lực cát cứ, tỷ như My Trúc mang tài sản của mình ra để trợ giúp cho Lưu Bị. Một số tướng lãnh của Tào Tháo như Hứa Chử, Điển Vi là những tướng bộ khúc, tức là xuất thân từ những đạo quân riêng của các hào tộc.

5.1 Tình hình kinh tế xã hội Giao Chỉ sau cuộc chinh phục của Mã Viện

Chế độ môn phiệt tại Giao Chỉ

Tình hình ở Trung Quốc đã vậy, đất Giao vốn nội thuộc vào triều Hán cũng không thể tránh được. Tại Trung Quốc sự phát triển của chế độ môn phiệt bắt đầu từ việc bỏ chế độ "tỉnh điền" dưới đời Tần giúp cho những nhà có tiền có thể có cơ hội thu góp ruộng đất của những nông dân nghèo mà xây dựng thế lực của mình. Dưới xã hội Lạc, từ thời Hùng Vương cho đến cuộc nổi dậy của Hai Bà Trưng, ruộng đất là của chung của công xã. Các Lạc tướng chỉ được hưởng một phần lợi nhuận thu được qua những ruộng đất công này. Có thể các Lạc tướng được hưởng một phần ruộng công mà các thành viên của công xã phải canh tác cho Lạc tướng cũng như các Lạc tướng được hưởng một phần những sản phẩm thủ công mà các thành viên của công xã tạo ra. Nhưng sau cuộc chinh phục của Mã Viện, những chính sách về ruộng đất tại Trung nguyên cũng được đem ra áp dụng tại Giao Chỉ, nhất là tại những nơi có quân Hán đồn trú. Có thể rằng chính sách thuế phú nặng nề của Đông Hán cũng là một yếu tố quan trọng dẫn đến việc một phần những ruộng công của công xã biến thành tư điền của những hào tộc. Cũng có thể rằng các quan lại Hán cũng dùng những thủ đoạn như Pháp tại Nam Kỳ khi sang đô hộ Việt Nam, lấy những đất hoang mới do nông dân khai khẩn cấp cho những hào tộc làm của tư.

Dù sao chăng nữa tuy rằng Hán và các triều đại sau này chưa bao giờ biến được tất cả các ruộng công thành tư điền (Công điền tại miền Bắc Việt Nam tồn tại cho đến khi Cộng Sản miền bắc quốc hữu hoá tất cả ruộng đất vào năm 1956-57) nhưng số ruộng đất tư hóa cũng đủ để nuôi dưỡng một tầng lớp quý tộc điền chủ mới tại Giao Chỉ.

Giai cấp quý tộc mới đó bao gồm những thành phần nào? Khoảng trên một trăm ngôi mộ gạch đời Đông Hán đã được các nhà khảo cổ khai quật từ khoảng những năm 1930 trở về sau. Những ngôi mộ này có niên đại từ nửa sau của thế kỷ thứ 1 sau Công nguyên cho đến cuối thế kỷ thứ hai tức là từ sau cuộc chinh phục của Mã Viện cho đến đầu thời Tam Quốc.

Những mộ này, và những đồ tùy táng cho ta thấy nhiều dữ liệu về tầng lớp quý tộc mới tại Giao Chỉ. Về phương diện cấu trúc và trang trí, các ngôi mộ này hoàn toàn mang các đặc tính Hán. Các đồ tùy táng, ngoài một vài ngoại lệ, hầu hết tương tự như đồ tùy táng đào được tại những ngôi mộ cùng thời ở phía Nam sông Hoàng Hà tại Trung Quốc. Điều đó cho thấy tầng lớp quý tộc Giao Chỉ mới này nếu không phải là thuần túy Hán thì cũng là bị Hán hóa rất nhiều và chấp nhận văn minh Hán một cách toàn diện. Khối lượng và sự phong phú của các đồ tùy táng, bao gồm từ những đồ trang sức, vũ khí, đồ gốm cho đến nhạc cụ, bút nghiên cho thấy những người được chôn trong các mộ này rất giầu có và có một đời sống xã hội phong phú. Điều này chứng tỏ rằng họ đã đông đủ để tạo thành hẳn một giai cấp trong xã hội.

Trong những đồ tùy táng tìm được có một số những mô hình nông trại bằng đất nung. Mô hình những nông trại này cho thấy, nhà cửa kho đụn, giếng bếp được bao bọc bởi những lớp tường cao giống như những pháo đài. Những mô hình này tương tự như những mô hình tìm được trong những ngôi mộ bên Trung Quốc cùng thời kỳ. Điều đó cho thấy rằng tương tự như những vọng tộc bên Trung nguyên, tầng lớp quý tộc mới này là những điền chủ lớn và họ cũng nuôi trong nhà nhiều tân khách các loại.

Tuy rằng trống đồng Đông Sơn không có mặt trong những món đồ tùy táng tại những ngôi mộ này, nhưng một số vật khác, nổi tiếng nhất là bộ chân đèn tìm thấy tại một ngôi mộ ở Lạch Trường trong đó chân đèn là tượng một người quỳ với vẻ mặt hoàn toàn không phải là người Hán cùng với khoảng mười bức tượng nhạc công khác cho thấy càng về sau, ảnh hưởng của địa phương càng bắt đầu xâm nhập vào tầng lớp quý tộc này. Và với sự Việt hóa tầng lớp quý tộc lãnh đạo địa phương thì quyền lợi của họ với quyền lợi của các quan lại thống trị Đông Hán gởi sang càng ngày càng cách biệt.

Các cuộc nổi dậy và chính sách "nhu viễn"

Các cuộc nổi dậy đầu tiên chống Hán sau Mã Viện bắt đầu từ quận Nhật Nam, nơi quyền lực Hán yếu nhất. Năm 100 sau Công nguyên, hơn 2.000 dân huyện Tượng Lâm nổi loạn, cướp bóc và đốt cháy ly sở cai trị. Hán phản ứng bằng cách gửi một đạo quân từ các huyện phía Bắc xuống. Sau khi dẹp yên cuộc nổi loạn, triều Hán phải đặt riêng một đội quân đặc biệt để canh giữ. Nhưng đến năm 136 sau Công nguyên lại có một cuộc nổi dậy khác và lần này quyền lực Hán không thể nào phục hồi được như trước nữa.

Theo *Hậu Hán thư* năm 136 sau Công nguyên một nhóm dân tên là Khu Liên, từ ngoài biên thùy tiến vào tấn công Tượng Lâm, đốt cháy phủ trị và giết các quan lại. Thứ sử Giao Chỉ Phàn Diễn mộ một đạo quân trên mười ngàn người từ các quận Giao Chỉ và Cửu Chân đến chinh phạt. Tuy nhiên đám quân này không những không chịu đi xuống phía Nam mà lại nổi loạn, tấn công và phá hủy các phủ trị tại chính các quận này. Khi một thái thú khác, Giả Xương của Hán dẫn một toán quân khác đi vào Nhật Nam thì cũng bị các toán quân nổi loạn vây chặt.

Khi tin dữ này được báo về kinh đô Lạc Dương, lúc đầu triều đình nhà Hán đã định cử một đạo quân 40.000 người lấy từ bốn tỉnh vùng sông Hà và sông Giang nhưng sau đó đã bỏ kế hoạch qua lời khuyên của một vị quan là Lý Cố, chủ trương hòa giải và dụ dỗ thay vì dùng võ lực. Chính sách này một phần phản ánh sự suy thoái của triều đình Hán lúc đó, nhưng cũng phản ánh một sự thật về địa dư. Hán có thể gửi một đạo quân chinh phục vùng đất xa xôi này nhưng nếu muốn cai trị nó thì đòi hỏi phải tốn rất nhiều nhân lực và tài lực và một quyết tâm hiếm có. Giao Chỉ đối với triều Hán chỉ là một thuộc địa viễn phương và khi triều đình trung ương bắt đầu suy đồi thì vùng viễn phương là vùng đầu tiên bị bỏ rơi. Thành ra thay vì cử một đạo quân đàn áp, Hán triều theo lời khuyên của Lý Cố cử hai vị quan giỏi xuống miền Nam, Trương Kiều được cử làm thứ sử Giao Chỉ và Trúc Lương làm thái thú Cửu Chân. Trương Kiều đã nổi tiếng trong việc bình phục các bộ lạc người Khương ở Tứ Xuyên, còn Trúc Lương đã bình định các đám nổi loạn tại Trường Sa.

Năm 138 sau CN, Trương Kiều đến Giao Chỉ và đưa ra những chính sách hòa giải. Dân chúng đã mệt mỏi với loạn ly muốn yên ổn. Trương Kiều và Trúc Lương đã dụ hàng được những người nổi dậy. Tuy nhiên, yên ổn này chẳng kéo dài được bao lâu. Sau khi Trương Kiều trở về Bắc, năm 144 CN lại xảy ra một đợt nổi loạn khác. Cũng như lần trước, cuộc nổi dậy bắt đầu từ Nhật Nam và kéo theo các cuộc nổi loạn tương tự tại Cửu Chân và Giao Chỉ. Lại một lần nữa, triều đình Hán dùng chính sách phủ dụ kêu gọi những người nổi loạn trở về.

Từ đời Hoàn Đế trở đi, nhà Đông Hán bước vào giai đoạn suy đồi, loạn lạc nổi lên khắp nơi, báo hiệu cho giai đoạn Tam Quốc. Thành ra các dân không phải Hán tộc tại khắp các nơi đều muốn khởi nghĩa mong thoát khỏi gông cùm cai trị. Đất Giao Chỉ cũng không khác. Năm 157 CN, một cuộc nổi dậy bắt đầu tại huyện Chu Phong, một huyện miền núi nằm giữa sông Mã và sông Cả thuộc quận Cửu Chân, Thanh Hóa hiện nay. Một lãnh tụ địa phương tên là Chu Đạt nổi lên chiếm huyện lỵ và giết viên huyện lệnh. Chu Đạt sau đó mang một toán quân khoảng bốn năm ngàn người tiến về quận lỵ Cửu Chân. Thái thú Cửu Chân là Nghê Thí bị giết. Cùng lúc, quận Nhật Nam cũng nổi dậy. Tuy nhiên sau đó cuộc nổi dậy bị dẹp yên. Năm 160, Cửu Chân và Nhật Nam lại nổi dậy. Triều đình Nhà Hán phản ứng bằng cách bổ nhiệm lại Hạ Phương làm thứ sử Giao Chỉ. Hạ Phương là người đã bình định được cuộc nổi dậy năm 144 bằng phương pháp hòa bình và được dân chúng yêu thích. Phương sang Giao Chỉ và áp dụng một chính sách hòa giải làm yên được các cuộc nổi loạn.

Lúc này, không phải chỉ có miền Nam mới có biến động, ở phương Bắc tại các vùng núi hiện nay thuộc các tỉnh Quảng Tây và Quí Châu, cũng thuộc Giao Chỉ bộ, các dân tộc thiểu số cũng vùng lên. Năm 178 thái thú quận Nam Hải (Quảng Châu hiện nay) nổi loạn. Dưới sự lãnh đạo của một người tên là Lương Long, toàn thể các quận thuộc Giao Chỉ bộ đều nổi lên. Đây là lần đầu tiên toàn thể các quận thuộc Giao Chỉ bộ nổi dậy một lúc như vậy. Thứ sử châu Ngung bất lực. Năm 181, Hán cử Chu Tuấn xuống chinh phục lại Giao Chỉ. Chu Tuấn là một trong những tướng tài của nhà Hán, sau này có công trong việc dẹp loạn Khăn Vàng và là người đỡ đầu cho Lưu Bị, người sáng lập ra nhà Thục Hán về sau. Chu Tuấn chia quân ra làm hai đạo và trước khi đi xuống miền Nam, cử người xuống trước dụ dỗ các phần tử thân Hán. Chu Tuấn thành công trong việc dẹp yên được cuộc nổi dậy này, Lương Long bị bắt đem giết. Nhưng chẳng bao lâu sau tình trạng loạn lạc lại bùng lên. Phía Bắc loạn Khăn Vàng bùng nổ, Chu Tuấn bị kêu

trở về Bắc để lại con là Chu Phúc cai trị thay thế. Đến năm
184, dân chúng lại nổi lên giết thứ sử. Hán cử Giả Sung,
một viên quan thanh liêm sang làm thứ sử.

Giả Sung đến nơi, đưa ra một bản bố cáo gồm năm
điểm, trong đó quan trọng nhất là điều thứ năm, hứa sẽ
chọn những người tốt cho làm quan. Với chính sách này
hoà bình được nhanh chóng vãn hồi. Nhưng Giả Sung chỉ
cai trị được ba năm rồi được thăng thưởng và bổ nhiệm lên
phương Bắc. Chính sách của Giả Sung bổ nhiệm những
viên chức thanh liêm từ các đại gia địa phương là một cơ
hội lớn cho những gia đình quý tộc Hán Việt tại đây, mở
đường cho những cố gắng đầu tiên giành tự trị cho địa
phương và sau này là độc lập.

Năm 196, đế quốc Hán tan rã thành nhiều sứ quân,
khởi đầu cho giai đoạn Tam Quốc trong lịch sử Trung Hoa.
Phía Bắc họ Tào sẽ thành lập nhà Ngụy vào năm 220, sau
đó họ Lưu tại Tứ Xuyên và họ Tôn ở Nam Kinh cũng sẽ lần
lượt lập ra các nhà Thục Hán và nhà Ngô.

Phản ánh uy quyền gia tăng của địa phương với trung
ương, nhà Hán phải lập ra chức Mục Bá trao quyền hành
rộng rãi cho các thứ sử địa phương. Nhưng Giao Chỉ bộ
không được quyền lợi này. Trong giai đoạn này thứ sử
Giao Chỉ là Trương Tân. Tân là một người rất mê đạo Lão.
Vì đạo Lão là một yếu tố quan trọng trong việc nổi loạn
Khăn Vàng cho nên điều này có thể giải thích vì sao
Trương Tân lại bị đổi đi Giao Chỉ thay vì được giữ một
chức vị khác ở Trung nguyên. Nhưng quyền hành thật sự
trong quận Giao Chỉ lúc đó nằm trong tay Sĩ Nhiếp giữ
chức thái thú quận Giao Chỉ. Tân phải lo cho hai quận
Thương Ngô và Uất Lâm ở phía bắc Giao Chỉ bộ vốn đang
bị Lưu Biểu lĩnh chức Kinh Châu mục dòm ngó. Cuộc
chiến giữa Tân và Biểu diễn ra thường xuyên. Nhiếp lúc đó
ủng hộ Tân. Triều đình Hán thì quá xa để có thể giúp gì cho

Trương Tân ngoài việc chuyển bộ Giao Chỉ thành Giao Châu và phong Tân làm Giao Châu mục. Năm 205, Tân bị chính một bộ tướng của mình ám hại. Lưu Biểu lập tức sai Lại Cung sang thay thế Tân. Hán triều phản ứng bằng cách phong cho Sĩ Nhiếp làm An Viễn tướng quân coi cả bảy quận của Giao Chỉ bộ và giao cho Nhiếp việc kháng cự lại Lưu Biểu. Với Sĩ Nhiếp, giới môn phiệt Hán Việt đã đạt được quyền lực tối cao tại Giao Chỉ.

Những tài liệu về lịch sử trên đây cho thấy, mặc dầu bị thâm nhiễm sâu xa văn hóa Hán và có thể hầu hết là người Hán, nhưng tầng lớp quý tộc mới này, tạm gọi là lớp quý tộc Hán Việt dần dà đã Việt hóa và trở thành tầng lớp lãnh đạo hầu hết các cuộc khởi nghĩa chống lại sự thống trị của các triều đại Trung Quốc sau này. Có nhiều lý do để giải thích sự kiện đó. Giao Chỉ là một trong những nơi mà chính quyền Trung Quốc dùng để lưu đày những thành phần bị coi là chống đối với vương triều đương thời hoặc là những kẻ bị thất thế trong những cuộc đấu tranh nội bộ giành quyền lực trong triều đình. Những người này, khi xuống miền nam, đã có sẵn tinh thần chống đối với chính quyền phương Bắc và dễ dàng hội nhập vào xã hội sở tại cũng như là lãnh đạo các cuộc chống đối.

Mặt khác, Giao Chỉ là đất cực nam của đế quốc Hán, số lượng những người Hán di cư xuống ở Giao Chỉ không có bao nhiêu vì vậy những gia đình Hán định cư tại đây, dần dà bị hấp thụ vào trong xã hội Lạc. Một trong những trường hợp điển hình của việc này là Lý Bí tức Lý Nam Đế.

5.2 Sĩ Nhiếp và sự hình thành tầng lớp môn phiệt Lạc Việt

Lý Bí là người Việt đầu tiên xưng đế hiệu, tách mình ra khỏi đế quốc Hán tộc. Theo *Đại Việt Sử Ký Toàn Thư*,

Lý Bí người Long Hưng, Thái Bình, có tổ tiên là người Hán. Vào cuối đời Tây Hán, khổ vì loạn lạc, gia đình tổ tiên ông lánh sang ở Giao Châu, sau bảy đời trở thành người Nam. Trường hợp Lý Bí có thể so sánh với trường hợp Sĩ Nhiếp. Tiên tổ của Sĩ Nhiếp, vốn người Vấn Dương nước Lỗ, thời Vương Mãng cũng lánh nạn sang châu Giao đến đời thứ sáu là Sĩ Nhiếp (*Tam Quốc Chí* - Sĩ Nhiếp truyện). Như vậy, thế hệ mà tổ tiên Lý Bí bắt đầu được coi là người Nam nằm đúng trong thời Sĩ Nhiếp cai trị vùng đất Giao Chỉ. Trường hợp Lý Bí không phải là trường hợp độc nhất của một gia tộc người Hán trở thành người Nam trong thời đại của Sĩ Nhiếp. Để tìm hiểu lý do có sự chuyển biến này, ta phải quay lại một chút về những gì xảy ra tại Trung Quốc và Giao Châu trong thời Tam Quốc.

Trước hết ta thử tìm hiểu về Sĩ Nhiếp. Tổ tiên họ Sĩ gốc ở Sơn Đông, chạy loạn Vương Mãng cuối đời Tây Hán xuống định cư tại Thương Ngô, trị sở của Giao Chỉ bộ lúc đó. Gia đình họ Sĩ là tiêu biểu cho những gia đình di dân người Hán tại vùng đất thuộc địa này. Họ được triều đình thống trị Trung Quốc ưu đãi vì coi như là những đại diện cai trị. Mặt khác, họ lại có những liên hệ mật thiết với dân chúng Lạc địa phương. Dưới đời Hoàn Đế nhà Đông Hán, Sĩ Tứ được bổ nhiệm làm thái thú Nhật Nam, khởi đầu cho việc tham chính của dòng họ Sĩ.

Sĩ Nhiếp là con trưởng của Sĩ Tứ. Sinh năm 137, thời trẻ Nhiếp đã từng đến Dĩnh Xuyên để học kinh Xuân Thu và kinh Thư với Lưu Tử Kỳ. Sau khi đậu Hiếu liêm, Nhiếp được cử vào triều lĩnh chức thượng thư lang. Khi cha chết, Nhiếp trở về quê ở Thương Ngô. Hết tang, Nhiếp được cử Mậu tài và được bổ làm huyện lệnh tại Tứ Xuyên. Khi Giả Sung sang làm thứ sử, Nhiếp được thăng thái thú Giao Chỉ. Giữa Nhiếp và Chu Phúc con Chu Tuấn có một sự cạnh tranh kịch liệt. Phúc là người ngoài, chỉ tùy thuộc vào đội quân riêng gồm những người Hán đi theo mình, trong khi đó Nhiếp là một người địa phương, có một sự ủng hộ rộng lớn trong dân chúng. Sử Trung Hoa chép, Phúc bị giết bởi đám cướp người Man, ta có thể nghi ngờ rằng có bàn tay Sĩ Nhiếp trong việc này, vì khi Phúc chết, Nhiếp đã nhanh chóng nắm lấy quyền kiểm soát toàn bộ Giao Chỉ. Nhiếp phong cho ba người em làm thái thú Hợp Phố, Cửu Chân và Nam Hải.

Cũng trong lúc này, nhiều chuyện quan trọng xảy ra ở phương Nam. Năm 192, một người tên là Âu Liên nổi lên giết huyện lệnh Tượng Lâm, và tự xưng làm vua, thành lập ra nước Lâm Ấp. Cùng lúc với sự xuất hiện của Lâm Ấp là sự phát triển của vương quốc Phù Nam. Phù Nam được thành lập vào thế kỷ đầu tiên sau Công nguyên tại đồng bằng sông Cửu Long. Sang thế kỷ thứ hai, vua nước Phù Nam mở rộng đất đai bằng cách tấn công các nước láng giềng, chinh phục hơn mười vương quốc dọc theo đường hàng hải tới tận bán đảo Mã Lai và Sumatra. Thủ đô của Phù Nam, Óc Eo, đã cho thấy nhiều bằng chứng có liên hệ với phương Tây. Các đồng tiền cổ La Mã có khắc hình Antonius Pius và Marcus Aurelius đã được tìm thấy tại đây. Năm 166, một nhóm thương gia tự xưng là đại diện của Marcus Aurelius đã đến Long Biên lỵ sở của Giao Chỉ Quận, trên đường đi đến kinh đô nhà Hán tại Lạc Dương. Thời gian này chính là thời gian cực thịnh của Phù Nam với toàn bộ đường hàng hải từ eo biển Malacca cho đến Giao Chỉ nằm trong tay sự kiểm soát của vương quốc này. Liên lạc giao dịch giữa Đông và Tây Á trở nên yên bình, thành ra việc buôn bán giữa Đông và Tây trở nên tấp nập. Sự phồn vinh của Giao Chỉ dưới thời Sĩ Nhiếp một phần là hậu quả của chuyện đó. Và chính sự phồn vinh này đã mang lại sức mạnh kinh tế cho thế chính trị của Sĩ Nhiếp và giúp ông đối phó một cách hữu hiệu với tình thế biến đổi ở phương Bắc.

Xã hội Giao Chỉ dưới thời Sĩ Nhiếp

Những biến động tại Trung Quốc vào cuối đời Hán hầu như không có ảnh hưởng gì đến khu vực Sĩ Nhiếp cai trị. Lúc này là thời hoàng kim của nền văn minh thương mại Đông Nam Á và quận Giao Chỉ đóng một vai trò quan trọng trong nền văn minh này. Sĩ Nhiếp đóng đô tại Luy Lâu (gần Hà Nội) hiện nay. Luy Lâu là một trung tâm chính trị quan trọng ngay từ đầu thời Đông Hán. Đối với dân chúng, Nhiếp là một vị quan mẫu mực. *Tam Quốc Chí* của Trần Thọ nhận định về Sĩ Nhiếp như sau:

"Nhiếp có học vấn rộng rãi và rất rành việc cai trị. Đối với kẻ dưới khiêm cung, kính trọng kẻ sĩ, rộng lượng và cởi mở. Trong thời đại loạn, Nhiếp đã giữ yên ổn cho một vùng rộng lớn. Trong hơn hai mươi năm trời, ông đã ngăn chặn được biến loạn trong vùng khiến cho dân chúng có thể yên ổn làm ăn."

Tuy nhiên, như đã nói ở trên, sự phồn vinh của Giao Chỉ trong thời kỳ Sĩ Nhiếp chính trùng với việc phát triển và cực thịnh của một nền văn minh ở phương nam, nền văn minh Phù Nam. Điều này được chứng tỏ bởi sự hiện diện của những người sách Hán gọi là Hồ trong đám tòng nhân của Sĩ Nhiếp. *Tam Quốc Chí* chép:

"Mỗi khi Nhiếp ra ngoài, có nhã nhạc nổi lên, xe ngựa chiếm đầy đường, những tòng nhân người Hồ thắp nhang tháp tùng, thê thiếp hàng chục người đi theo trên những chiếc xe che kín."

Hồ là tên người Hán dùng để gọi những người Trung Á và Ấn Độ. Vào thời này, tại Bắc Ấn, đế quốc Kushana đang hưng thịnh, mở rộng các đường dây liên lạc thương mại và truyền bá Phật Giáo ra khắp châu Á. Giao Châu là

một nơi tiếp xúc chính của những nguồn ảnh hưởng từ
phương Tây tới. Đến đây là lúc chúng ta cần nói đến tình
hình Ấn Độ và việc phát triển Phật Giáo Đại Thừa.

Đế quốc Kushana và sự phát triển của Phật giáo tại Việt Nam

Cuộc xâm lăng Ấn Độ của Alexander Đại Đế đã để lại
một số những vương quốc do người Hy Lạp lập nên tại
miền Bắc Ấn, Pakistan và Afghanistan hiện nay. Những
vương quốc này dần dần hấp thụ và phối hợp văn hóa Ấn
Độ và Hy Lạp tạo nên một nền văn minh mới, văn hóa
Bactria. Đến đầu Công nguyên thì các vương quốc này bị
một nhóm người khác mới đến từ vùng Trung Á thay thế.
Những cuộc xâm lăng mở rộng cương vực của triều Hán đã
đẩy những dân du mục Trung Á, Hung Nô, Nguyệt Thị về
phía Tây và Nam. Một nhóm dân tộc này, sử Hán chép là
Đại Nguyệt Thị vượt qua hồ Aral tại Tây Bá lợi Á và dần
dà tiến về phía Ấn Độ. Thế kỷ thứ 1 sau Công nguyên,
Kujula Kadphises, vua Nguyệt Thị chinh phục vùng Bắc
Ấn và lập ra đế quốc Kushana, một đế quốc bao gồm một
vùng rộng lớn chiếm hầu hết Pakistan hiện nay và lan rộng
đến lưu vực sông Hằng.

Chính vào thời đại này, trong Phật Giáo xuất hiện một
thay đổi lớn. Phật Giáo nguyên thủy kể từ khi Phật Thích
Ca nhập Niết Bàn, đã được truyền bá đi khắp Ấn Độ nhưng
đến sau đời vua Ashoka (A-Dục) thì bắt đầu phân hóa và
suy thoái. Một số các trường phái mới xuất hiện với truyền
thống riêng và cung cách diễn giải những lời Phật dậy
riêng. Có tất cả 18 trường phái xuất hiện, mà một số sau
này sẽ hợp lại tạo ra Phật Giáo Đại Thừa. Theo truyền
thuyết, Phật Giáo Đại Thừa được thành lập vào khoảng thế
kỷ thứ ba trước Công nguyên bao gồm các giáo phái

Madhyamika (Bát Nhã), Yogacara, Saddhammapundarika (Diệu Pháp Liên Hoa) và Dhyana (Thiền ở Việt Nam và Trung Hoa, Zen tại Nhật Bản). Thế kỷ thứ 2 sau Công nguyên (cuối đời Hán và trước Sĩ Nhiếp khoảng 50 năm), nhà triết gia vĩ đại nhất của Phật Giáo Đại Thừa, Nagarjuna (ta gọi là Long Thụ Bồ tát) xuất hiện và chỉnh lý lại các giáo lý cũ. Ông và đệ tử ông là Aryadeva có thể coi như là những người sáng lập ra Phật Giáo Đại Thừa sau này. Quan điểm chính trong bộ kinh Đại Tạng của ông viết ra là cả chủ thể và khách thể trong vũ trụ đều là ảo ảnh và chỉ có một chân lý thật sự vượt ra ngoài mọi chuyện quán tưởng của con người mà ta chỉ đạt được khi "ngộ" đạo. Những ai đạt được mức ngộ đó tức là thành Phật.

Phật Giáo Đại Thừa xuất hiện và phát triển đúng vào lúc đế quốc Kushana đang thịnh. Cũng như sau này đạo Thiên Chúa La mã được các nước đế quốc phương Tây lợi dụng để bành trướng ảnh hưởng, đế quốc Kushana cũng dùng Phật Giáo Đại Thừa để tạo ảnh hưởng cốt nắm quyền kiểm soát các con đường thương mại giữa Đông và Tây. Các nhà truyền giáo được gởi đi qua hai ngả, mạn Bắc vượt qua vùng Trung Á theo con đường tơ lụa vào Trung Quốc và mạn Nam theo đường biển qua Tích Lan, Sumatra, Java, Phù Nam, Lâm Ấp, Giao Chỉ vào miền Nam Trung Quốc. Thành Luy Lâu lúc đó trở thành một trung tâm Phật học lớn cho toàn vùng. Những nhà sư truyền giáo từ Ấn Độ sang thường dừng bước tại Luy Lâu và những tăng lữ người Hoa sang Ấn Độ thỉnh kinh thường cũng dừng lại đây để học tiếng Sanskrit trước khi khởi trình.

Một trong những nhà sư nổi tiếng sử còn chép lại là Khương Tăng Hội. Ông không biết họ gì, chính tên của ông chỉ có nghĩa là vị sư người Khương tên là Hội. Khương là tên người Hoa gọi một sắc dân tại Trung Á, thuộc đế quốc Kushana hồi đó. Sử chép, gia đình Tăng Hội gốc người

Khương nhưng đã mấy đời sống tại Thiên Trúc (Ấn Độ). Đến đời phụ thân ông, buôn bán tại Giao Chỉ và định cư tại đây. Sau khi song thân mất, Tăng Hội, lúc đó mười tuổi, thụ nghiệp làm sư. Ông học tất cả các kinh điển của cả Phật lẫn Nho và có công phiên dịch nhiều cuốn kinh Phật từ chữ Phạn sang chữ Hán. Sau này ông vân du lên phía Bắc và lập ra nhiều ngôi chùa. Năm 247 sau Công nguyên, ông đến Kiến Nghiệp (Nam Kinh) thuyết phục Ngô chủ Tôn Quyền theo Phật Giáo và mang đạo Phật vào triều đình Ngô. Ông tạ thế năm 280 sau Công nguyên.

Khương Tăng Hội không phải là Hồ tăng độc nhất đến Giao Chỉ được ghi trong sử. Trong cuốn *Lịch sử Phật Giáo Việt Nam từ khởi thủy cho đến thế kỷ 13*, ông Trần Văn Giáp có chép đến một số người khác như một vị sư Thiên Trúc tên là Kalyanaruci đã dừng lại dịch kinh Phật tại Giao Chỉ vào thế kỷ thứ 3 và một vị sư Ấn Độ khác tên là Jivaka đã đến Phù Nam và sau đó đi dọc lên theo bờ biển làm nhiều phép lạ để sau cùng đến Lạc Dương vào cuối thế kỷ thứ ba. Những điều này cho thấy đất Việt Nam hồi đó phải là một trung tâm khá quan trọng trên đường truyền bá kinh Phật cũng như thương mại giữa hai nền văn minh Ấn Hoa. Liên hệ giữa những người lái buôn nước ngoài và sự phổ biến của Phật Giáo diễn tả một tình trạng tiêu biểu trong thời Sĩ Nhiếp. Dưới thời ông, Phật Giáo đã được truyền bá mạnh mẽ và có thể coi là đại biểu của nền văn hóa từ phương Nam đi lên.

Tổng hợp Nho Phật: Sự xuất hiện của văn hóa Lạc Việt

Song song với việc phổ biến Phật Giáo, là việc mở rộng Nho Học. Loạn lạc tại Trung nguyên đã khiến cho một số những học giả người Hán chạy xuống miền Nam. Đám

này gồm có một số Nho gia thật sự rành rẽ kinh sử đi theo
Chu Tuấn xuống miền Nam rồi tỵ nạn tại đây. Tuy rằng,
sau này khi Sĩ Nhiếp thần phục Tôn Quyền, một số đã trở
về Bắc hoặc chạy sang Thục theo Lưu Bị, nhưng trong lúc
ở lại đây họ đã đóng một vai trò quan trọng trong việc
truyền bá Nho giáo vào Giao Chỉ.

   Giai đoạn Sĩ Nhiếp là một giai đoạn thành lập của văn
hóa Lạc Việt. Cả ba trào lưu Nho, Phật, Lão đều được thịnh
hành. Đạo Phật, như đã trình bày rất thịnh, thành công
trong việc đi sâu vào trong lòng người dân Lạc và kết nạp
tôn giáo cổ thờ lâm thần và thủy thần của người Lạc thời
cổ. Trong khi đó Nho giáo trở thành ý thức hệ của tầng lớp
lãnh đạo phần lớn là người Hán di dân hoặc những thành
phần địa phương muốn được nhận vào hàng ngũ thống trị.
Đạo Lão được du nhập vào Giao Chỉ đồng thời với đạo
Nho. Lão giáo tuy hiện nay thường được coi như là một
đạo giáo yếm thế thoát tục, nhưng vào thời đó Lão giáo còn
có tinh thần chính trị rất mạnh chống lại chế độ phong kiến
nho giáo. Tinh thần đối kháng đó sau này sẽ được đồng hóa
vào tinh thần dân tộc của dân Lạc cổ tạo ra một đặc tính
của dân Việt hiện đại. Trong thời này đã có nhiều đạo sĩ đi
xuống miền Nam tu luyện và truyền đạo.

5.3 Từ Lạc đến Việt: Sự chuyển mình của dân tộc Việt Nam

   Cộng với nền văn hóa cổ truyền của dân Lạc, ba nguồn
văn hóa khác từ phương Nam lên và từ phương Bắc xuống
đã được dung hợp để tạo thành một nền văn hóa mới, nền
văn hóa Lạc Việt. Nhưng để đạt được sự dung hợp này, dân
Lạc cũng được nhờ vào một số những điều trùng hợp xảy ra
bắt họ phải tự tạo cho mình một sắc thái mới. Thứ nhất,
việc chia Giao Châu thành ra hai châu Quảng và Giao dưới

thời Tôn Quyền đã tách bốn quận miền Bắc thuộc các tộc Bách Việt cũ ra khỏi ba quận miền Nam thuộc văn hóa Lạc. Sự phân tách này đã khiến cho bốn quận trên mau chóng bị Hán hóa nhưng lại giúp cho vùng Giao Châu dưới sự cai trị của Sĩ Nhiếp cách ly được những áp lực trực tiếp do sự di cư của người Hán xuống miền Nam.

Sự cách ly đó có thể khiến đất Giao Chỉ hội nhập vào với nền văn hóa Nam phương từ Ấn Độ sang nếu không có sự kiện rằng vùng đất Nhật Nam đã tách ra từ cuối đời Đông Hán để trở thành nước Lâm Ấp. Những cuộc xâm lăng liên tục của Phù Nam và Lâm Ấp đã khiến dân Lạc đã không hấp thụ được nhiều những ảnh hưởng văn hóa từ phương Nam mà càng ngày càng gắn bó vào với nền văn minh Trung Quốc nhưng lại không trở thành một phần của Trung Quốc. Lạc đã trở thành Việt.

Họ Sĩ diệt vong

Cuộc đàn áp của Mã Viện với sự tiêu diệt tầng lớp lãnh đạo dân Lạc cũ tại Giao Chỉ cộng thêm với sự Hán hóa xã hội Lạc đã dập tắt một phần nào các sự chống đối chế độ cai trị của Hán trong nhiều năm tại Giao Chỉ. Chỉ đến khi một tầng lớp lãnh đạo mới, giai cấp quý tộc Việt nổi lên thì cuộc đấu tranh giành độc lập của dân tộc Việt Nam mới bắt đầu mạnh trở lại. Nhưng tại Cửu Chân, vốn là vùng đất biên duyên của xã hội Lạc cũ, tiến trình Hán hóa và đàn áp không được đẩy mạnh như tại Giao Chỉ. Và chính tại đây những thành phần cũ của xã hội Lạc đã nổi lên một lần chót trước khi tàn lụi để nhường chỗ cho một tầng lớp mới tiếp tục cuộc đấu tranh cho đến lúc thành công, đó là cuộc khởi nghĩa của bà Triệu. Nhưng để tìm hiểu cuộc khởi nghĩa này chúng ta phải trở lại bối cảnh của châu Giao đương thời và trước đó.

Sau cuộc đàn áp của Mã Viện, các cuộc khởi nghĩa của nhân dân Giao Chỉ và Cửu Chân đã trầm lắng trong một thời gian dài, nhưng tại Nhật Nam, vùng đất cực nam của đế quốc Hán, nền tảng của chính quyền cai trị không được vững mạnh. Chính vì vậy sự bóc lột của chính quyền Đông Hán đã khiến nhân dân nổi dậy và cuối cùng đã thành công trong việc thành lập một nhà nước mới, nhà nước Lâm Ấp mà sau này trở thành Chiêm Thành. Biên giới đế quốc Hán thu lại chỉ còn tới bờ sông Gianh (Linh giang). Được sự ủng hộ của đồng bào bên kia biên giới, nhân dân Cửu Chân đã nhiều lần nổi dậy chống lại Hán triều. Năm 144, nhân dân Cửu Chân nổi lên cùng với sự ủng hộ của một ngàn dân Nhật Nam đánh phá các thành ấp. Thứ sử Giao Châu là Hạ Phương đã mang quân đàn áp mạnh cuộc khởi nghĩa đó. Đến năm 157, trước sự tham tàn của tên huyện lệnh huyện Cư Phong, người huyện này là Chu Đạt đã nhóm họp nhân dân nổi lên giết huyện lệnh rồi tiến quân phá ly sở của quận Cửu Chân (Tư Phố).

Về cuối đời Đông Hán, chính sự trung ương suy đồi, các quan lại địa phương mặc tình tham nhũng bóc lột nhân dân khiến cho các cuộc khởi nghĩa càng ngày càng nhiều. Đặc biệt các cuộc khởi nghĩa này không những bao gồm chỉ dân Lạc không mà cả những người Hán ngụ cư và dần dà trở thành người Nam. Cuộc khởi nghĩa của Chu Đạt là một trường hợp điển hình. Chu Đạt, người lãnh đạo cuộc khởi nghĩa, không hề được nhắc tới trong sử Việt Nam. Trái lại cuộc nổi dậy này đã được nhắc nhiều tới trong sử Trung Quốc. Điều này có thể chỉ cho ta thấy rằng Chu Đạt không phải là người Lạc mà là người Hán. Cuộc khởi nghĩa của Chu Đạt không bị thất bại vì một lực lượng mang từ Trung Quốc sang nhưng đã bị thất bại khi bị đô úy Cửu Chân là Ngụy Lãng với một đạo binh địa phương khác đánh thua. Điều này cho thấy tầng lớp lãnh đạo Hán Việt vào thời này hãy còn chia rẽ chưa biết là Hán hay là Việt. Cuộc nổi dậy của Chu Đạt chỉ giới hạn trong địa phận Cửu Chân. Điều này chứng tỏ rằng xã hội Hán Việt hãy còn chỉ mới phát triển mạnh tại vùng trung ương mà chưa lan sang đến các quận ngoài biên. Ngoài ra việc Chu Đạt nổi lên tại huyện Cư Phong là một điều khác đáng chú ý. Cư Phong là một huyện miền núi của Thanh Hóa, Chu Đạt có thể là một viên chức coi giữ việc quân ở huyện này.

Tình hình xã hội trở nên ổn định hơn vào lúc mạt kỳ Đông Hán, khi Sĩ Nhiếp lên nắm chính quyền ở Giao Chỉ và mở cửa thông thương với vùng Đông Nam Á. Sĩ Nhiếp đầu tiên theo nhà Hán tại Lạc Dương, nhưng khi đế quốc Hán bị phân chia thành ba trong thời Tam Quốc thì Nhiếp hàng Ngô và được Ngô cho tiếp tục cai trị vùng Giao Chỉ và Cửu Chân. Sau khi Nhiếp chết, Tôn Quyền bắt đầu tìm cách lấy lại việc cai trị trực tiếp vùng này.

Khi họ Sĩ hàng Ngô, Tôn Quyền cử Bộ Trắc sang làm thứ sử châu Giao. Thủ phủ của châu Giao được đổi từ Thương Ngô sang Nam Hải (nay là Quảng Châu). Năm 211, khi Lưu Bị mang quân đánh Ngô báo thù cho Quan Vũ, Bộ Trắc mang theo mười ngàn binh sĩ Giao Châu về giúp Tôn Quyền chống lại Lưu Bị. Phá xong Lưu Bị, Bộ Trắc được Tôn Quyền giữ lại ở Hồ Nam để phòng Thục, và đưa Lữ Đại sang thay làm thứ sử Giao Châu đóng ở Nam Hải. Lữ Đại thấy châu Giao quá rộng nên đề nghị với Tôn Quyền tách Giao Châu ra làm hai với bốn quận phía Bắc (Nam Hải, Thương Ngô, Uất Lâm và Hợp Phố) lập thành một châu mới gọi là Quảng Châu, lỵ sở ở Nam Hải; còn ba quận còn lại (Giao Chỉ, Cửu Chân và Nhật Nam) làm Giao Châu. Việt Nam ngày nay và vùng Bách Việt cũ bắt đầu tách ra từ đó.

Sĩ Nhiếp chết vào năm 226 thọ được 90 tuổi. Ngay sau đó, Tôn Quyền phong Sĩ Huy con Sĩ Nhiếp làm An Viễn tướng quân. Tuy nhiên để giảm bớt uy quyền của họ Sĩ, Quyền đổi Huy sang làm thái thú Cửu Chân và cử Trần Thì sang làm thái thú Giao Chỉ, Đái Lương làm thứ sử Giao Châu. Khi Đái Lương và Trần Thì đến Giao Chỉ thì Sĩ Huy đã dàn quân tại biên giới ngăn chặn và cả hai phải dừng lại tại Hợp Phố. Trước sự chống đối của Sĩ Huy, Tôn Quyền phong Lữ Đại kiêm nhiệm thứ sử châu Giao và mang quân đánh Sĩ Huy. Đại dùng mưu dụ Sĩ Huy hàng rồi giết hết cả tông tộc họ Sĩ.

Hành động phản bội này đã khiến cho nhân dân châu Giao nổi dậy chống lại Lữ Đại. Đại đàn áp thẳng tay, giết chết hàng vạn người. Lữ Đại ở lại Giao Châu năm năm. Trong thời gian này hai châu Giao và Quảng lại được sáp làm một. Và mặc dầu những đàn áp tàn khốc của Lữ Đại, dân chúng trên toàn hai châu tiếp tục nổi dậy. *Tam Quốc Chí - Ngô thư* chép rằng "miền biên giới, bốn quận Nam Hải, Thương Ngô, Uất Lâm, Châu Quan vẫn chưa yên." Ngoài ra, trong suốt thời gian này, Lữ Đại chưa bao giờ thành công trong việc giữ ổn định vùng biên giới với Lâm Ấp. Và mặc dầu Đại nói đã bình định được Cửu Chân, nhưng ngay sau khi Đại rời nhiệm sở, Ngô đã phải cử Chu Trị mang quân sang Cửu Chân để "bình định đám Di Việt."

Lữ Đại bị gọi về Ngô vào năm 231 để trấn áp một cuộc nổi dậy khác ở Hồ Nam. Các quan lại nhà Ngô sang thay thế đã ra sức áp bức bóc lột nặng nề nhân dân châu Giao. Nông dân bị bắt đi lao dịch xa; thợ thủ công bị trưng dụng gởi sang Kiến Nghiệp, thương nhân bị cấm đi lại buôn bán. Các nguồn lợi về thương mại quốc tế nay bị thâu thắng về Ngô. Theo *Hậu Hán thư* "kẻ lữ hành không qua lại buôn bán, nhân dân không có của cải gì để sống, người nghèo khó chết đói đầy đường." Tình hình đã chín mùi để có một cuộc khởi nghĩa rộng lớn mới.

Bà Triệu khởi nghĩa: sự vùng dậy cuối cùng của xã hội Lạc cũ

Cuộc nổi dậy bắt đầu với việc xâm lăng của Lâm Ấp. Năm 248, Lâm Ấp mở rộng thế lực của mình lên phía Bắc, chiếm hết phần còn lại của quận Nhật Nam và tiến quân vào Cửu Chân. Một đội quân của Ngô đụng với quân Lâm Ấp ở biên giới Cửu Chân và bị thua. Nhân cơ hội, nhân dân toàn thể châu Giao nhất tề nổi dậy chống lại sự thống trị của triều đình Ngô. Một số huyện thành bị thất thủ, "toàn thể Giao Châu chấn động" (*Tam Quốc Chí - Ngô thư*). Nhà Ngô cử Lục Dận làm thứ sử Giao Châu lãnh chức An Nam hiệu úy (danh từ An Nam lần đầu tiên xuất hiện từ đây) mang tám ngàn quân sang đàn áp.

Lục Dận tiến binh vào Giao Chỉ, dùng mưu mô dụ dỗ mua chuộc khiến ba nghìn nhà ở Cao Lương dưới quyền thủ lãnh Hoàng Ngô đầu hàng. Sau đó Dận tiến binh vào Cửu Chân, một mặt dùng của cải tiền bạc mua chuộc những thủ lĩnh nghĩa quân, mặt khác ra sức trấn áp những lực lượng không chịu thần phục. *Ngô thư* chép Dận đã dụ hàng được hàng trăm thủ lãnh nghĩa quân và năm vạn nhà dân. Cuộc khởi nghĩa của bà Triệu chính nằm trong bối cảnh đó.

Theo các sử liệu Việt Nam, bà Triệu húy là Triệu thị Trinh sinh năm Bính Ngọ (226). Bà là em ruột Triệu Quốc Đạt, một tù trưởng ở Cửu Chân - điều này cho thấy bà là dòng dõi một lạc tướng của dân Lạc cũ. Năm 19 tuổi, (245) bà cùng anh chiêu mộ binh mã chuẩn bị chống Ngô. Có người khuyên bà lấy chồng, bà nói "Ta chỉ muốn cưỡi cơn gió mạnh, đạp luồng sóng dữ, chém cá tràng kình ở biển đông đánh đuổi quân Ngô, dựng lại giang sơn, cứu dân ra khỏi nơi đắm đuối chứ không chịu khom lưng làm tỳ thiếp người ta." Bà giết chị dâu, một tên phản nghịch, rồi cùng anh bỏ lên núi luyện tập sĩ tốt. Sau hai anh em khởi binh đánh phá quận huyện. Đến trận thứ 39 thì Triệu Quốc Đạt chết. Bà tự mình chỉ huy, xưng là Nhụy Kiều tướng quân.

Sau nhà Ngô sai Lục Dận cầm quân sang đánh. Tuy đã nhiều phen cùng bà giao chiến nhưng vẫn thua. Lục Dận phong bà là Lệ Hải Bà Vương định mua chuộc, nhưng bà không chịu. Quân Ngô rất sợ, thường có câu:

Hoành qua đương hổ dị
Đối diện Bà vương nan

(Có nghĩa là Vung giáo chống hổ dễ, đối diện Bà vương khó)

Về sau có kẻ phản bội, mách với Lục Dận rằng, bà là nữ tướng nên "ái khiết úy ô" (yêu cái trong sạch, ghét cái dơ bẩn). Quân Ngô bèn cởi trần truồng tới đánh. Bà hổ thẹn, giao quân cho ba tướng rồi lên núi Tùng Sơn, lập đàn minh thệ trời đất "sinh vi tướng, tử vi thần" (sống làm tướng, chết làm thần) rồi tự vẫn.

Câu chuyện này có nhiều tính chất thần thoại. Chúng ta khó có thể tin được một người nữ tướng kiên cường như bà Triệu lại có thể vì hổ thẹn bởi cái sự trần truồng của quân Ngô mà bỏ tướng, bỏ quân lên núi tự vẫn. Theo *Đại Việt Sử Ký Toàn Thư*, bà chống nhau với quân Ngô được năm sáu tháng, nhưng sau vì quân ít thế cô đánh mãi phải thua. Bà mang quân chạy đến Bồ Điền thì tự tử. Bấy giờ bà mới 23 tuổi.

Điều chắc chắn là việc bà Triệu khởi nghĩa hẳn là có thật. Không những ký ức của nhân dân Việt Nam còn nhớ bà mà cả các sách dã sử của Trung Quốc như *Nam Việt Chí* và *Giao Châu ký* cũng đều ghi lại hình ảnh bà Triệu, một người con gái cài trâm vàng, mang guốc ngà, cưỡi voi chiến đấu trước trận tiền. *Thái bình hoàn vũ ký*, một bộ sách đời Tống (thế kỷ thứ 10) cũng chép lại chuyện bà

Triệu nhưng đã đưa những hình ảnh xấu xa như nói bà Triệu "vú dài năm thước."

Đáng chú ý tại đây là tất cả các sách sử của ta đều chép cuộc khởi nghĩa của bà Triệu, kể cả bộ *An Nam Chí Lược* của Lê Tắc, một người Việt theo hàng quân Nguyên và chạy sang Trung Quốc khi quân Mông Cổ bị ta đánh thua, trong khi chính sử của Trung Quốc (*Tam Quốc Chí*) không hề nhắc đến tên tuổi bà. Điều đó cho thấy rõ những sự kiện của năm 248 đã được hai bên ghi nhớ lại một cách khác nhau. Đối với người Hoa họ chỉ ghi lại sự thành công của Lục Dận trong việc thu phục và dụ hàng những lãnh tụ nghĩa quân - có thể là những thành phần Hán Việt bất mãn vì chính sách bóc lột của Ngô. Còn đối với cuộc khởi nghĩa của bà Triệu, các sử gia Trung Quốc cho rằng đó chỉ là một cuộc nổi loạn bình thường của dân man di đương nhiên cần phải dập tắt và không có giá trị lịch sử để được ghi lại. Nhưng đối với dân Việt, cuộc khởi nghĩa của bà Triệu là sự kiện đáng ghi nhất của thời đại này. Sau Hai Bà Trưng, bà Triệu là đại biểu cho tinh thần bất khuất của dân Lạc vốn dù có bị Hán hóa một phần nhưng cũng không hề thay đổi.

Những sự kiện xảy ra trong năm 248 cho ta thấy một xã hội Lạc đang trên đà chuyển biến sang một xã hội mới. Chính sách bóc lột của nhà Ngô đã đẩy tất cả các tầng lớp trong xã hội, dù Hán dù Lạc vào vị thế chống đối. Cuộc xâm lăng của Lâm Ấp đã cung cấp tia lửa cho các cuộc nổi dậy này. Nhưng giai cấp lãnh đạo mới của Lạc Việt hãy còn phân rẽ, chưa quyết định mình là Hán hay là Việt. Chính vì thế khác với cuộc khởi nghĩa của Hai Bà Trưng, lần này không có một cuộc nổi dậy chung đoàn kết dưới lá cờ của một lãnh tụ độc nhất mà trái lại, ta có một số đông đảo những nhóm nhỏ chiến đấu riêng lẻ. Nhờ đó nên Lục Dận mới có thể thành công chiêu dụ những lãnh tụ nghĩa quân một cách tương đối dễ dàng. Nhưng nếu tầng lớp quý tộc Hán Việt mới phân rẽ và đầu hàng thì người dân Lạc qua bà Triệu đã vẫn tiếp tục chiến đấu. Bà Triệu là người đàn bà cuối cùng lãnh đạo một cuộc khởi nghĩa trong lịch sử Việt Nam. Thất bại của bà là dấu hiệu cáo chung của xã hội Lạc cổ truyền, một xã hội mà có thể đã phục hồi được phần nào dưới chế độ cai trị cởi mở của Sĩ Nhiếp. Sau bà Triệu, việc lãnh đạo cuộc đấu tranh giành độc lập chuyển sang tay một tầng lớp mới: tầng lớp thống trị Lạc Việt.

5.4 Việt và Chàm: Hai di duệ của xã hội Lạc

Việc chuyển biến xã hội dân Lạc ở vùng sông Hồng và sông Mã thành Việt đã được thúc đẩy mạnh hơn bởi sự đấu tranh với một chi nhánh khác cũng của nền văn hóa Lạc, nhưng lại ngả theo văn minh Ấn Độ. Đó là xã hội Lâm Ấp hay là Chiêm Thành. Sự hình thành và tồn tại của nước Lâm Ấp tại vùng cực nam của nước Văn Lang cũ đã là sự kiện quan trọng trong lịch sử nước Việt trong gần một thiên niên kỷ rưỡi. Phải cho đến khi nước Chiêm Thành hoàn toàn bị các chúa Nguyễn tiêu diệt vào thế kỷ thứ 17 thì mới kết thúc cuộc tranh chiến giữa hai giòng của một dân tộc gốc này. Nhưng trước hết chúng ta hãy thử tìm hiểu về sự xuất hiện của nước Lâm Ấp trong những năm đầu tiên của thiên niên kỷ thứ nhất.

Cương vực nước Lâm Ấp

Nước Lâm Ấp phát xuất từ huyện Tượng Lâm thuộc quận Nhật Nam xưa (nay thuộc tỉnh Quảng Nam). Nhật Nam có thuộc cương vực nước Văn Lang cũ hay không? Đó là một điều còn chưa xác định. Nước Văn Lang thời vua Hùng rộng lớn đến mức nào, đến nay không còn có một tài liệu nào xác định cả. Tất cả những điều viết về cương vực nước ta thời Văn Lang trong các chính sử như *Đại Việt Sử*

Ký Toàn Thư hoặc *Việt Sử Thông Giám Cương Mục* đều là những đoán phỏng của các cụ ta dựa vào những sự kiện đời sau. Ngay cả tên các bộ thuộc nước Văn Lang cũng là lấy tên các huyện thời Hán, Đường đặt ra cả. Về nước Âu Lạc cũng vậy. Phải đến khi Triệu Đà đánh chiếm Âu Lạc ta mới thấy chép Triệu Đà chia nước Âu Lạc thành hai quận Giao Chỉ và Cửu Chân. Khi nhà Hán chinh phục nước Nam Việt, ta cũng chỉ được thấy chép hai viên điển sứ nhà Triệu đến Hợp Phố đầu hàng nhà Hán mà không thấy nhắc nhở gì đến Nhật Nam cả.

Nhưng khi Hán Vũ Đế chia đất Nam Việt ra thành quận huyện thì ta lại thấy có tên Nhật Nam. Nhật Nam là bộ phận của đất Văn Lang và Âu Lạc từ trước hay là bị nhà Triệu đánh chiếm sau này rồi nhà Hán tiếp thu và đặt quận huyện? Hay là sau khi diệt được nhà Triệu, Hán đã phái quân lâu thuyền từ Hợp Phố vào chinh phục những bộ lạc từ Quảng Bình trở vào đến Quảng Nam để lập ra quận Nhật Nam? Điều đáng ghi nhận là tất cả những điều này đều có thể xảy ra được, nhưng chúng lại khó có triển vọng là đã xảy ra. Nhà Triệu, từ Triệu Đà trở về sau đều quá bận rộn với biên giới phía Bắc để nhắm đến phương Nam. Còn về nhà Hán, ta thấy cũng khó có khả năng xảy ra một cuộc viễn chinh như vậy. Ngay cả sau khi diệt xong nước Nam Việt, Lộ Bác Đức cũng đã ngần ngại không tiến quân vào đất Âu Lạc mà chỉ đóng quân tại Hợp Phố và cho người dụ hàng. Lại nữa, nếu có một cuộc tiến quân như vậy, chắc hẳn cũng sẽ được nhắc tới trong sử Trung Quốc. Nhưng *Hán thư* của Ban Cố cũng như *Sử ký* của Tư Mã Thiên đều không nhắc nhở gì đến chuyện đánh vào phương Nam cả. Thành ra quận Nhật Nam có khả năng nhiều là đất cũ của nước Văn Lang thời Hùng Vương như các sử gia cũ của ta vẫn khẳng định.

Những khai quật khảo cổ cho thấy những di tích của nền văn minh Đông Sơn đã có mặt tại Quảng Bình. Trống đồng Đông Sơn cũng được tìm thấy tại Kontum và nhiều nơi khác trong vùng Tây Nguyên. Điều đó cho thấy những cư dân tại đây nếu không phải là một thành phần của xã hội Lạc thì cũng có quan hệ mật thiết với xã hội Lạc của các vua Hùng. Có thể họ là một trong số mười lăm bộ tộc liên kết lại để bầu lên Hùng Vương và vì vậy sau đó bị sáp nhập vào với Âu Lạc rồi Nam Việt và sau cùng thuộc Hán. Nhưng trái với những cư dân tại vùng châu thổ sông Hồng hoặc sông Mã, đây là vùng biên viễn của đế quốc Hán và vì vậy họ đã mau chóng có cơ hội để thoát khỏi ách thống trị của Hán tộc.

Quận Nhật Nam dưới thời Lưỡng Hán

Dưới thời Hán, quận Nhật Nam được chia làm năm huyện: Chu Ngô, Tỷ Cảnh, Lô Dung, Tây Quyển và Tượng Lâm. Quận trị được đặt tại Chu Ngô (nay thuộc Thừa Thiên). Đến đời Vương Mãng quận trị được rời sang Tây Quyển (miền sông Nhật Lệ, Quảng Bình gần Đồng Hới) và đổi tên là Nhật Nam đình. Huyện Tượng Lâm là huyện cực nam của quận nằm tại Quảng Nam ngày nay.

Dân cư vùng này thời Hán hãy còn bán khai so với dân tại vùng đồng bằng sông Hồng. Sách *Lâm Ấp ký* chép:

"Người ta đều ở tổ và ngủ trên cây. Thành ngoài tiếp với núi. Gai góc, lau cỏ, rừng rậm mây trùm, khói che mờ mịt không phải là chỗ người ta ở yên được... Phía nam huyện Chu Ngô có giống người Văn Lang. Họ ở ngoài đồng ruộng, rừng rú, không có nhà cửa, chỉ nghỉ ngơi và ngủ trên cây. Ăn cá sống, làm nghề lấy hương để đổi chác với người nước ngoài. Thật như dân đời thái cổ."

Còn Trương Trọng, thái thú Nhật Nam thời Hán Minh Đế được dẫn lời trong sách *Cổ Kim Thiện Ngôn* nói rằng:

"(Dân chúng ở đây) tính tình hung hãn, chiến đấu gan dạ, quen ở núi ở nước, không quen đất bằng."

Việc ở tổ và ngủ trên cây nói trên có thể chỉ việc người ta làm nhà sàn bằng những thân cây còn để nguyên vỏ, giữ nguyên chạc để gác gỗ, tre làm sàn, như kiểu "nhà sàn Đông Sơn." Còn việc cư dân quen ở núi, ở nước, có ý nghĩa rằng cư dân sống chủ yếu là săn bắn, đánh cá thay vì làm ruộng. Tóm lại dưới thời Hán đa số dân Nhật Nam hãy còn sống một cuộc sống nguyên thủy, nhưng không phải là họ không biết đến nông nghiệp. Những nhà khảo cổ đã tìm thấy di tích một hệ thống tưới tiêu nước tại vùng Do Linh (Quảng Trị) cũng như nhiều cuốc đá.

Trước khi tách ra thành một nước riêng, dân chúng Nhật Nam đã nhiều lần nổi lên chống lại ách cai trị của người Hán. *Hậu Hán thư* chép, năm Vĩnh Nguyên 12 thời Hòa Đế (năm 100 CN), hơn hai ngàn người ở huyện Tượng Lâm đã nổi lên cướp phá các huyện trong quận. Hán phải mộ binh từ các quận Giao Chỉ và Cửu Chân đi đánh, chém chết người cầm đầu mới yên. Nhằm tránh sự nổi lên nữa, một mặt Hán đặt riêng một đạo quân trú đóng tại Tượng Lâm, mặt khác vào năm 102, Hán triều cho dân Nhật Nam được miễn ba loại thuế để giảm bớt các bất mãn.

Nhưng sang đến năm Vĩnh Hòa thứ 2 (137), vùng biên giới này lại nổi lên sóng gió. Một nhóm người từ bên ngoài biên giới Nhật Nam có tên gọi là Khu Liên (có thể là đám người Mã Lai) đông đến mấy ngàn người đánh thành và chùa, giết trưởng lại. Thứ sử là Phàn Diễn, động viên một vạn binh sĩ ở Giao Chỉ và Cửu Chân, đi đánh. Nhưng binh sĩ đã nổi dậy đánh phá quận trị. Tuy rằng quan lại Hán cuối cùng đã đàn áp được cuộc nổi dậy của binh sĩ ở hai quận này, nhưng vì thế mà tình hình Nhật Nam càng nghiêm trọng hơn. Thị ngự sử của Hán là Giả Xương mang quân vào đánh Nhật Nam, bị thua và bị bao vây trong thành hơn một năm trời, lương thực thiếu hụt. Triều đình Hán rất là lo âu. Năm sau Hán Thuận Đế phải triệu tập văn vũ bách quan để hỏi phương lược. Các quan đều bàn sai đại tướng mang bốn vạn quân các châu Kinh, Dương, Duyện, Dự sang đàn áp nhân dân Nhật Nam. Nhưng bấy giờ chính tình hình nội bộ bên trong đế quốc Hán cũng gặp nhiều khó khăn, nhân dân nổi lên mạnh mẽ, nên sau cùng Thuận Đế nghe lời chức đại tướng tòng sự trung lang là Lý Cố bỏ việc mang đại quân sang mà dùng kế "dĩ Di công Di" để dẹp loạn. *Hậu Hán thư - Giao Chỉ truyện* chép lời bàn của Lý Cố như sau:

"(Sau khi trình bày bảy lý do tại sao không nên gởi quân viễn chinh sang, Lý Cố nói tiếp) *Nay nên chọn những người có dũng lược, có nhân huệ, có tài tướng soái để làm chức thứ sử, thái thú, sai họ cùng sang ở Giao Chỉ. Ở Nhật Nam quân ít, không lương, giữ không được, đánh cũng không xong nên rút hết lại dân về bắc đưa vào Giao Chỉ, việc xong rồi lại trở về nơi cũ. Lại mộ bọn Nam Di khiến chúng tự đánh lẫn nhau, mang vàng lụa tư cấp cho chúng. Kẻ nào làm kế phản gián có thể lấy được đầu giặc sẽ phong hầu, cắt đất mà thưởng.*"

Thuận Đế phong Chúc Lương làm thái thú Cửu Chân, Trương Kiều làm thứ sử Giao Chỉ thi hành kế sách của Lý Cố. Cuối cùng cuộc nổi dậy đã bị dẹp yên. Sáu năm sau, vào năm Kiến Khang nguyên niên (144), dân Nhật Nam lại nổi lên, kéo theo sự nổi dậy của Giao Chỉ và Cửu Chân, thứ sử Hạ Phương dùng những hành động mua chuộc và lời lẽ nhẹ nhàng để phủ dụ yên được tình hình.

Những cuộc nổi dậy tại Nhật Nam và phản ứng tương đối trái ngược giữa Giao Chỉ, Cửu Chân và Nhật Nam cho thấy sự bắt đầu hình thành của hai xã hội mới. Sự phân biệt giữa hai từ "dân" và "di" cho thấy xã hội Lạc cổ tại Giao Chỉ đã bắt đầu phân hóa, có một tầng lớp khá đông đảo những người hấp thụ văn hóa Hán, trong khi ở Nhật Nam con số những người này còn rất nhỏ. Chính vì thế Lý Cố mới có thể đề nghị di tản những người này về Giao Chỉ để đợi khi yên sẽ đưa họ trở về Nhật Nam. Nhật Nam đã sẵn sàng để tách ra khỏi đế quốc Hán một khi đế quốc này không còn đủ mạnh để có thể tiếp tục giữ vùng này bằng vũ lực nữa. Và đó là điều đã xảy ra.

Sự thành lập nước Lâm Ấp

Nước Lâm Ấp được thành lập vào thời Hán mạt. Theo *Tấn thư - Lâm Ấp truyện:*

"Lâm Ấp lập nên vào đời Hán mạt. Cuối đời Hán, viên công tào ở huyện Tượng Lâm họ Khu có con tên là Liên giết huyện lệnh tự lập làm vua, con cháu nối dõi nhau. Vua sau không có người kế tự, cháu ngoại là Phạm Hùng lên thay."

Tấn thư không chép rõ Lâm Ấp được thành lập vào năm nào thời Hán mạt. *Thủy Kinh Chú* chép rõ hơn:

"Lâm Ấp dựng nước bắt đầu từ cuối đời Hán. Trong cuộc loạn thời Sơ Bình (190-193 CN) lòng người mang những mối nghĩ khác. Viên công tào huyện Tượng Lâm họ Khu có con tên là Liên, đánh huyện, giết huyện lệnh, tự xưng làm vua. Gặp lúc loạn ly, nước Lâm Ấp bèn lập."

Điều đáng chú ý ở đây là sự trùng hợp giữa tên của tộc người ở ngoài cõi Nhật Nam - Khu Liên - trong cuộc nổi dậy năm 136 và tên của vị vua sáng lập nước Lâm Ấp. Đây có lẽ không phải là một sự trùng hợp ngẫu nhiên. Khu Liên có thể là tên của tộc người và rồi các sử gia Trung Quốc dùng lầm để chỉ thành tên một cá nhân.

Những ghi chép trong sử Trung Quốc về sự thành lập của nước Lâm Ấp rất sơ lược và chắc chắn là có nhiều chỗ thiếu sót. Điều đó có thể thấy qua sự kiện rằng ngay từ sau khi thành lập, Lâm Ấp đã là một nước mạnh có đủ thế lực để mang quân lên phía Bắc đánh chiếm quận Nhật Nam.

Đời thuộc Ngô, khi Lữ Đại làm thứ sử châu Giao, (khoảng năm 226-231) Lâm Ấp đã bắt đầu sai sứ thông hiếu với Trung Quốc. Tuy nhiên đến năm Xích Ô thứ 11 đời Ngô Tôn Quyền (248) khi nhân dân Cửu Chân và Giao Chỉ nổi dậy chống Ngô, thủy quân của Lâm Ấp đã tiến lên đánh quân Ngô ở Cửu Chân. Lâm Ấp đã thắng Ngô và chiếm được hết vùng Nhật Nam ở phía nam sông Gianh. Nhà Ngô vì vậy phải bãi bỏ quận Nhật Nam.

Đời vua sau cùng của triều đại Khu Liên không có con trai, cháu ngoại là Phạm Hùng lên thay lập nên một triều đại mới. (Theo L. Finot và G. Maspero, chữ Phạm ở đây không phải là họ mà là phiên âm của chữ Varman, tên phạn của các vua Lâm Ấp và Phù Nam, điều này cho thấy Lâm Ấp đã chịu ảnh hưởng sâu xa của văn hóa Ấn Độ.)

Mặc dù triều đại mới, các cuộc tiến công của Lâm Ấp vào Giao Châu thuộc Ngô vẫn tiếp tục. Quân Ngô phải luôn luôn chống trả với những cuộc tấn công của Lâm Ấp, thiệt hại rất nặng.

Các cuộc tấn công của Lâm Ấp còn tiếp diễn vào những triều đại về sau. Năm 344, vua Lâm Ấp là Phạm Văn tiến đánh Nhật Nam, Cửu Đức, Cửu Chân, *Thủy Kinh Chú* chép rằng "trăm họ đều chạy trốn, nghìn dặm không có khói." Đến năm 347, Lâm Ấp lại đem quân đánh Cửu Chân, giết thái thú Hạ Hầu Lãm, san bằng huyện thành Tây Quyển.

Những cuộc tấn công cướp bóc của Lâm Ấp vào Giao Châu có tác động đẩy mạnh nhanh thêm xã hội Lạc trong con đường chuyển biến thành Việt. Lâm Ấp, từ chỗ là đồng bào cùng một nền văn hóa, nay trở thành một kẻ thù. Để tồn tại người dân Lạc ở Giao Chỉ và Cửu Chân chỉ còn một cách: học hỏi văn minh Hán để có thể tự tồn. Xã hội Lạc ngày xưa nay đã chia thành hai nhánh thù nghịch với nhau.

5.5 Hán hay Việt? Các cuộc tranh chấp trong tầng lớp môn phiệt Giao Châu dưới thời Lưỡng Tấn và Lục triều

Sự sụp đổ của tầng lớp lãnh đạo trong xã hội Lạc (các Lạc tướng) sau cuộc đàn áp của Mã Viện đã mở đường cho một tầng lớp lãnh đạo khác nổi lên thay thế. Những người này, chịu ảnh hưởng sâu đậm của văn hóa Hán, có thể tạm gọi là tầng lớp lãnh đạo Hán Việt. Tầng lớp này chính là tầng lớp được chính quyền cai trị Trung Quốc dựa vào để có thể kiểm soát xã hội dân Việt. Chính phải qua tầng lớp này mà chính quyền thống trị mới có thể thu thuế, bắt dân sưu dịch, thu nạp cống phẩm. Thành ra họ cũng được chính quyền thống trị bổ nhiệm làm một số những chức vụ tại địa phương. Đến thời Sĩ Nhiếp, thế lực của những tầng lớp hào tộc địa phương đã mạnh đủ để có thể chiếm giữ chính quyền toàn châu trong một thời gian dài. Thất bại của họ Sĩ và việc thành lập nước Lâm Ấp đã buộc chặt xã hội châu Giao vào quỹ đạo của đế chế và nền văn minh Trung Quốc. Nhưng bên trong tầng lớp này, một cuộc tranh chấp gay gắt đã diễn ra: độc lập hay hội nhập? Hán hay Việt? Vấn đề này đã chi phối toàn bộ lịch sử châu Giao trong giai đoạn Lưỡng Tấn và Lục Triều.

Xã hội Giao Châu dưới thời Lưỡng Tấn và Lục Triều

Cuộc khởi nghĩa của bà Triệu và Triệu Quốc Đạt cho thấy ở nhiều miền núi thuộc nước ta chế độ tù trưởng vẫn còn tồn tại (Triệu Quốc Đạt theo truyền thuyết và sử cũ là tù trưởng Nông Cống). Đây cũng là nơi hãy còn tàn dư nguyên thủy về vai trò phụ nữ trong xã hội. Các bộ lạc này vẫn nằm ngoài phạm vi chế độ quận huyện. Thủ lãnh những bộ lạc này là những người mà sử Trung Quốc gọi là những "Ly súy," "Di súy."

Tuy nhiên tại vùng đồng bằng, dưới áp lực của chế độ cai trị Trung Quốc, do sự bóc lột của các quan lại Trung Quốc, đã thành hình một xã hội mới phân hóa thành nhiều giai cấp. Ở dưới tầng thấp nhất là những nông dân bị bần cùng hóa trở thành những người lưu vong, sử cũ Trung Quốc gọi là "những dân vong mạng ở châu Giao." Trên nữa là tầng lớp nông dân trong những công xã. Họ vẫn còn sống và tồn tại được tại những nơi chôn nhau cắt rốn của họ tuy rằng cũng bị bóc lột một cách thậm tệ và càng ngày càng nhiều người trong bọn họ bị đẩy vào tình trạng bần cùng hóa phải đi làm thuê cho các hào tộc. Mặc dầu vậy, những tập quán của xã hội cũ vẫn còn được bảo vệ tại nhiều vùng. Theo *Tam Quốc Chí - Ngô thư* thì:

"Ở hai huyện Mê Linh thuộc Giao Chỉ và Đô Lung thuộc Cửu Chân, anh chết, em lấy chị dâu làm vợ, đời đời vẫn theo tục đó; trưởng lại có biết cũng không thể cấm đoán nổi. Ở Nhật Nam, trai gái đều trần truồng, không lấy thế làm thẹn."

Trên cùng là tầng lớp môn phiệt địa phương. Tầng lớp này có thể là người Hán, các quan lại sĩ tộc sang định cư tại đây, cũng có thể là các tù trưởng, tộc trưởng người Việt dần dà bị Hán hóa. Chính quyền thống trị muốn thu được tô thuế, bắt dân sưu dịch, tróc nã cống phẩm tất phải dựa vào tầng lớp này. Con cháu của họ được học trong những trường học mà chính quyền đô hộ hoặc sĩ phu Trung Hoa mở. Một số được cử làm "hiếu liêm," "Mậu tài" và được bổ làm quan. Trong khoảng đầu đời Đông Hán cá biệt có người làm đến các chức vụ cao như Lý Tiến làm đến thứ sử; Lý Cầm làm tư lệ hiệu úy, nhưng kể từ cuối đời Đông Hán, khi chế độ môn phiệt tại Hán phát triển thì những giới hào tộc địa phương không còn cơ hội làm quan to ở địa phương và làm quan ở Trung nguyên nữa. Dù Hoa, dù Việt họ cũng vẫn bị chính quyền trung ương coi như là "hàn môn," không được bằng sĩ tộc phương bắc. Sự kỳ thị đó cuối cùng đã là yếu tố chính dẫn đến việc lựa chọn con đường Việt của các tầng lớp hào tộc địa phương vào cuối đời Lục Triều với cuộc khởi nghĩa của Lý Bí và đất nước Vạn Xuân.

Đào Hoàng và cuộc chiến tại Giao Châu cuối thời Tam Quốc

Năm 263, Ngụy cho Chung Hội và Đặng Ngải đem binh diệt Thục Hán tại Tứ Xuyên, đe dọa Đông Ngô từ phía Tây. Bấy giờ Tôn Tư, thái thú Giao Chỉ của Ngô là người mà chính *Tấn thư* phải viết: "Tôn Tư tham bạo làm cho bách tính khổ sở," lại thêm Ngô gởi quan sát chiến là Đặng Tuân sang Giao Chỉ bắt cho được nhiều dân Việt sang Ngô làm lính chống lại Tào Ngụy. Vì vậy mà nhân dân càng phẫn nộ hơn. Nhân đó, quận lại Giao Chỉ là Lữ Hưng với sự giúp đỡ của binh lính địa phương đã nổi lên giết chết Tôn Tư và Đặng Tuân. Sau đó Lữ Hưng đầu hàng Ngụy. Bấy giờ quan lại nhà Ngô ở Cửu Chân, Nhật Nam cũng hưởng ứng theo. Năm 264, Ngụy phong Lữ Hưng làm "Đốc Giao Chỉ Thượng Đại Tướng Quân" tước Định An hầu và cử Hoắc Dặc, Kiến Ninh, thái thú cũ của nhà Thục Hán nay hàng Ngụy làm Giao Châu thứ sử. Ngoài ra Ngụy cũng cử một vạn quân đồn điền sang giúp Lữ Hưng. Nhưng binh lính chưa kịp sang thì Hưng đã bị viên công tào Lý Thống giết chết.

Những việc đó xảy ra đúng vào lúc tại phương Bắc, nhà Tấn lên thay nhà Ngụy. Tình hình tại Giao Châu lúc đó không rõ rệt. Ta không biết Lý Thống ủng hộ Ngô hay không, nhưng chắc hẳn tình hình lúc đó rối loạn với các phe thân Ngô và thân Tấn đánh lẫn nhau. Năm 271, tướng Ngô là Đào Hoàng, dụ được thủ lãnh người Việt là Lương Kỳ tại Phù Nghiêm quay trở lại chống Tấn đã đánh bại được tướng Tấn là Đổng Nguyên, lập lại chính quyền Ngô tại Giao Chỉ. Thắng Tấn, Đào Hoàng đã tổ chức đàn áp dã man. Hoàng đem quân đàn áp Phù Nghiêm đặt thành quận Vũ Bình (Phù Nghiêm xưa là đất huyện Phong Khê đời Hán, tức là vùng Vĩnh Phúc Yên trở lên phía Bắc. Biến loạn về cuối đời Hán đã giúp vùng này thoát khỏi tay thống trị của Ngô).

Cuộc chiến giữa Tấn và Ngô tại Giao Chỉ là biểu hiện đầu tiên của các cuộc tranh chấp trong nội bộ tầng lớp lãnh đạo địa phương trong đó việc theo Tấn hoặc theo Ngô thay đổi tùy theo vị thế của các phe nhóm. Tuy nhiên, các cuộc chiến tranh liên miên, cộng thêm với những cướp phá của Lâm Ấp đã khiến dân chúng mỏi mệt và sẵn sàng chấp nhận bất kỳ một chế độ nào miễn là nó mang lại cho người dân một mức độ hòa bình ổn định nào đó. Và dân Việt đã tìm được chế độ đó dưới thời Đào Hoàng.

Thắng được Tấn, Hoàng được Ngô phong làm thứ sử Giao Châu. Năm 280, khi Tấn diệt Ngô, Hoàng hàng Tấn và vẫn được Tấn Vũ Đế cho giữ chức cũ. Đào Hoàng cai trị ở Giao Châu hơn 30 năm và là một trong những quan lại Trung Quốc tương đối được lòng người nhất. *Tấn thư* chép "khi (Hoàng) chết, cả châu khóc như mất người thân."

Giống như Sĩ Nhiếp, Đào Hoàng cai trị Giao Châu vào một lúc mà chính quyền trung ương tại Trung Quốc còn đang suy yếu, trong khi những thế lực địa phương đã tàn hại lẫn nhau trong những cuộc chiến tương tàn. Chính vì vậy mà Đào Hoàng đã có tự do để thực hiện một số những chính sách mà sau này có ảnh hưởng sâu xa đến xã hội Việt.

Dưới thời Đào Hoàng, lần đầu tiên có sự tách biệt giữa những khu vực xã hội của người Lạc đã bị Hán hóa một phần và những đồng bào của họ tại vùng trung du và miền núi hãy còn chống lại ảnh hưởng của văn hoá Trung Quốc. Sự phân hóa xã hội Lạc Việt tại miền Bắc thành ra hai tộc người Việt và Mường có thể đã manh nha trong giai đoạn này.

Hoàng tìm cách củng cố các vùng biên thùy bằng cách thiết lập một số quận mới và đặt binh trú đóng để phòng giữ. Huyện Mê Linh tiếp giáp với vùng núi Tây Bắc, được đổi làm quận Tân Hưng (sau đổi thành Tân Xương); vùng bắc sông Hồng được đặt thành quận Vũ Bình; vùng phía nam quận Cửu Chân, thung lũng sông Cả được chuyển thành quận Cửu Đức.

Dưới thời Đào Hoàng, hệ thống cai trị địa phương được tổ chức lại, các tầng lớp "hào tộc" địa phương được cải tổ để trở thành một giai cấp thống trị thực sự có khả năng để tự nắm lấy vận mệnh của mình. Cũng dưới thời Đào Hoàng, sự phân cách giữa xã hội Lạc bị Hán hóa và những hậu duệ khác của xã hội Lạc như Lâm Ấp đã trở thành đông cứng lại dưới dạng những biên cương lịch sử. Xã hội châu Giao tại vùng đồng bằng nay đã hoàn toàn nằm trong quỹ đạo của nền văn minh Trung Hoa.

Giao Châu dưới thời Lưỡng Tấn: Lương Thạc

Đào Hoàng chết, Tấn cử Ngô Ngạn sang thay. Ngô Ngạn cai trị Giao Châu được hai mươi năm thì xin về nước, Tấn cử Cố Bi thay. Cố Bi chết, em là Cố Thọ xin lãnh việc

trong châu. Bọn quan lại địa phương không chịu. Thọ xin
về triều, được phong làm Giao Châu thứ sử. Sau đó, Thọ
giết trưởng sử Hồ Triệu. Đốc quân là Lương Thạc chạy
thoát được bèn khởi binh bắt Cố Thọ giết đi. Lương Thạc
đón con Đào Hoàng là Đào Uy bấy giờ đang làm thái thú
Thương Ngô làm Giao Châu thứ sử. Ba năm sau, Đào Uy
chết, Thạc lại lập em Uy là Đào Thực rồi con là Đào Tuy
nối tiếp làm thứ sử Giao Châu. Lương Thạc tự xưng là thái
thú Tân Xương.

Cần lưu ý rằng Tân Xương vốn chính là Mê Linh cũ,
đất của các vua Hùng và Hai Bà Trưng. Đây cũng là một
địa điểm chiến lược giữ cửa ngõ đồng bằng sông Hồng về
phía Bắc. *Tấn thư* không nói ra, nhưng có thể đằng sau cái
chức vụ thái thú Tân Xương của Tấn, Lương Thạc còn có
một danh hiệu gì khác nối liền với truyền thống lâu dài của
xã hội Việt nữa.

Vào lúc bấy giờ triều Tấn đã tan vỡ, kinh đô Lạc
Dương bị người Hồ ở phương Bắc vào chiếm. Tấn triều
chạy về phương Nam dựng đô ở Kiến Nghiệp gọi là Đông
Tấn. Bị mất phương Bắc, chính quyền Tấn tìm cách củng
cố thế lực ở phương nam, thay thế những giòng họ "hào
tộc" thời Ngô cũ bằng những giòng họ từ Bắc xuống. Điều
này đã tạo nhiều cuộc nổi dậy bởi những tầng lớp hào tộc
Ngô cũ trên khắp vùng Giang Nam. Việc bình định hai
châu Giao và Quảng được giao cho Đào Khản. Trong
những năm đầu, Khản bận lo việc bình định châu Quảng
nên liên minh với Lương Thạc, nhưng sau khi dẹp yên châu
Quảng rồi Đào Khản bắt đầu tính tới châu Giao.

Bấy giờ Vương Cơ xin làm thứ sử Giao Châu. Cơ vốn
tự lập làm thứ sử Quảng Châu, nhưng sợ triều Tấn đánh
nên lánh xin làm thứ sử Giao Châu. Triều đình Tấn muốn
lợi dụng Cơ để đánh Lương Thạc nên phong Cơ làm thứ sử.
Thạc biết nói rằng: "Gã Vương đã phá hoại châu Quảng,

KHẢO CỔ HỌC
VIỆT NAM

Từ cuối TK 19 và nhất là từ đầu TK 20, ngành khảo cổ học Việt Nam, khai dựng bởi những nhà khảo cổ gốc Âu châu rồi tiếp nối bởi mấy thế hệ chuyên gia người Việt, đã có những thành tựu rực rỡ. Ngày nay, với một số kết quả ngang tầm thế giới, chúng ta đã chứng minh được là Việt Nam có một thời đại đồng thau rất độc đáo mà tiêu biểu là thời đại Đông Sơn.

Những trang kế tiếp cho ta thấy một cách rất cụ thể cuộc sống của cha ông, mẹ bà chúng ta cách đây hơn 2000 năm như được phản ảnh trong nền văn minh vật chất thời bấy giờ--mà nhiều người cho là tương đương với thời đại Hùng Vương.

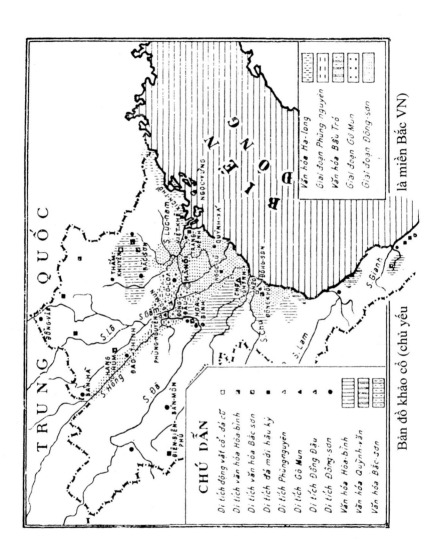

Bản đồ khảo cổ (chủ yếu

là miền Bắc VN)

Trống đồng là biểu tượng quyền uy
của các Lạc tướng.
Trên đây là trống đồng Hoàng Hạ,
loại Heger I, cao 61,2 cm, 78,5 cm đường kính

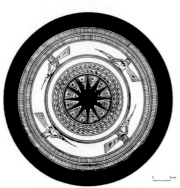

Trống đồng Ngọc Lũ, TK 3 tr. CN
loại Heger I, cao 38,5 cm, 45 cm đường kính

Trên: Ba loại rìu Đông Sơn, đồng thau, TK 5 tr. CN, 14 cm;
đồng vàng, 14,5 cm; và đồng đen, TK 1 tr. CN, 12 cm.
Dưới: Đầu mác bằng đồng, khoảng đầu CN, 15 x 30 cm.

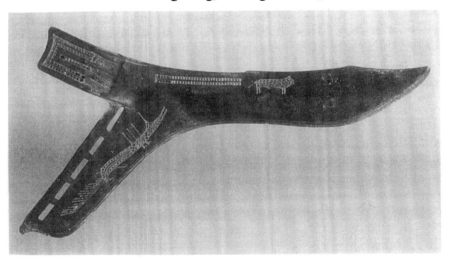

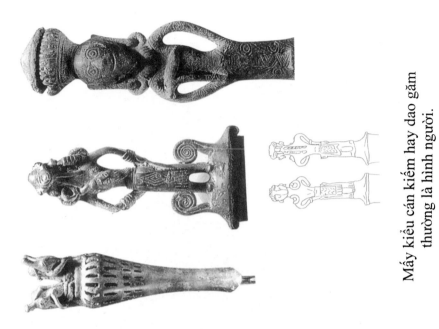

Mấy kiểu cán kiếm hay dao găm thường là hình người.

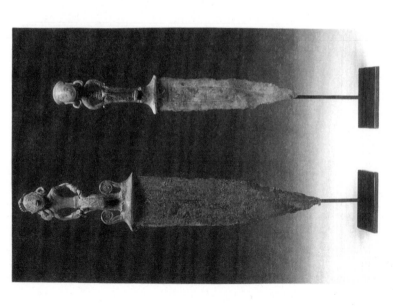

Dao găm cán hình người, khoảng đầu CN.

Ấm (trước, trái), bình (trước, phải), vại, vò (phía sau)

Những đồ gia dụng

Trong những trang kế tiếp là một số đồ gia dụng ở nước ta
(do khảo cổ khai quật lên) cách đây trên dưới 2000 năm.
Điều đặc biệt là đa phần những vật dụng này ngày nay vẫn
còn thấy trong các gia đình VN, nhất là ở nông thôn.

Các loại nồi ba chân.
Trang bên: Liễn ăn (trên),
Bình đựng hình chim (dưới).

Hai loại chén có tai với hình nổi ở giữa.
Dưới và trang bên: Đồ thờ (Mâm bồng và lư hương).

Hai loại lư: Trên, lư đốt trầm, sành, TK 1-3, cao 18 cm.
Dưới: Lư hương hình uyên ương, đồng, khoảng TK 4, cao
24 cm, dài 28 cm.

Trên: Hai loại chân đèn. Trái: Bằng đồng, Lạch-trường,
Thanh-hoá (Đông-sơn). Phải: Bằng đất nung.
Dưới: Đèn dầu bằng đồng thau (TK 5 trước CN)

sao lại còn đến đây phá hoại châu Giao nữa." Rồi cấm người trong châu không cho ra đón Cơ. Chức phủ Tư Mã là Đỗ Tân đem quân đánh Thạc bị Thạc đánh thua. Thạc lại sợ kiều dân (tức là những người từ Trung nguyên mới đến nhập cư) theo Vương Cơ bèn bắt giết cả, rồi tự phong làm thái thú Giao Chỉ. Vương Cơ không vào được Giao Châu bèn ở lại Uất Lâm định mưu mộ binh đánh chiếm Giao Châu, nhưng rồi bị Đào Khản giết chết. *(Tấn thư)*

Năm 322 triều đình Tấn cử Vương Lượng làm thứ sử Giao Châu và dặn Lượng phải giết Lương Thạc. Lượng mưu giết Thạc, thuê thích khách nhưng không thành. Thạc đem binh vây Lượng ở Long Biên. Lượng bị thua, Thạc chặt tay đoạt cờ tiết của Lượng, Đào Khản được tin sai tham quân là Cao Bảo mang quân sang giúp Lượng, nhưng quân chưa tới nơi, Lượng đã chết. Bảo bèn tiến quân đánh giết được Lương Thạc. Đào Khản được phong kiêm nhiệm Giao Châu thứ sử. Cuộc nổi dậy của Lương Thạc đến đó là chấm dứt.

Lương Thạc xuất hiện như là một nhân vật điển hình của lịch sử Việt Nam trong giai đoạn này. Xuất thân là một người lính, *Tấn thư* chép "Lương Thạc xuất thân hạ tiện," Lương Thạc đã trở thành lãnh tụ của giới quyền lực địa phương đúng vào lúc mà sức mạnh của đế chế trung ương đang bị tê liệt vì những chuyện xảy ra ở phương Bắc. Thạc sẵn sàng dung nhượng với các thế lực phương bắc ở mức độ mà mình vẫn có thể giữ được một mức chủ động nào đó. Một trong những dữ kiện khác của cuộc nổi dậy của Lương Thạc là sự khởi đầu của một tinh thần dân tộc có tính bài ngoại. Việc Lương Thạc giết hết những người mới đến ngụ cư tại châu Giao trong lúc chiến đấu với Vương Cơ là một trường hợp khởi đầu điển hình.

Giao Châu vào cuối thời Đông Tấn

Cuối đời Đông Tấn, nông dân Triết Giang do Tôn An cầm đầu đã nổi lên làm rung chuyển triều đại. Trong bốn năm từ 398 đến 402 quần chúng đi theo Tôn An có đến hàng triệu. Sau Tôn An bị Lưu Dụ đánh bại và giết chết. Dụ giết hại đến hai mươi vạn quân của Tôn An. Lưu Dụ nhân thế chuyên quyền và cướp ngôi nhà Tấn lập ra nhà Lưu Tống.

Triều đại nhà Tấn đã dẫn đến một sự thay đổi quan trọng trong thế giới văn minh Trung Hoa. Trước đó văn hóa Trung Quốc chỉ được tập trung vào một số nơi tại Hoa Bắc nơi các nhà nho tụ tập. Kể từ khi loạn Ngũ Hồ xảy ra, các miền Hoa Trung và Hoa Nam đã đón nhận một số đông những sĩ phu miền Bắc. Văn hóa Trung Quốc được phổ biến rộng rãi qua những lớp sĩ phu này. Mặc dầu ở tận cùng cực nam của đế quốc Trung Hoa, nhưng châu Giao cũng nhận được một số những người tỵ nạn đó. Các sĩ phu hào tộc phương Bắc này dần dần trở nên mạnh và họ đã là những hạt nhân của một lớp lãnh tụ mới trong những năm sau của giai đoạn Lục Triều.

5.6 Đỗ Tuệ Độ và Lý Trường Nhân

Vào cuối thời Đông Tấn, Việt Nam đã phân chia thành nhiều xã hội khác biệt dựa theo những biên thùy văn hóa và địa lý khá rõ rệt. Tại vùng đồng bằng và một phần trung du là xã hội Việt bao gồm những thành phần người Hán di cư xuống miền nam lâu đời và đã bị Việt hóa cùng với những tầng lớp nông dân và quý tộc Lạc cũ bị Hán hóa một phần. Những người này, sử Trung Quốc gọi là "thổ nhân" để phân biệt với những người Hán mới tới trú ngụ mà họ gọi là "kiều nhân." Tại vùng trung du là những thành phần dân Lạc vẫn còn tiếp tục giữ lại nhiều phong cách của thời đại

Hùng Vương xa xưa, không chịu chế độ quận huyện của
Tấn triều hoặc các triều sau đó mà vẫn sống dưới sự quản
hạt của những lãnh tụ truyền thống của họ. Những người
này, sử Trung Quốc gọi là "Ly" hay là "Ly man" và sau
cùng là một lớp người khác không phải người Hán nhưng
cũng từ Trung Quốc di cư xuống ở những vùng cao mà sử
Trung Quốc gọi là "Lào" hay "Di Lão." Phía Nam là nước
Lâm Ấp đương cường thịnh cùng với Phù Nam tạo ra một
biên thùy văn hóa khác phân định ranh giới giữa văn hóa
Hán và văn hóa Đông Nam Á chịu ảnh hưởng của Ấn Độ.

Sau khi miền Bắc Trung Quốc bị những giống người
Hồ từ phía Bắc xâm chiếm, số lượng người Hán đổ về
phương nam càng ngày càng đông. Tuy nhiên phần lớn
những dân Hán này đều định cư ở vùng Quảng Châu thay
vì đi sâu hơn xuống phía Nam. Nếu trong thời Lưỡng Hán,
số dân chúng châu Quảng thấp hơn ở châu Giao nhiều thì
đến cuối đời Tấn dân số châu Quảng đã vượt hơn hẳn số
dân tại Giao Châu. Các dữ kiện về kiểm tra nhân hộ khẩu
từ thời Đông Hán cho tới cuối đời Tấn cho thấy dân số đất
Quảng đã vượt gấp đôi dân số đất Giao Chỉ trong khoảng
gần hai trăm năm. Đây là một trong những yếu tố khiến cho
những đặc tính dân tộc của người Việt không bị tiêu hủy
dưới khối lượng đông đảo của những người Hán ngụ cư
như trường hợp các tộc Bách Việt tại Quảng Châu.

Một số những hiện vật khảo cổ đào được vào thời này
cho thấy phong tục tập quán của người Lạc cũ đã bắt đầu
thay đổi theo phong cách Hán. Việc giã gạo bằng chầy tay
như mô tả trên các trống đồng Đông Sơn không còn nữa,
thay vào đó người ta thấy xuất hiện những loại cối giã gạo
đạp chân như tại nông thôn Việt Nam về sau này. Từ tập
tục ở nhà sàn, người Lạc đã chuyển dần sang ở nhà đất
bằng. Nhiều mô hình nhà trung gian bằng đất nung đào
được cho thấy sự chuyển tiếp này đã diễn ra trong suốt giai

đoạn Đông Hán cho đến Tấn. Tuy nhiên một số những phong tục khác như tục nhuộm răng, ăn trầu, vẽ mình, dùng trống đồng, búi tóc, vẫn còn được dân chúng Lạc giữ gìn cho đến mãi về sau này. Đó chính là những cái đã giúp phân định ranh giới giữa Hán và Việt.

Những cuộc tấn công cướp phá liên miên của Lâm Ấp đã đẩy mạnh thêm xã hội Việt đi sâu vào trong quỹ đạo của văn minh Hán. Điều này đã phản ảnh rõ trong phản ứng của người Việt trước các cuộc tấn công của Lâm Ấp. Nếu trong những năm thời Đông Hán và Ngô khi Lâm Ấp mang quân tấn công vào Nhật Nam và Cửu Chân dân Việt đã đồng tình nổi lên tìm cách lật đổ chế độ cai trị thì dưới thời Tấn dân chúng lại đã cùng với quan lại Tấn triều họp sức để đẩy lùi Lâm Ấp trở qua bên kia biên giới.

Với sự suy yếu của triều Tấn tại Trung nguyên, quyền lực của Tấn tại châu Giao nay tùy thuộc hoàn toàn vào sự trung thành với triều đại của các hào tộc địa phương. Độc lập hay tiếp tục là một phần của đế chế, đó là quyết định mà những hào tộc ở đây phải lựa chọn. Đại biểu của hai khuynh hướng đó trong suốt gần một trăm năm là hai họ: họ Đỗ và họ Lý.

Đỗ Tuệ Độ và con đường trung thành với đế chế

Theo *Tống thư* - Đỗ Tuệ Độ truyện, Đỗ Tuệ Độ người Châu Diên, Giao Chỉ, là con thứ năm của Đỗ Viện, thái thú Giao Chỉ. Tổ tiên họ Đỗ vốn là người ở vùng Kinh Triệu (Trường An), nhân tằng tổ sang lãnh chức thái thú tại Ninh Phố nên định cư ở đây. Họ Đỗ vốn là một hào tộc. Đỗ Viện đã từng lãnh lần lượt các chức thái thú Nhật Nam, Cửu Chân rồi Giao Chỉ. Khoảng năm 380, chức vụ thứ sử Giao Châu khuyết, Cửu Chân thái thú là Lý Tốn tiếm quyền tại châu Giao. *Tống thư* mô tả Lý Tốn và con là người "dũng mãnh có quyền lực, kiềm chế toàn bộ châu Giao." Khi nghe tin Tấn cử Đằng Độn Chi sang làm Giao Châu thứ sử, Lý Tốn quyết định kháng cự, sai hai con mang quân chặn các đường thủy lục tiến vào châu Giao để chống lại.

Nhưng Lý Tốn không tính tới lòng trung thành của các hào tộc khác trong châu. Chỉ mười tháng sau, Lý Tốn bị Đỗ Viện giết chết và họ Đỗ đón Đằng Độn Chi vào. Độn Chi ở lại Giao Châu trên mười năm. Trong thời gian đó, vùng đất Giao Châu luôn luôn bị Lâm Ấp tấn công cướp phá. Sau khi Độn Chi về nước, năm Long An thứ ba đời Tấn An Đế (399) vua Lâm Ấp là Phạm Hồ Đạt mang quân ra đánh cướp Nhật Nam, bắt thái thú là Cảnh Nguyên, sau đó tiến ra Cửu Đức, bắt thái thú là Tào Bình rồi tiến ra Giao Chỉ, vây thành Long Biên. Đỗ Viện lúc đó là thái thú Giao Chỉ cố thủ giữ thành. Chiến thuật của Viện dùng để phá Lâm Ấp là chiến thuật du kích điển hình mà các triều đại Việt sau này dùng để chống lại quân Trung Quốc. *Tống thư* - Đỗ Tuệ Độ truyện chép:

"Viện cùng người con thứ ba là Huyền Chi ra công cố thủ, hay sử dụng những mưu lược dựa vào những phương tiện sẵn có, đại phá được Lâm Ấp, đuổi Hồ Đạt chạy ra khỏi Cửu Chân, Nhật Nam về đến Lâm Ấp mới thôi."

Viện nhân đó được phong làm Giao Châu thứ sử, tước Long Nhương Tướng Quân.

Lúc bấy giờ, nhà Tấn đã gần đến lúc diệt vong. Trung nguyên đại loạn. Năm Long Hy thứ sáu (410) Quán Quân tướng quân là Lư Tuần chiếm cứ Quảng Châu sai người sang thông hiếu với Đỗ Viện. Viện cự tuyệt, giết sứ giả. Cùng năm đó, Viện chết, các quan lại trong châu cử người con thứ năm là Đỗ Tuệ Độ lên thay làm Giao Châu thứ sử. Triều đình Tấn không cách gì làm khác hơn là cho sứ giả sang chính thức phong cho Tuệ Độ làm chức Tổng Quản

Giao Châu Chư Quân Sự, Quảng Vũ Tướng Quân kiêm nhiệm Giao Châu Thứ Sử. Việc triều đình Tấn vội vã phong cho Tuệ Độ chức vụ cao như vậy là nhằm việc chiêu dụ Tuệ Độ tham gia giúp Tấn trong việc đàn áp cuộc nổi dậy của Lư Tuần.

Lư Tuần vốn là đồ đảng của Tôn An. Năm 398, An đã lãnh đạo một cuộc nổi dậy lớn của nông dân tại Triết Giang, đồ đảng theo có đến hàng triệu(?) người. Khi An bị Lưu Dụ (người sau này cướp ngôi nhà Tấn lập ra nhà Lưu Tống) đánh bại, Lư Tuần đầu hàng Tấn và chiếm giữ Quảng Châu. Nhưng đến năm 410, Lư Tuần lại phản, mang quân lên vây kinh đô Kiến Khang. Trong lúc Tuần tiến quân lên Bắc, Lưu Dụ mang quân đánh úp Quảng Châu. Tuần phải mang quân về, giữa đường bị Lưu Dụ đánh thua.

Tuần mang quân xuống nam, phá Hợp Phố rồi tiến quân vào Giao Chỉ. Lúc đó là năm Long Hy thứ 7 (411). Quân của Tuần tiến thắng tới đánh thành Long Biên. *Tống sử* - Đỗ Tuệ Độ truyện kể lại:

"Tuệ Độ đem sáu ngàn quan văn vũ đánh chặn Tuần ở Thạch Kỳ. Phá được quân của Tuần, bắt được trưởng sử của Tuần là Tôn Kiến Chi. Tuần tuy thua, nhưng dư đảng còn đến ba ngàn quân thiện chiến. Lúc đó hai con Lý Tốn là Lý Dịch, Lý Thoát chạy ra Thạch Kỳ liên kết với đám dân Ly, Lào nổi dậy. Tuần biết bọn Dịch với họ Đỗ có thù bèn cho người đến dụ. Bọn Dịch bèn cùng đám "Ly soái" (tức là những thủ lĩnh người Lạc còn chưa bị Hán hóa) mang sáu ngàn quân đến theo. Tháng sáu năm Canh Tý (tức 411) Tuần mang quân đến bến Nam của thành Long Biên. Sáng sớm đánh thành, hẹn vào trong thành mới thổi cơm ăn. Tuệ Độ mang của cải của riêng mình và tông tộc đem ra khao thưởng quân sĩ rồi cùng hai em là thái thú Giao Chỉ Tuệ Kỳ, thái thú Cửu Chân Chương Dân xuất quân thủy bộ ra chống. Tuệ Độ tự leo lên một chiếc thuyền

cao đốc chiến, phóng tên lửa và đuốc đuôi trĩ để đốt cháy thuyền địch. Rồi bộ quân cũng từ hai bên bờ đổ ra bắn. Chiến thuyền của Tuần đều bị trúng tên lửa tan vỡ. Tuần cũng bị trúng tên rơi xuống nước mà chết."

Tuệ Độ sai vớt thây Lư Tuần lên chặt đầu gởi về kinh sư, lại bắt giết cha của Lư Tuần và hai người con gởi đầu về kinh đô nhà Tấn. Bọn Lý Dịch, Lý Thoát và những thủ lĩnh người Lạc cũng bị Tuệ Độ giết hết.

Cuộc chiến chống lại Lư Tuần cho ta thấy mức độ phân hóa xã hội tại châu Giao vào thời này. Trong lúc những người dân Lạc cũ cũng vẫn còn tiếp tục sự chống đối của họ đối với đế chế Trung Quốc, một bộ phận quan trọng của xã hội nay đã chấp nhận cuộc sống bên trong đế chế và chống lại những thay đổi mà họ cho rằng có thể làm cho cuộc sống của họ trở nên khó khăn hơn.

Năm 420, thừa tướng nhà Tấn là Lưu Dụ phế vị vua cuối cùng của triều Tấn là Tấn Cung Đế, tự lập làm vua, lập ra nhà Lưu Tống. Giao Châu vẫn nằm dưới sự cai trị của Đỗ Tuệ Độ. *Tống thư* khen ngợi Tuệ Độ là người "mặc áo vải, ăn cơm rau, cần kiệm chất phác," cai trị giỏi đến nỗi "kẻ gian trộm cướp không có, ban đêm không phải đóng cửa thành; trên đường không ai nhặt của rơi." Nhưng khi Tuệ Độ chết đi, con là Hoàng Văn lên thay không được bao lâu, thì được triều đình Tống điều lên kinh giữ một chức quan trong triều. Hoàng Văn ra đi đến Quảng Châu bị bệnh chết. Việc cai trị Giao Châu lại rơi vào tay các tên quan từ phương Bắc xuống.

Lý Trường Nhân và nền tự chủ dưới thời Lưu Tống

Dưới thời Tống, nhân dân không những chịu khổ vì chiến tranh liên miên mà còn bị bọn quan lại bóc lột tàn tệ.

Tống Hiếu Vũ Đế (454-464) là một kẻ tham tài lợi, hễ chức thứ sử, thái thú nào bãi quan trở về đều bị bắt phải dâng tiền của vì vậy bọn quan lại tha hồ vơ vét của nhân dân. Trước tình thế đó tình cảm đối với đế chế cũng bị hao mòn. Tình trạng yếu kém của chính quyền trung ương Tống cũng là một điều khác giúp cho việc tách ra tự trị trở nên có khả năng hơn.

Tháng ba năm Thái Thủy thứ tư đời Tống Minh Đế (468) thứ sử Trương Mục bị bệnh chết, một lãnh tụ người Việt là Lý Trường Nhân đã nổi dậy cướp lấy chính quyền tự lập làm thứ sử. *Tống thư* chép chuyện như sau mặc dầu nhầm họ của ông chép là họ Hiếu:

"Thứ sử Trương Mục bị bệnh chết, thổ nhân là Hiếu Trường Nhân làm loạn giết sạch những người lưu ngụ từ Bắc sang không chừa người nào, tự xưng là thứ sử Giao Châu."

Nhà Tống cử Ngô Hỷ sang làm thứ sử Giao Châu, rồi cử Tông Phụng Bá, nhưng không ai dám đi. Sau cử Lưu Bột. Lưu Bột sang bị Trường Nhân chia binh chống cự không vào được. Cuối cùng triều Tống phải mặc nhiên chấp nhận cho Trường Nhân làm thứ sử Giao Châu. Được vài năm Trường Nhân chết, em họ là Lý Thúc Hiến lên thay. Thúc Hiến nộp đơn xin Tống cho làm thứ sử Giao Châu. Tống không chịu, chỉ cho Thúc Hiến làm Ninh Viễn Tư Mã kiêm lĩnh thái thú hai quận Vũ Bình và Tân Xương đồng thời cử Thẩm Hoán sang làm Giao Châu thứ sử. Nhưng theo *Nam Tề thư,* "Thúc Hiến được nhân tình theo phục đã đem binh giữ những chỗ hiểm yếu không nhận Thẩm Hoán." Thẩm Hoán phải ở lại Uất Lâm rồi chết ở đó. Lý Thúc Hiến vẫn tự trị ở Giao Châu. Thế là Giao Châu vào cuối đời Lưu Tống đã trở thành một đất nước tự trị do các nhà môn phiệt địa phương cai quản.

Vào lúc đó, triều Tống bên Trung Quốc bắt đầu đi vào giai đoạn diệt vong. Phía Bắc bị mất vùng Hoài Bắc, Hoài Tây cho Bắc Ngụy. Bên trong con cháu họ Lưu Tống tàn sát lẫn nhau. Cuối cùng đến đời Tống Thuận Đế thì bị Tiêu Đạo Thành cướp chính quyền lập ra nhà Tề gọi là Tề Cao Đế (479). Tiêu Đạo Thành lên ngôi xuống chiếu tha tội cho Giao Châu và công nhận cho Lý Thúc Hiến làm Giao Châu thứ sử. Nhà Tề trong lúc ly loạn nên không muốn tạo ra những phiền nhiễu ở phương xa trong lúc đang củng cố quyền hành. *Nam Tề thư* cũng phải công nhận "Dân Giao Châu cậy ở nơi hiểm trở xa xôi nên luôn luôn muốn phản loạn."

Tuy nhiên khi Lý Thúc Hiến đoạn tuyệt mọi cống hiến với Tề thì Tề không thể nào không có phản ứng. Năm 485, Tề cử Đại Tư Nông Lưu Khải làm Giao Châu thứ sử, điều quân các quận Nam Khang, Lư Lăng và Thủy Hưng sang đánh. Lý Thúc Hiến đầu hàng. Giao Châu lại rơi trở về tay các quan lại phương Bắc.

Cuộc khởi nghĩa của Lý Trường Nhân là cuộc khởi nghĩa quan trọng nhất trong giai đoạn từ sau Hai Bà Trưng cho đến cuộc nổi dậy của Lý Bôn. Sử Trung Quốc chỉ giới thiệu ông là một "thổ nhân." Điều này có lẽ ám chỉ ông là người giòng giõi dân Lạc chứ không phải là Hán. Chắc chắn là ông không hề giữ một chức vụ gì trong chính quyền đô hộ. Điều quan trọng ở đây là khi nổi dậy, Lý Trường Nhân đã giết hết các quan lại và những người lưu ngụ Trung Quốc. Đây là một hành động cực đoan nhưng đã chỉ cho thấy bắt đầu có một ý thức dân tộc trong cộng đồng châu Giao biểu hiện ý thức khác biệt giữa dân Việt và dân Hán. Chính quyền mà Lý Trường Nhân và Lý Thúc Hiến xây dựng là một chính quyền độc lập. Tuy rằng Lý Trường Nhân mới chỉ xưng làm thứ sử, nhưng mầm mống của một quốc gia Việt độc lập đã bắt đầu hình thành báo hiệu cho sự thành lập của đất nước Vạn Xuân trong thế kỷ tới.

5.7 Tình hình kinh tế xã hội Việt Nam dưới thời nhà Lương

Đến cuối thế kỷ thứ năm, tại phương Bắc, nhà Tề càng ngày càng đi vào tình trạng suy đồi. Năm 502, Tiêu Diễn, một hoàng thân trong hoàng tộc Tề, phế Tề Hoà Đế tự lập lên làm vua lấy hiệu là Lương Vũ Đế, lập ra nhà Lương. Không khác gì những triều đại trước từ Đông Tấn trở đi, khó khăn chính của nhà Lương vẫn là làm sao khẳng định được quyền lực của chính quyền trung ương trước thế lực của những hào tộc địa phương. Riêng tại Giao Châu vấn đề này còn bị làm phức tạp hơn vì kinh tế châu Giao vẫn hướng về việc giao dịch với các nước khác ở phương Nam thay vì hướng về Bắc.

Một trong những biện pháp nhà Lương thực hiện để tăng cường kiểm soát vùng đất Giao Châu là phân nhỏ các châu quận để đặt thêm quan cai trị. Dưới thời Hán, châu Giao bao gồm toàn bộ vùng nam Trung Quốc và miền Bắc Việt Nam. Sang thời Ngô mới tách ra thành hai châu Giao và Quảng trong đó Quảng Châu bao gồm hầu hết miền Nam Trung Quốc trong khi Giao Châu bao gồm miền Bắc nước ta ngày nay cùng một phần của miền Nam các tỉnh Quảng Đông và Quảng Tây hiện thời. Đến đời Lưu Tống, năm 471, chính quyền lại cắt quận Hợp Phố (bán đảo Lôi châu, Quảng Đông hiện nay) cùng với một phần các quận Uất Lâm và Ninh Phố lập ra một châu mới gọi là Việt Châu. Giao Châu như vậy chỉ còn toàn bộ miền Bắc Việt Nam hiện thời. Riêng về phần quận Nhật Nam, sau nhiều năm giành giật với Lâm Ấp trong các đời từ Tấn đến Tề, cuối cùng toàn bộ quận Nhật Nam bị rơi vào tay Lâm Ấp dưới thời nhà Tề. Biên giới Giao Châu chỉ còn lại từ đèo Ngang trở ra Bắc.

Sang đời Lương, năm 507, Quảng Châu lại bị cắt ra làm hai, miền Tây Quảng được tách ra thành một châu mới gọi là Quế Châu (Quảng Tây ngày nay). Nhưng phải đến năm 523 thì việc cải tổ hành chánh châu quận của Lương mới lan sang đến châu Giao. Trong cuộc cải tổ này, quận Cửu Chân (Thanh Hoá) được nâng lên thành châu gọi là Ái Châu, quận Cửu Đức (Nghệ An - Hà Tĩnh) được chia làm ba là Đức Châu, Lợi Châu và Minh Châu. Đến năm 535, nhà Lương lại cắt vùng bể của Giao Chỉ ra thành lập Hoàng Châu (Quảng Yên, Hòn Gay ngày nay). Như vậy là đến đời Lương miền bắc nước ta có tất cả 6 châu tuy rằng quan trọng nhất vẫn là Giao Châu với trị sở nằm tại Long Biên. Theo quan điểm của nhà Lương, việc đặt thành nhiều châu như vậy được coi như là một biện pháp an ninh nhằm tổ chức phòng thủ cho đế chế cũng như là một sự tưởng thưởng cho dân chúng trong châu về sự quan tâm của triều đình chứ không căn cứ vào tài nguyên hoặc dân số. Chính vì vậy mà ta không thể so sánh một châu như châu Giao với những châu như Ái hay Đức chứ chưa nói đến những đơn vị nhỏ như Lợi Châu hoặc Hoàng Châu.

Việc lập những châu nhỏ này cũng là phương cách nhà Lương dùng để giải quyết mâu thuẫn giữa trung ương và các hào tộc địa phương. Các châu lớn có tầm quan trọng chiến lược như Giao và Quảng được trao cho các người thân trong hoàng tộc cai trị. Năm 541 Lương Vũ Đế cử hai người cháu sang làm thứ sử các châu Giao và Quảng. Những châu nhỏ hơn được trao cho những nhân vật có thế lực yếu hơn hoặc những hào tộc địa phương.

Tuy nhiên, hậu quả của chính sách này là mâu thuẫn quyền lực giữa địa phương và triều đình được chuyển hóa sang thành một cuộc đấu tranh giành quyền lực giữa các thứ sử châu nhỏ và thứ sử châu lớn. Cuộc đấu tranh giữa hào tộc và quan lại trong châu chuyển thành đấu tranh giữa các lực lượng của các châu với nhau. Lập ra nhiều châu nhỏ như vậy, nhà Lương hy vọng rằng sẽ ngăn chặn và lái những tham vọng độc lập hoặc tự trị của các địa phương qua việc thu hút những dân địa phương vào trong khuôn khổ đế chế. Nhưng dù có chia nhỏ thế nào chăng nữa cũng không có đủ chức vụ và quyền lực để thỏa mãn những tham vọng của tất cả những người địa phương. Ngoài ra, sự quen thuộc với những phép tắc của triều đình trung ương chỉ làm cho người ta mất đi sự sợ hãi đối với chính quyền và làm gia tăng thêm ước vọng làm ra một chính quyền tương tự.

Giao Châu dưới thời nhà Lương

Việc phổ biến rộng rãi các công cụ bằng sắt đã nâng năng suất của nông nghiệp lên cao hơn. Kinh tế đã dồi dào đủ để có thể nuôi sống một tầng lớp quý tộc cũng như là cung ứng những khoản thuế khóa và cống nạp cho chính quyền cai trị.

Ngoài nghề trồng lúa, mà dân ta đã biết làm hai mùa từ trước khi dân chúng Hoa ở Trung nguyên biết - sách *Dị Vật Chí* của Dương Phù đời Đông Hán viết: "Lúa mỗi năm trồng hai lần về mùa hạ và mùa đông ở Giao Chỉ gọi là lúa Giao Chỉ"- dân ta còn biết trồng nhiều thứ ngũ cốc và các loại cây hoa mầu khác như khoai lang - *Nam Phương Thảo Mộc Trạng* chép: "khoai lang trồng vào tháng hai đến tháng mười thì được dỡ củ... sản xuất ở Giao Chỉ, Vũ Bình, Cửu Chân, Hưng Cổ…" - các loại cây có củ khác như khoai sọ, củ từ, củ mài và các loại đậu. Nghề trồng dâu nuôi tằm, đay, gai cũng phát triển. Đặc biệt là việc trồng bông. *Ngữ Lục Địa Lý Chí* của Trương Bột, đầu thế kỷ thứ 4 chép: "Huyện Định An ở Giao Chỉ có loại cây bông, quả như chén rượu, miệng có tơ như tơ tằm có thể dệt thành vải."

Các loại cây ăn trái cũng được trồng một cách thông dụng, một vài loại như cam, quít đã nổi tiếng là ngon và được coi như là những cống phẩm dâng cho triều đình Trung Quốc. Với sự phát triển của nông nghiệp, một số những ngành khác như săn bắn, hái lượm, ngư nghiệp và chăn nuôi trước kia có thể là những hoạt động sinh hoạt chính nay đã trở thành thứ yếu.

Cùng với việc phát triển của nông nghiệp, thủ công nghệ cũng có những bước tiến lớn. Từ thời Đông Hán trở về sau, kỹ thuật rèn chế đồ sắt đã phát triển. Theo *Tấn thư* - Đào Hoàng truyện các đồ điền khí bằng sắt đã được chế tạo tại chỗ thay vì phải nhập từ Trung Quốc. Trong các ngôi mộ của thời này đào được đã thấy có rất nhiều những di vật bằng sắt, từ các đồ điền khí (lưỡi cày, lưỡi cuốc, rìu v.v...) cho đến vũ khí (kiếm, dao găm, giáo, kích, lao v.v...) và những đồ gia dụng (đinh, nồi, đèn v.v...). Theo *Ngô thời ngoại quốc truyện* thì vào lúc đó tại nước ta, người ta đã bịt cựa gà chọi với lưỡi sắt chứng tỏ rằng vào thời đó việc sử dụng sắt đã được phổ biến rộng rãi. Với sự phát triển của đồ sắt, đồ đồng đã đi vào suy thoái. Việc đúc đồng được giới hạn trong việc sản xuất những đồ gia dụng và các đồ minh khí cùng một số đồ trang sức mà thôi.

Cùng với hai nghề đúc đồng và sắt, nhiều ngành thủ công mới cũng được phát triển. Sử cũ đều nói Giao Châu nhiều vàng bạc. Việc khai thác và làm đồ trang sức bằng vàng bạc đạt được nhiều tiến bộ so với trước. Trong các ngôi mộ khai quật có niên đại từ Đông Hán cho đến Lục Triều người ta đã phát hiện được rất nhiều đồ trang sức bằng vàng bạc như vòng, nhẫn, bông tai, trâm, lược cũng như một số đồ đồng mạ vàng cung cách chế tạo tinh xảo. Theo *Nam Tề thư*, cứ vài năm một lần Giao Châu phải cống cho triều đình Trung Quốc một chiếc mũ đâu mâu bằng bạc.

Trong quá trình giao lưu văn hóa với vùng ảnh hưởng của văn minh Ấn Độ, Giao Châu cũng học được nghề sản xuất thủy tinh (ngọc lưu ly). Sách *Bão Phác Tử* của Cát Hồng đời Tấn chép: "Ngoại quốc làm bát thủy tinh bằng cách hợp năm loại tro cát mà chế thành. Nay châu Giao, châu Quảng đều học được phép đó."

Trong giai đoạn này nghề dệt đặc biệt phát triển. Ngoài việc trồng dâu nuôi tầm, do trồng được bông, nên đương thời dân ta đã dệt được vải và được các giới thống trị Trung Quốc ưa chuộng. Cống phẩm của Sĩ Nhiếp gởi cho Tôn Quyền có hàng ngàn tấm vải cát bá loại mịn. Nghề làm giấy cũng được truyền sang Giao Châu ngay sau khi được phát minh tại Trung Quốc. Theo *Nam Phương Thảo Mộc Trạng*, Giao Chỉ có nhiều cây mật hương, người ta lấy vỏ và lá của nó dùng làm giấy gọi là giấy mật hương, mầu trắng có vân, mùi rất thơm và bền chắc, bỏ xuống nước không hỏng. Năm Thái Khang đời Tấn, con buôn Đại Tần (Byzantine) dâng ba vạn tờ giấy này cho vua Tấn. Nghề thủ công phát triển đến nỗi dưới triều Ngô, thợ thủ công của châu Giao vẫn thường bị bắt gởi lên kinh đô của Ngô ở Kiến Nghiệp để phục vụ.

Về thương mại, việc sáp nhập Giao Châu vào trong đế chế Trung Quốc đã thúc đẩy việc phát triển thương mại cả quốc tế lẫn quốc nội. Các con buôn Trung Quốc đã sang Giao Châu mua bán lâm thổ sản như ngọc châu, hương liệu, sừng tê, ngà voi, san hô v.v... và mang sang bán ở Giao Châu các loại vũ khí, gương đồng, bình đồng sản xuất tại Trung Quốc.

Thương mại quốc tế được đặc biệt phát triển. Dưới thời Tam Quốc và Lục triều, con đường buôn bán với các nước ở phương Tây qua ngả đường bộ bị tắc nghẽn, tất cả mọi thông thương với miền Nam Trung Quốc "đều phải qua ngả Giao Chỉ" *(Lương thư)*. Luồng thương mại quốc tế bắt đầu từ cảng Alexandria ở Ai cập qua nam Ấn Độ vượt biển qua các nước Phù Nam, Lâm Ấp đến Giao Chỉ. Nhà địa lý Hy lạp Ptolemy đã mô tả con đường này trong cuốn sách địa lý của ông viết vào thế kỷ thứ ba sau Công nguyên.

Các việc buôn bán này thường bị chính quyền đô hộ đánh thuế rất nặng. Đó cũng là một lý do dẫn đến những cuộc chiến tranh với Lâm Ấp. *Tấn thư* chép: *"Xưa các nước ngoài cõi, thường mang báu vật đi đường bể tới Nhật Nam buôn bán. Thứ sử Giao Châu và thái thú Nhật Nam thường thường tham lợi, mười phần đánh thuế tới hai ba phần. Đến đời thứ sử Khương Tráng, sai Hàn Chấp làm thái thú Nhật Nam. Chấp lấy thuế đến quá nửa, vì thế các nước oán hận."* Năm 347 vua Lâm Ấp là Phạm Văn mang quân ra đánh Nhật Nam lấy cớ là bảo vệ cho thương mại quốc tế, đã bắt giết thái thú Nhật Nam là Hạ Hầu Lan.

Năm 522 triều đình nhà Lương ra lệnh phát hành một loại tiền mới thay cho loại tiền cũ của Tấn, nói rằng dân Quảng và Giao Chỉ dùng vàng và bạc làm tiền tệ trao đổi chứ không chịu dùng tiền của triều đình. Hai mươi năm sau, khi một loạt tiền mới khác được đúc ra, tình trạng cũng vẫn không thay đổi. Điều đó cho thấy thương mại quốc tế đóng một vai trò quan trọng như thế nào đối với sinh hoạt tại Giao Châu thời đó.

Thuế khoá và cống phẩm

Tài liệu độc nhất còn ghi lại về các thứ thuế đánh vào dân chúng tại Giao Châu thời Đông Hán được chép trong *Hậu Hán thư* ghi rằng "tha tô ruộng, tiền canh phú và cỏ khô trong hai năm cho huyện Tượng Lâm." Tiền canh phú là thuế mà người dân phải trả nếu không muốn bị đi lao dịch hoặc đi lính ở nơi biên thùy. Cỏ khô có lẽ là thuế đặc biệt mà người dân phải trả khi khai hoang một khu đất mới.

Không có chi tiết gì về các mức thuế trên, nhưng có lẽ chúng rất nặng vì *Hậu Hán thư* đưa ra nhận định về cuộc nổi dậy của dân chúng năm 184 là "phú thuế quá nặng, trăm họ xác xơ" và để đối phó với cuộc khởi nghĩa này, thứ sử Giả Tông đã phải đề nghị "tha miễn các loại phú dịch." Ngoài các loại thuế đánh vào nông dân, các triều đình Trung Quốc đã giữ độc quyền về việc khai thác và buôn bán sắt và muối, lập một viên quan riêng để chăm lo việc này gọi là Diêm Thiết quan.

Sang thời Ngô, phương pháp khai thác chính là việc cống nạp. Tiết Tổng viết: "Đối với Giao Châu chỉ quý ở chỗ lấy những của báu phương xa, ngọc châu, hương liệu, ngà voi, sừng tê, đồi mồi để chơi ngắm chứ bất tất phải trông vào phú thuế để lợi cho Trung Quốc" (*Tam Quốc Chí - Ngô thư*) Tuy nhiên Tiết Tổng cũng cho biết rằng "tô ruộng, thuế hộ chỉ lấy đủ để cung cấp (cho quan lại tướng sĩ ở Giao Châu)." Như vậy cho thấy rằng thuế đời Ngô vẫn còn và đánh thêm vào việc lao dịch để thu hoạch những đồ cống phẩm.

Trái với Ngô, dưới thời Tấn, một hệ thống thuế đồng nhất có vẻ đã được đưa ra cho Giao Châu, tuy rằng ta không biết rõ việc thực hiện thu thuế như thế nào. Một trong những loại thuế đó là thuế vải lụa được đánh vào các hộ trồng dâu, dệt vải. Số lượng vải lụa các hộ phải đóng thay đổi tùy theo chỗ xa hay gần kinh đô hoặc các thủ phủ cai trị địa phương. Theo dữ liệu của *Tấn thư*, mức độ thuế phải đóng tại Giao Châu bằng một phần ba mức độ tại Trung nguyên, và với những hộ mà chủ gia đình là phụ nữ chỉ phải đóng một nửa. Các loại thuế khác cũng tương tự như dưới thời Đông Hán, nhưng ta không biết rõ các thuế suất được tính như thế nào.

Dưới các đời sau, như Tống, Tề, Lương vì tình hình chính trị suy yếu, thuế phú bênTrung Quốc thu không đủ nên đặt ra nhiều loại thuế hơn nữa. Vào lúc đó, thuế khóa rất nặng kể hàng trăm thứ. Theo *Lương thư* làm nhà lợp ngói, cây dâu cao một thước đều phải chịu thuế. Dân nghèo phải bán cả vợ con lấy tiền nộp thuế mà không đủ. Đó chính là nguyên nhân dẫn đến việc những cuộc khởi nghĩa nổi lên trong thời gian này mà kết thúc là việc thành lập đất nước Vạn Xuân của Lý Bí.

Chương 6. Lý Bí và nhà nước Vạn Xuân

6.1 Lý Bí và bước đầu trong tiến trình giành độc lập

Năm 502, tể tướng Tiêu Diễn cướp ngôi nhà Tề lập ra nhà Lương. Thứ sử Giao Châu của Tề là Lý Khải chiếm giữ châu quận chống không chịu thần phục nhà Lương. Nhưng sau đó Khải bị trưởng sử của châu là Lý Tắc đem quân giết chết. Chức trưởng sử của một châu dưới thời đô hộ của Trung Quốc là viên quan đứng thứ nhì trong châu và luôn luôn là một người dân bản xứ. Việc Lý Tắc giết Lý Khải cho thấy các hào tộc địa phương đã tích cực tham gia vào các cuộc tranh chấp triều đại tại Trung Quốc. Sau khi giết Lý Khải, Lý Tắc được nhà Lương phong ngay cho làm Giao Châu thứ sử. Tuy nhiên dư đảng của Khải vẫn còn và năm 516, Lý Tắc phải đối phó với một cuộc nổi dậy do Nguyễn Tông Hiếu cầm đầu.

Lý Tắc có vẻ như có những quan hệ khá thân cận với những họ thế tộc cầm đầu triều đình Lương. Dưới thời ông những người thuộc các hào tộc địa phương được khuyến khích lên Kiến Nghiệp cầu công danh. Hai trong số những người đó là Lý Bí và Tinh Thiều.

Lý Bí và Tinh Thiều

Theo *Lương thư*, thì Lý Bí là thổ nhân, tức là người Việt, người châu Giao, nhưng theo thư tịch Việt Nam, *Đại Việt Sử Ký Toàn Thư* thì tổ tiên ông là người Hán, cuối đời Tây Hán, nhân chạy loạn Vương Mãng lánh sang ở châu Giao, sau bảy đời trở thành người Việt. Lý Bí là người thuộc giòng dõi hào tộc của châu Giao. Đến đời Lương, thanh thế của giòng họ ông đã trải rộng ra trên vùng Vũ Bình phía Bắc sông Hồng. Cần nhắc lại, Vũ Bình là một quận mới được cắt từ quận Giao Chỉ ra vào thời Tấn để kiểm soát vùng núi phía Bắc đồng bằng sông Hồng và họ Lý đời đời được coi là một họ vũ dũng. Theo các thư tịch còn lại, thì ông tài kiêm văn vũ; lúc nhỏ có lên kinh đô nhà Lương làm quan, nhưng theo *Lương thư* thì chức nhỏ "không thỏa mãn nỗi ước vọng của ông," thành ra bất đắc chí, ông bỏ về quê quán. Sau đó ông giữ một chức quan võ ở Đức Châu (Nghệ An) rồi cũng thất chí bỏ về. Từ đó, ông ở lại quê, chiêu tập nhân dân và các hào trưởng địa phương mưu khởi nghĩa chống lại nhà Lương.

Lý Bí lên kinh đô nhà Lương làm quan thời nào ta không rõ; nhưng nếu ông gặp Tinh Thiều trong thời gian ở kinh đô nhà Lương thì có lẽ là trước năm 521. Tinh Thiều người Giao Châu, nổi tiếng là tài cao học rộng. Khoảng năm 521, Thiều lên kinh đô Kiến Nghiệp của Lương kiếm một chức quan. Lại bộ thượng thư nhà Lương là Sài Tổn cho rằng họ Tinh không phải là vọng tộc nên chỉ cho Tinh Thiều làm chức Quảng Môn Lang tức là chức gác cổng thành phía Tây của kinh đô Kiến Nghiệp. Tinh Thiều lấy thế làm hổ thẹn bỏ về Giao Châu, rồi cùng Lý Bí mưu tính việc khởi nghĩa.(*Lương thư* - Sài Tổn truyện)

Triệu Túc

Người thứ ba trong số lãnh tụ cuộc khởi nghĩa là Triệu Túc, các thư tịch của Trung Quốc như *Lương thư, Trần thư*, đều không nhắc nhở gì đến Triệu Túc và con trai của ông, Triệu Quang Phục cả. Thư tịch của ta chép Triệu Túc là tù trưởng Chu Diên "cảm tài đức" của Lý Bí mà đem quân đến theo. Như vậy Triệu Túc có lẽ là giòng dõi Lạc tướng của dân Lạc.

Chu Diên là một trong những huyện đầu tiên được triều Hán thiết lập tại đồng bằng sông Hồng. Trong lịch sử, Chu Diên được biết như là quê quán của Thi Sách, chồng bà Trưng Trắc, của giòng họ Đỗ thời Tấn và của bố con Triệu Túc và Triệu Quang Phục. Thời Hán, Chu Diên nằm vào khoảng giữa hai con sông Hồng và sông Đáy, có lẽ là gần vùng Hà Nội hiện nay; nhưng càng về các triều đại sau vị trí của Chu Diên càng lùi xuống phía nam. Đến thời Lý Bí, Chu Diên có lẽ nằm ở vùng đồng lầy chỗ sông Hồng đổ ra biển. Dưới thời Lương hầu hết vùng này hãy còn là đầm lầy và chưa được khai thác vì hệ thống đê sông Hồng chưa được xây dựng đến đó. Dân chúng vì vậy có lẽ ít bị Hán hóa so với những vùng khác và vẫn còn giữ những truyền thống văn hóa Lạc cổ. Kể từ khi Mê Linh được đổi thành quận Tân Xương với một đạo quân chiếm đóng thường trực, Chu Diên đã trở thành trung tâm của nền văn hóa Lạc Việt còn lại và thành lãnh đạo của những người Lạc không chịu thần phục văn hóa Hán. Việc Triệu Túc đi theo Lý Bí có lẽ đã khiến cho toàn bộ những người Lạc Việt chuyển sang theo cuộc khởi nghĩa.

Cuộc khởi nghĩa của Lý Bí

Chính sách của nhà Lương là đối với những châu lớn và quan trọng như châu Giao hoặc châu Quảng là dùng tôn thất làm thứ sử để kiểm soát chặt chẽ tình hình. Thời bấy giờ thứ sử Giao Châu là Vũ Lâm Hầu Tiêu Tư. Tiêu Tư là tôn thất nhà Lương. Họ Tiêu là một trong những cự tộc phương Bắc chạy về Nam uy quyền rất lớn. Chính sử Trung Quốc cũng phải thừa nhận rằng Tiêu Tư là một tên tàn bạo, tham lam làm mất lòng dân. Trần Bá Tiên, tên tướng Lương về sau này đánh bại Lý Bí, cũng nói rõ nguyên nhân những cuộc "phản loạn" của dân chúng là do "tội của các ông tôn thất."

Sử liệu không nói rõ cuộc khởi nghĩa của Lý Bí tiến hành như thế nào. *Lương thư* chép: "Lý Bí liên kết với hào kiệt các châu đồng thời làm phản." Như vậy có nghĩa rằng cuộc nổi dậy không chỉ xảy ra riêng ở châu Giao thôi mà còn có thể xảy ra tại châu Ái (Thanh Hóa) và châu Đức (Nghệ An) nữa. Cuộc khởi nghĩa nổ ra vào tháng chạp năm Đại Đồng thứ bảy đời Lương Vũ Đế (tháng giêng năm 542) và đã thành công một cách dễ dàng. Sử cũ chép rằng khi nghe tin Lý Bí nổi dậy, Tiêu Tư sợ hãi vội đem của cải vàng bạc đút lót cho Lý Bí rồi chạy trốn về Quảng Châu. (*Lương thư* chép Tiêu Tư trốn về Việt Châu). Chắc hẳn khi Tiêu Tư chạy trốn rồi thì bọn quan lại nhà Lương kẻ thì đầu hàng quân khởi nghĩa, kẻ thì chạy trốn về Bắc, không cần phải nhắc đến nữa.

Ba tháng sau, cuộc phản công của quân Lương đã tiến hành. *Lương thư* chép: "Tháng ba năm Đại Đồng thứ 8 (tức là tháng 4 năm 542) sai thứ sử Việt Châu là Trần Hầu, thứ sử La Châu là Ninh Cự, thứ sử An Châu là Lý Trí, thứ sử Ái Châu là Nguyễn Hàn cùng đi đánh Lý Bí tại Giao Châu." Đoạn văn này của *Lương thư* cho thấy, vùng Thanh Hóa (Ái Châu) cũng như vùng duyên hải phía Bắc vịnh Bắc Việt (An Châu bao gồm vùng Quảng Yên và các đảo vịnh Hạ Long) lúc đó có lẽ vẫn còn nằm trong tầm kiểm soát của nhà Lương. Như vậy trong ba tháng đầu của cuộc khởi nghĩa có lẽ Lý Bí mới kiểm soát được vùng châu thổ sông Hồng mà thôi.

Cả *Lương thư* cũng như sử ta đều không chép đến cuộc phản công này ra sao, nhưng ta có thể chắc chắn rằng cuộc phản công này đã thất bại mau chóng và lực lượng của Lý Bí đã tràn sang được đến cả Thanh Hoá và Nghệ An (Ái Châu và Đức Châu) cũng như là vùng An Quảng vì *Đại Việt Sử Ký Toàn Thư* đã chép rằng mùa hè năm 543 khi quân Lâm Ấp sang cướp phá quận Cửu Đức thì đã bị quân của Lý Bí đánh bại và như ta sẽ thấy về sau này Lý Bí đã mang quân đánh quân Lương tại Hợp Phố chứ không đợi sang đến nước ta.

Thất bại trong cuộc tái chinh phục đầu tiên, Lương tổ chức một cuộc tấn công lần thứ hai vào cuối năm 542. Theo *Lương thư*, mùa đông năm Đại Đồng thứ 8 (542) Lương Vũ Đế xuống chiếu cử thứ sử Cao Châu là Tôn Quýnh, thứ sử Tân Châu là Lư Tử Hùng điều khiển binh mã đi đánh Lý Bí. (Tân Châu và Cao Châu là những châu nhỏ cắt từ Quảng Châu cũ ra, thuộc tỉnh Quảng Tây ngày nay).

Khiếp sợ trước thanh thế quá lớn của Lý Bí, có lẽ vì sự thất bại quá nhanh của cuộc chinh phục trước, Tôn Quýnh và Lư Tử Hùng đã chần chừ e ngại không chịu tiến quân. Viện cớ là đã bắt đầu vào mùa xuân tại phương Nam, dịch bệnh bắt đầu hoành hành trong đám quân Bắc, Tôn và Lư dâng biểu xin hoãn đến mùa thu hãy tiến đánh. Nhưng thứ sử Quảng Châu là Tiêu Ánh (một tôn thất nữa của nhà Lương) không nghe. Lại thêm Tiêu Tư lúc đó đang trú ngụ tại Quảng Châu thúc giục thêm nên bọn Tôn, Lư phải tiến binh.

Quân Lương tới Hợp Phố thì gặp quân của Lý Bí. Truyền thuyết của ta có nói đến một chiến thắng lớn tại Hợp Phố. *Lương thư* và *Trần thư* thì không nhắc nhở gì đến, chỉ nói đóng ở Hợp Phố, quân sĩ mười phần chết tới bảy phần. Bọn sống sót đều sợ binh địch bỏ trốn. Tôn Quýnh và Lư Tử Hùng phải dẫn tàn quân về Quảng Châu. Tiêu Tư dâng biểu về triều vu cho Tôn Quýnh, Tử Hùng "giao thông với giặc, dùng dằng không tiến." Lương Vũ Đế bèn hạ chiếu bắt cả hai rồi xử tử ở Quảng Châu.

Trong khi đó, tại phía Nam, Lâm Ấp lợi dụng châu Giao có loạn, mang quân đánh quận Đức Châu. Nhưng tháng 5 năm 543, tức là sau khi phá được quân Lương rồi, Lý Bí sai tướng là Phạm Tu mang quân đánh Lâm Ấp, phá được quân của vua Lâm Ấp là Cao Thức Luật Đà La Bạt Ma (Rudravarman) tại Cửu Đức. Biên giới phía nam từ đó lại yên.

Sự thành lập nhà nước Vạn Xuân

Sau khi đã dẹp yên phương bắc, bình định phương nam, tháng giêng năm sau (tháng 2 năm 544) Lý Bí chính thức lên ngôi hoàng đế, tự xưng là Nam Việt Đế, đặt niên hiệu là Thiên Đức, đặt quốc hiệu là Vạn Xuân. *Đại Việt Sử Ký Toàn Thư* chép rằng sở dĩ đặt tên nước như vậy là vì "Ý mong xã tắc được bền vững đến muôn đời," định đặt trăm quan, phong Triệu Túc làm thái phó, Tinh Thiều làm tướng văn, Phạm Tu làm tướng võ, xây đài Vạn Xuân để làm nơi triều hội. Tuy nhiên không phải mọi người trong nước đều quy phục Lý Bí. Ông đã phải đối phó với một số những bộ lạc thiểu số cũng như là một số hào trưởng địa phương không chịu phục tùng chính quyền mới. Sự tích bà Triệu có nhắc đến chuyện Lý Nam Đế đánh dẹp Bình Lâm (Thanh Hóa) được bà Triệu hiển linh hóa phép giúp cho chiến thắng. Nhân đó, vua mới phong bà là "Bật chính anh liệt hùng tài trinh nhất phu nhân." Theo *Việt Điện U Linh Tập*, Lý Bí phong cho Lý Phục Man chức tướng quân, coi một vùng từ Đỗ Động (Thanh Oai, Hà Đông) đến Đường Lâm (Phúc Thọ, Sơn Tây) để phòng ngừa Di, Lão.

Triều đình Lý Bí đặt ra chắc hẳn cũng giống như là cách tổ chức triều đình của Trung Quốc. Chúng ta không rõ rằng trong thời gian ngắn ngủi mà ông làm vua, ông đã làm được những gì, nhưng chắc hẳn điều ông phải quan tâm nhất là phòng vệ biên giới phía Bắc. Công việc hành chánh, cai trị chắc hẳn Lý Bí hoàn toàn phó cho Tinh Thiều. Cần chú ý là Triệu Túc được phong làm thái phó. Chức thái phó đầu tiên xuất hiện vào đời nhà Chu có nghĩa là thầy của vua. Chức này được Vũ Vương phong cho Khương Thượng và sau này Thành Vương phong cho Chu Công. Chức này được phong cho Triệu Túc khiến ta có thể nghĩ rằng đây là một cố gắng để hội nhập xã hội Việt Hán hóa mà tiêu biểu là Lý Bí với xã hội cổ truyền của dân Lạc tạo ra một tinh thần dân tộc mới.

Lý Bí và Tinh Thiều tiêu biểu cho tầng lớp người đã bị Hán hóa. Họ đã lên tận kinh đô Kiến Nghiệp của Trung Quốc để tìm chức quan. Thất vọng, họ đã trở về để tìm con đường độc lập. Nhưng ý tưởng của họ về độc lập cũng chỉ là một đế chế Trung Quốc thu nhỏ với tôn hiệu hoàng đế và niên hiệu như của Trung Quốc vậy. Triệu Túc, trái lại, tiêu biểu cho tầng lớp xã hội cổ truyền Lạc Việt. Không có dấu hiệu gì cho thấy ông đã sang Trung Quốc để tìm kiếm công danh. Sự hòa hợp giữa hai yếu tố Hán và Lạc trong thời Lý Bí đã tạo ra một xã hội mới, xã hội Việt, có đủ khả năng dần dà giành lấy độc lập và gìn giữ được độc lập từ tay người Hán. Với Lý Bí, Tinh Thiều và Triệu Túc, xã hội Việt đã trưởng thành với một ý thức dân tộc rõ rệt. Sau Lý Bí, việc Việt Nam tách ra khỏi đế quốc Hán là một điều tất nhiên và chỉ là vấn đề thời gian mà thôi.

Trong lúc Lý Nam Đế ổn định nội bộ ở châu Giao thì bên Trung Quốc lại xảy ra nhiều biến loạn. Vì vậy nhà Lương phải tổ chức những cuộc bình định tại châu Quảng trước khi có thể dòm ngó đến châu Giao. Năm Đại Đồng

thứ 11 (545) Lương chủ sai Dương Phiêu làm Giao Châu
thứ sử, Trần Bá Tiên làm tư mã tổ chức cuộc tái chiếm. Đất
nước Vạn Xuân lại sắp sửa rơi vào một cuộc can qua mới.

6.2 Cuộc chinh phục của Trần Bá Tiên

Sau cuộc phản công thất bại của Tôn Quýnh và Lư Tử
Hùng, nhà Lương phải mất hai năm sau mới tổ chức được
một cuộc chinh phục mới. Một phần là vì lúc đó, bên Trung
Quốc cũng có loạn khiến cho Lương không rảnh tay để
dòm ngó xuống miền nam. Tại Quảng Châu, sau khi Tôn
Quýnh và Lư Tử Hùng bị giết, em Tử Hùng là bọn Tử Liệt,
Tử Lược cùng bọn gia thuộc ở Giang Nam là Đỗ Thiên
Hợp, Đỗ Tăng Minh cùng với con cháu của Tôn Quýnh đều
nổi lên để báo thù tiến đánh Quảng Châu. Phải mãi đến
năm Đại Đồng thứ 10, thứ sử Quảng Châu là Tiêu Ánh mới
giết được Đỗ Thiên Hợp, dụ hàng được Đỗ Tăng Minh và
bình định được châu Quảng. Lập được công lớn trong vụ
bình định này là viên tham quân Quảng Châu, Trần Bá
Tiên.

Năm Đại Đồng thứ 11 (545), nhà Lương cho Dương
Phiêu làm Giao Châu thứ sử, Trần Bá Tiên làm Giao Châu
tư mã, lãnh thái thú Vũ Bình cùng với Dương Phiêu lo tổ
chức việc chinh phục lại châu Giao. Bá Tiên là một viên
tướng giỏi nhất của triều Lương hồi đó và sau này nhờ vậy
đã cướp ngôi triều Lương lập ra triều đại cuối cùng của
Nam triều, triều Trần, nhưng đó là chuyện về sau. Tại
Quảng Châu Bá Tiên tuyển mộ thêm nhiều lính để sửa soạn
việc chinh phục. *Trần thư* chép:

*"Cao tổ (chỉ Bá Tiên) tuyển được nhiều người vũ
dũng, khí giới sắc bén, Phiêu mừng nói: 'Phá được giặc
chắc hẳn là Trần tư vũ này'."*

Rồi ủy cho Bá Tiên kinh lược mọi chuyện quân sự.
Quân sĩ tụ họp ở Phiên Ngung (thành phố Quảng Châu hiện

nay). Bấy giờ thứ sử Định Châu là Tiêu Bột cũng được lệnh mang quân đến hội cùng đánh Giao Châu. E ngại trước cái gương thất bại của bọn Tôn Quýnh và biết binh sĩ mình sợ đi xa, Tiêu Bột tìm cách thuyết phục Dương Phiêu không nên đánh Giao Châu. Bột bèn dùng những lời lẽ ngon ngọt dụ dỗ Phiêu. Phiêu bèn tụ tập tất cả các tướng sĩ lại để bàn tính. *Trần thư* chép:

"Cao tổ đứng lên nói: "Giao Chỉ phản loạn, đó là tội của mấy ông tôn thất nên mới sinh ra mầm loạn nổi lên ở một số châu, tích lũy đến cả mấy năm nay. Ông Định Châu, muốn kiếm cái lợi ám muội gì mà trước mắt không kể đến đại kế, Tiết hạ (chỉ Dương Phiêu) đã vâng lệnh phạt tội, cần nên sống chết vì việc đó, tại sao lại có thể nhát sợ mấy ông tôn thất mà coi nhẹ phép nước. Nay nếu muốn đoạt người, nhụt chúng thì hà tất phải mang quân sang Giao Chỉ hỏi tội làm gì. Về ngay cũng đã có cớ rồi vậy."

Phiêu bèn cho Bá Tiên làm tiên phong mang quân đi trước. Tháng sáu năm đó quân Lương tới Long Biên. Lý Nam Đế mang ba vạn quân ra chống chọi với quân Lương ở Chu Diên. Quân ta bị thua phải lui về giữ cửa sông Tô Lịch, dựng thành lũy để chống cự với quân Bá Tiên. Bá Tiên tiến đánh, Lý Nam Đế lại thua nữa, chạy về giữ thành Gia Ninh. Bá Tiên mang quân tới vây thành. Dương Phiêu cũng mang đại quân đến tiếp ứng. Hai bên cầm cự nhau tới mấy tháng. Cuối cùng thành bị phá vào tháng giêng năm sau (546). Như vậy là từ khi Trần Bá Tiên mang quân vào châu Giao đến khi phá được thành Gia Ninh là mất tám tháng.

Thua tại Gia Ninh, Nam Đế chạy vào động Khuất Liêu, liên lạc với các bộ tộc người Lão (có thể là những sắc tộc gốc Thái hiện nay) ở Tân Xương (tức vùng Vĩnh Phúc Yên, Phú Thọ hiện nay), tụ tập tàn quân. Đến tháng 10 thu thập được vài vạn quân, ông lại từ trong động mang quân ra đóng ở hồ Điển Triệt. Ông cho đóng rất nhiều thuyền bè thả đầy cả một hồ. Khí thế Nam quân lại thịnh trở lại.

Trước tình thế đó, quân Lương sợ hãi, đóng ở cửa hồ không dám tiến. *Trần thư* kể lại rằng:

"Bí giữ hồ Điển Triệt, chỗ ranh giới với Khuất Liêu, sai đóng thuyền bè chứa chật cả hồ. Chúng quân lo sợ, ngừng đóng tại cửa hồ, không dám tiến. Cao tổ (Bá Tiên) nói với chư tướng rằng: "Quân ta đi đánh đã lâu, tướng sĩ mỏi mệt, cứ cả năm cầm giữ lẫn nhau như thế này, sợ rằng đó không phải là kế hay. Vả lại chúng ta, một cánh quân cô độc, viện binh không có, lại đã vào sâu trong chốn tâm phúc của người ta, nếu như đánh một trận không thắng thì mong gì sống. Nay nhân chúng thua chạy mấy lần, nhân tình chưa vững, lại thêm Di Lão là đám quân ô hợp có thể dễ diệt, chính là lúc nên cùng xuất quân liều chết mà đánh chứ vô cớ mà ngừng lại thì sẽ không còn thời cơ nữa."

Các tướng của Bá Tiên đều nín lặng không tên nào dám hưởng ứng. Nhưng không may cho Lý Nam Đế, ngay trong đêm mà Trần Bá Tiên họp các tướng đó, nước sông đột nhiên dâng cao chảy ào vào trong hồ. Bá Tiên bèn mang quân theo dòng nước tiến lên, lợi dụng lợi thế đánh trống hò reo. Quân của Nam Đế không kịp phòng bị thành ra tan vỡ. Nam Đế lại phải chạy về động Khuất Liêu rồi hai năm sau chết ở đó (tháng 4 năm 548). Cái chết của Lý Nam Đế sử ta và sử Trung Quốc chép khác nhau. Theo sử ta thì Lý Nam Đế chạy vào động Khuất Liêu, trong lúc ông đang tìm cách thu thập tàn quân và tụ tập những người thiểu số ra đánh nữa thì ông bị bệnh chết, nhưng *Trần thư* nói rằng, ông đã bị những người Lão, nhận hối lộ của quân Lương giết chết, mang đầu dâng cho Trần Bá Tiên. (Tại Tuyên Quang, cách thị xã Tuyên Quang khoảng 10 km trên đường đi Yên Báy còn có đền thờ Lý Nam Đế ở trên núi. Tương truyền đây là nơi mà Lý Nam Đế bị giết.)

Căn cứ vào những lời trên của Trần Bá Tiên trong *Trần thư*, ta có thể thấy rằng sự thành công của quân Lương lần này tùy thuộc vào một người đến mức nào. Thảng như tướng chỉ huy của quân Lương không phải là Trần Bá Tiên thì cục diện lịch sử nước ta có lẽ đổi khác. Nhận định của Trần Bá Tiên về sự ủng hộ của dân chúng đối với Lý Nam Đế "nhân tình chưa vững" cho thấy rằng chính trong hàng ngũ quân đội của Lý Nam Đế có thể cũng đã có những dao động. Lý Nam Đế mới làm vua chưa đầy một năm đã phải đối phó với một cuộc xâm lược lớn của quân Lương. Gần một năm nữa đã trôi qua kể từ khi ông thất bại ở Gia Ninh và phải chạy vào trong động Khuất Liêu. Tuy nhiên sự kiện này cũng cho thấy tình trạng suy yếu đến mức nào của đế chế Trung Quốc dưới thời nhà Lương. Thành ra một khi Trần Bá Tiên trở về bắc, dẹp loạn Hầu Cảnh rồi cướp ngôi nhà Lương thì châu Giao lại rơi vào tình trạng cũ.

Sau khi Lý Nam Đế chết, anh của ông là Lý Thiên Bảo chạy vào được đến Cửu Chân, rồi cùng với một người là Lý Thiệu Long tập hợp được hai vạn quân đi đánh Đức Châu giết thứ sử Đức Châu là Trần văn Giới. Sau đó quân Lý tiến ra vây Ái Châu. Trần Bá Tiên lại tiến quân vào Cửu Chân và đánh tan nghĩa quân của Lý Thiên Bảo. Bá Tiên được Lương phong làm Chấn Viễn Tướng quân coi binh mã bảy quận, lĩnh chức thái thú Cao Yên. Với thất bại của Lý Thiên Bảo, đất nước Vạn Xuân non trẻ của Lý Nam Đế cuối cùng đã bị sụp đổ. Tuy nhiên khi Trần Bá Tiên về bắc, Triệu Quang Phục và Lý Phật Tử đã nối theo Lý Nam Đế đuổi được quân Trung Quốc và lập lại nhà nước độc lập tại Việt Nam thêm gần 60 năm nữa cho đến khi cuối cùng nước ta lại mất vào tay nhà Tùy. Trong giai đoạn này sử ta như *Đại Việt Sử Ký Toàn Thư* và *Khâm Định Việt Sử*

Thông Giám Cương Mục viết rất kỹ, trong khi đó sử Trung Quốc lại hầu như không nhắc đến.

Những tài liệu về nhà Tiền Lý đã được sử Trung Quốc viết tản mạn ở trong nhiều tiết mục khác nhau trong các bộ sử triều Lương và triều Trần thành ra có nhiều chỗ khiếm khuyết gây nhiều nghi vấn. Tình trạng này lại càng rối ren hơn khi nhắc đến những sự kiện xảy ra tại châu Giao sau khi Lý Nam Đế bại vong. Nhưng ngay cả trong cuộc chiến của Lương chống lại Lý Nam Đế, vốn đã được viết trong phần đế kỷ của *Lương thư* và *Trần thư,* cũng có những sự kiện khiến chúng ta phải thắc mắc. Lấy thí dụ như việc thứ sử Đức Châu Trần văn Giới bị Lý Thiên Bảo giết. Sự kiện này cho ta thêm một số dữ liệu về tình hình phân tán thời đó. Đức Châu là vùng cực nam của nước ta thời đó, Trần Bá Tiên khi còn đang chống nhau với Lý Nam Đế tại vùng Vĩnh Yên Phú Thọ bây giờ, chắc chắn là không có thể mang quân vào đến tận Đức Châu để chiếm lại. *Lương thư* và *Trần thư* khi chép đến cuộc hành quân của Trần Bá Tiên cũng chỉ nhắc đến Dương Phiêu làm thứ sử Giao Châu chứ không nói gì đến thứ sử các châu khác. Vả lại chính *Lương thư* cũng chép việc tướng Phạm Tu của Lý Nam Đế phá quân Lâm Ấp tại Cửu Đức (quận nằm phía nam Đức Châu, nay là Hà Tĩnh) tức là chính nhà Lương cũng biết rằng Đức Châu nằm trong vòng cai trị của Lý Nam Đế. Vậy thì phải chăng Trần văn Giới có thể, hoặc là người của Lý Nam Đế tại Đức Châu nhưng khi thấy Nam Đế bị thua nên đầu hàng nhà Lương và được Lương tiếp tục cho giữ Đức Châu, hoặc là quan lại cũ của nhà Lương, sau khi Tiêu Tư bỏ chạy về Quảng Châu, đã hàng Lý Nam Đế, và sau đó khi Trần Bá Tiên sang đã phản lại quay trở về với Lương. Dù sao chăng nữa, sự kiện này cho thấy rằng thế lực của Lý Nam Đế thực tế chỉ bao gồm một số vùng tại châu thổ sông Hồng và vùng trung du mà thôi. Tại các khu vực khác uy quyền của

Lý Nam Đế có thể không có bao nhiêu và khi ông bị thất bại trước quân Lương thì hầu hết đã trở giáo quay lại với nhà Lương.

Tình hình Giao Châu sau khi Trần Bá Tiên đem quân về bắc hầu như không còn được nhắc tới trong các thư tịch của Trung Quốc nữa ngoại trừ những mẩu ngắn trong phần liệt truyện của các viên quan lại Trung Quốc có đôi chút dính líu đến nước ta. Chính vì vậy một số nhà sử học nhất là nước ngoài đã tỏ ra nghi ngờ về những điều được chép trong chính sử của ta về nhà Tiền Lý. Người đầu tiên đưa ra những nghi ngờ này là Henri Maspero. Trong một bài viết đang trên *Tập San Kỷ Yếu của Viện Viễn Đông Bác Cổ,* "La Dynastie des Lý Antérieurs" số XVI năm 1916, Maspero, dựa theo thư tịch Trung Quốc cho rằng từ năm 541 cho đến năm 602 chỉ có ba cuộc khởi loạn ngắn:

1. Cuộc khởi loạn của Lý Bí từ 542 đến 547
2. Cuộc khởi loạn của Lý Xuân năm 590
3. Cuộc khởi loạn của Lý Phật Tử năm 602

Maspero cho rằng Triệu Quang Phục không phải là một nhân vật có thật vì sử Trung Quốc không hề nhắc đến tên ông. Dẫn chứng những tài liệu thư tịch Trung Quốc, Henri Maspero chỉ ra rằng trong thời gian từ 548 cho đến 602, đã có rất nhiều quan lại Trung Quốc được cử sang cai trị Việt Nam. Điều Maspero không nhận ra do chỉ trông cậy vào sử liệu Trung Quốc, đó là thế chưa hẳn đã có nghĩa là trong giai đoạn đó Việt Nam thực sự bị cai trị bởi nhà Lương vì rất có thể các chức quan đó chỉ có danh mà không có thật, những viên quan được phong đó không hề bước chân đến châu Giao. Trường họp điển hình là Trần Bá Tiên được phong làm Giao Châu thứ sử năm 550. Nhưng lúc ấy Bá Tiên đang đi từ Giang Tây về Kiến Nghiệp và Bá Tiên không hề trở lại Giao Châu vì chỉ một năm sau đó, Bá Tiên đã làm thứ sử Giang Châu rồi sau làm thừa tướng và cướp ngôi nhà Lương. Những viên quan khác mà Maspero dẫn tên đi sang cai trị Việt Nam từ năm 550 đến 557 cũng ở trong những trường hợp tương tự như vậy; tỷ như Hoàng Pháp Câu, được phong làm Giao Châu thứ sử năm 552, nhưng sự thực chỉ ăn lương thứ sử Giao Châu chứ thực tế vẫn giữ chức huyện lệnh huyện Tân Kim (Giang Tây). Năm 1944, một học giả Việt Nam, ông Nguyễn văn Tố đã đăng một loạt bài trên các báo *Tri Tân* và *Thanh Nghị* bác bỏ luận cứ của Henri Maspero về vấn đề nhà Tiền Lý.

6.3 Triệu Quang Phục và Lý Phật Tử

Trong khoảng 60 năm từ sau khi Lý Bí bại trận cho đến khi nhà Tùy thống nhất Trung Quốc, tình hình Giao Châu ra sao sử ta và sử Trung Quốc chép rất khác nhau. Đối với ta, đó là thời kỳ sau của nhà Tiền Lý với Triệu Quang Phục và Lý Phật Tử, trong khi sử Trung Quốc thì không hề nhắc đến Triệu Quang Phục mà chỉ nhắc đến Lý Phật Tử vào giai đoạn chót của thời kỳ này khi nhà Tùy sai Lưu Phương sang chinh phục Giao Châu. Trong khi đó, sử Trung Quốc lại nhắc đến Lý Hữu Vinh và Lý Xuân là những nhân vật không hề được sử Việt Nam nhắc đến. Để có thể tìm hiểu sự thật lịch sử, chúng ta hãy đối chiếu những gì ghi trong sử Việt Nam và sử Trung Quốc để tìm một cách dung hòa hai nguồn tin này.

Cuộc kháng chiến của Triệu Quang Phục và triều đại Lý Phật Tử theo sử Việt Nam

Theo chính sử Việt Nam, sau khi thành Gia Ninh bị thất thủ, Lý Nam Đế phải chạy vào trong động Khuất Liêu (năm 546), ông đã ủy cho đại tướng Triệu Quang Phục, con quan thái phó Triệu Túc giữ việc chống cự với Trần Bá Tiên tại đồng bằng sông Hồng.

Thấy quân Bá Tiên quá mạnh, Triệu Quang Phục lui về giữ đầm Dạ Trạch tại Chu Diên. Trần Bá Tiên đánh mãi không được. *Lĩnh Nam Chích Quái* chép:

"Quang Phục đem quân nấp ở chầm. Chầm sâu và rộng, lầy lội, tiến binh rất khó. Quang Phục dùng thuyền độc mộc đột xuất ra đánh cướp lương thực cầm cự lâu ngày làm cho quân giặc mệt mỏi. Trong ba bốn năm không hề đối diện chiến đấu. Bá Tiên phải than rằng, ngày xưa đây là chầm một đêm bay về trời nay là chầm một đêm cướp đoạt người."

Sau khi nghe tin Nam Đế mất (năm 548) Triệu Quang Phục xưng vương hiệu gọi là Triệu Việt Vương. Bá Tiên rút quân về Bắc dẹp loạn Hầu Cảnh ủy cho tỳ tướng Dương Sàn thống lãnh sĩ tốt. Quang Phục ăn chay, lập đàn cầu đảo ở giữa đầm bỗng thấy Chử Đồng Tử cưỡi rồng hiện xuống cho móng rồng gắn trên mũ đâu mâu, nhờ đó đánh đâu thắng đó giết được Dương Sàn lấy lại thành Long Biên. Quân Lương thua chạy về bắc. Quang Phục lên làm vua được tới năm 571.

Trong khi đó, Lý Thiên Bảo chạy vào động Dã Năng dựng nước ở đó tự xưng là Đào Lang Vương, đến năm 555 thì mất. Tộc tướng là Lý Phật Tử lên thay. Năm 557, Lý Phật Tử đem quân đánh nhau với Triệu Quang Phục ở Thái Bình rồi chia đất ở bãi Quân Thần. Lý Phật Tử cho con trai là Nhã Lang lấy con gái Quang Phục là Cảo Nương. Nhã Lang lừa Cảo Nương đánh cắp móng rồng rồi trốn về với cha mưu đem quân đánh Quang Phục. Năm 571, Lý Phật Tử mang quân đánh úp Triệu Quang Phục chiếm lấy cả nước lại xưng hiệu là Nam Đế (tức Hậu Lý Nam Đế) đóng đô ở Phong Châu. Được 32 năm thì bị nhà Tùy diệt (năm 602).

Các sự kiện được viết trong chính sử Việt Nam như đã vừa kể lại trên, hầu hết dựa vào các thần tích và truyền thuyết. Chúng có thể có một cốt lõi sự thật lịch sử, nhưng đã bị bao bọc bởi một lớp huyền thoại và thần thánh hóa những nhân vật. Chuyện Chử Đồng Tử hạ trần cùng với chuyện Nhã Lang và Cảo Nương lập lại gần giống hệt như chuyện thần Kim Quy và Mỵ Châu-Trọng Thủy thời An Dương Vương. Quan hệ giữa nước ta và Trung Quốc cũng như giữa nước ta và Lâm Ấp hầu như không được nói tới trong suốt giai đoạn trên 50 năm này, mặc dầu Lâm Ấp đang ở giai đoạn cường thịnh và chắc chắn là đã có những cuộc xâm lược vào miền nam của nước ta thời đó.

Về phần Trung Quốc lúc đó nhà Trần rất hèn yếu, *Tùy thư* chép:

"Đến đời Trần, đất đai càng thu hẹp, tây mất Thục Hán, bắc mất Hoài Phì, uy lực không vươn ra khỏi vùng Kinh Dương (tức các vùng Hồ Nam, Hồ Bắc, Giang Tây, Triết Giang hiện nay)."

Nhưng tại vùng Lĩnh Nam (các tỉnh Quảng Đông, Quảng Tây), các hào tộc địa phương cát cứ vẫn có đủ lực lượng để can thiệp vào công việc nội bộ của ta. Thành ra muốn hiểu rõ thêm sự thực lịch sử ta phải trở lại chính sử Trung Quốc để tìm thêm những dữ kiện khác bổ túc cho những điều mà sử ta chỉ chép một cách khái quát.

Triệu Quang Phục và Lý Phật Tử theo sử Trung Quốc

Giai đoạn từ 547 cho đến 602 là một giai đoạn đại loạn của lịch sử Trung Quốc. Chính vì vậy các sử gia chỉ tập trung nói đến chuyện xảy ra tại Trung nguyên; tình hình phương Nam, nhất là tại Giao Châu hầu như không hề được nhắc tới, ngoại trừ khi có những chuyện liên quan trực tiếp

đến tình hình tại Trung Quốc. Chính vì vậy mà những biến
loạn sau khi Trần Bá Tiên trở về không được sử Trung
Quốc nhắc đến không phải là đã không xảy ra.

Ngược giòng lịch sử, ta thấy, bắt đầu từ năm 547 khi
Trần Bá Tiên trở về Bắc tình hình Trung Quốc luôn luôn
rối loạn. Năm 548, Hầu Cảnh nổi loạn, chiếm kinh đô, giết
Lương Vũ Đế. Khi Bá Tiên định dẫn một đội quân bắc
phạt, thứ sử Quảng Châu Nguyên Cảnh Trọng âm mưu giết
Trần Bá Tiên chạy theo Hầu Cảnh. Phải đến năm 549 Bá
Tiên mới dẹp yên được Nguyên Cảnh Trọng và mời Tiêu
Bột làm thứ sử Quảng Châu. Năm 550, Trần Bá Tiên mang
quân vượt qua Ngũ Lĩnh đánh Hầu Cảnh, để Quảng Châu
lại cho Tiêu Bột. Với vùng Trung nguyên trong giai đoạn
hỗn loạn, toàn bộ miền Lĩnh Nam (Quảng Đông, Quảng
Tây và Việt Nam) nằm trong tay cai quản của Tiêu Bột.
Bột không phải là một tên tướng giỏi, và uy quyền của Bột
theo như Tư Mã Quang chép trong *Tư trị thông giám* không
vượt quá một khu vực vuông nghìn dặm (khoảng 500 km
hiện nay). Như vậy có thể nói rằng ảnh hưởng của Bột chỉ
nằm chung quanh phạm vi thành phố Quảng Châu hiện nay
mà thôi.

Còn tình hình tại châu Giao trong giai đoạn đó thì sao?
Chắc hẳn rằng khi Trần Bá Tiên mang quân về bắc, Dương
Phiêu với tư cách là thứ sử Giao Châu ở lại để tổ chức việc
cai trị. Cả hai sách sử *Lương thư* lẫn *Trần thư* đều không có
truyện về Dương Phiêu nên ta không biết gì về tên quan
này, nhưng rất có thể là sau khi Trần Bá Tiên mang quân
về, Dương Phiêu đã bị Triệu Quang Phục đánh bại. Sử ta
chép rằng Triệu Quang Phục giết được Dương Sàn, phải
chăng Dương Sàn chính là Dương Phiêu chép nhầm?

Tháng 11 năm 557, Trần Bá Tiên cướp ngôi nhà
Lương, lập ra nhà Trần. Toàn bộ vùng Lĩnh Nam náo loạn,
Tiêu Bột, một tôn thất nhà Lương, nổi dậy chống Trần Bá

Tiên. Bột sai Âu Dương Ngủy mang quân lên phía Bắc đánh Tiên, nhưng quân của Ngủy bị đánh bại, Ngủy bị bắt. Khi tin thất trận được truyền đến Quảng Châu, đám bộ hạ của Bột đều tìm cách tự bảo vệ lấy thân và Bột bị một tướng của mình là Trần Pháp Vũ giết chết. Sau khi Bột chết cả miền nam rơi vào tình trạng hỗn loạn. Biết rằng họ Âu Dương là một họ có uy tín tại vùng Lĩnh Ngoại, Bá Tiên thả Âu Dương Ngủy ra và cho xuống chinh phục vùng Lĩnh Nam. Chính sử Trung Quốc không nói Ngủy đã làm được những gì. *Trần thư* chỉ chép vắn tắt: "Ngủy lấy được Quảng Châu, Lĩnh Nam đều bình định hết." Ngủy được phong làm thứ sử Quảng Châu, đô đốc binh mã toàn bộ 19 châu thuộc hai châu Giao và Quảng cũ, tức là cả sáu châu thuộc nước ta.

Chính giai đoạn này là giai đoạn mà sử ta chép đến cuộc nội chiến giữa Triệu Quang Phục và Lý Phật Tử. Có thể rằng lúc này Triệu Quang Phục có liên lạc với Âu Dương Ngủy và chịu sự kiểm soát của Ngủy. Trong thời gian này, *Trần thư* chép, Âu Dương Ngủy nhận được một số vàng lớn từ Viên Đàm Noãn, thứ sử Giao Châu. Ngủy đã dùng một phần số vàng đó cho tên thái thú Hợp Phố và chỗ còn lại cho con là Âu Dương Ngột. Đàm Noãn chết, Ngủy phong cho con là Âu Dương Thịnh làm thứ sứ Giao Châu. Nhưng rõ ràng là chức thứ sử Giao Châu của Thịnh chỉ là hư vị vì tiểu sử của Thịnh cho thấy hầu hết các hoạt động của Thịnh nằm ở phía bắc châu Quảng chứ không liên quan gì đến châu Giao cả. Lý Phật Tử ngược lại có thể có quan hệ với Vương Lâm. Lâm là một tên tướng của Lương rất có uy thế tại vùng Quảng Tây hiện nay. Cho đến năm 557 khi Lâm hàng Trần, Lâm và Âu Dương Ngủy vẫn đối nghịch nhau tại vùng Lĩnh Nam. Việc Vương Lâm nổi lên chống Trần Bá Tiên có thể là nguyên nhân khiến Lý Phật Tử rời khỏi cơ sở của mình ở vùng núi mà tìm cách tranh quyền với Triệu Quang Phục tại vùng đồng bằng; và khi Vương Lâm đầu hàng Trần Bá Tiên thì có thể là nguyên nhân khiến Triệu Quang Phục và Lý Phật Tử giảng hoà và quyết định chia đôi cai trị.

Năm 563, Âu Dương Ngủy chết, con là Âu Dương Ngột lên thay làm thứ sử Quảng Châu kiêm tổng đốc binh mã 19 châu. Năm 569 Âu Dương Ngột nổi dậy chống nhà Trần, nhưng thất bại và bị tiêu diệt. Tình hình vùng Lĩnh Nam rối ren trở lại. Trong dịp này Trần cử một phái đoàn do Nguyễn Trác cầm đầu sang Giao Châu. *Trần thư* chép:

"Sau khi dẹp được Âu Dương Ngột, bọn Di Lão ở Giao Chỉ thường thường tụ họp cướp bóc. Nguyễn Trác phụng mệnh đi sứ để chiêu dụ Giao Chỉ. Trác đến Nhật Nam, miền Tượng quận có nhiều vàng, lông chim trả, châu báu, những sản vật quý lạ. Các sứ giả trước sau thường lấy những đồ đó đem về. Duy có một mình Trác trần thân mà về, hành trang quần áo không có gì khác cả."

Chuyến đi của Nguyễn Trác chính trùng hợp với thời gian Triệu Quang Phục bị mất nước về tay Lý Phật Tử. Là đồng minh hay phiên thần của Âu Dương Ngột, Triệu Quang Phục chắc hẳn phải đối phó với Nguyễn Trác. Có thể rằng Lý Phật Tử đã liên minh với Trác để đánh Triệu Quang Phục. Tuy nhiên điều *Trần thư* nói đến "bọn Di Lão ở Giao Chỉ tụ họp cướp bóc" cũng có thể là một cách ám chỉ Lý Phật Tử, vì Lý Phật Tử đã cùng với Lý Thiên Bảo chạy sang lánh nạn tại khu vực của những người Di Lão này và như vậy chuyến đi của Nguyễn Trác có mục đích giúp cho Triệu Quang Phục hơn là chống lại ông. Nhưng điều mà ta có thể chắc chắn được là vào thời bấy giờ nước ta không thể nào có được một chính quyền độc lập hoàn toàn, vì nếu có thì Nguyễn Trác và những tên sứ khác không thể nào có thể đi chiêu dụ khắp nơi cho đến Nhật Nam mà không gặp một phản ứng nào, lại càng không thể nào vơ vét tài sản mang về như *Trần thư* đã chép ở trên. Chắc hẳn vào lúc đó chính quyền địa phương do ta kiểm soát nhưng trên nguyên tắc vẫn thần phục nhà Trần.

Sau năm 571, sử ta chỉ chép Lý Phật Tử cai trị xưng là Hậu Lý Nam Đế cho đến năm 602 thì bị nhà Tùy diệt. Nếu tính về niên kỷ thì Lý Phật Tử đã trị vì tới 45 năm kể từ khi chia nước với Triệu Quang Phục. Trước đó, ông chắc hẳn đã theo Lý Bí. Đây là một khoảng thời gian rất dài đối với tuổi thọ thời đó. Phải chăng danh hiệu Lý Phật Tử là một danh hiệu chung bao gồm nhiều thế hệ lãnh đạo họ Lý mà vì sự sùng mộ đạo Phật đã cùng được mệnh danh là Lý Phật Tử? Nếu điều đó đúng thì nó cũng giải thích sự xuất hiện của một số nhân vật lãnh đạo châu Giao họ Lý trong thời gian này. *Trần thư* chép năm 583, thứ sử Giao Châu là Lý Hữu Vĩnh dâng voi cống nạp cho nhà Trần. Voi vốn là cống phẩm thường thấy trong những đồ cống nạp của Lâm Ấp hoặc của các nước phương Nam khác. Việc xuất hiện voi trong danh sách các đồ cống phẩm của một "thứ sử châu Giao" bao hàm ý nghĩa rằng vị thứ sử này đã theo các phương thức ngoại giao của một đất nước phương Nam chứ không phải theo tập quán của các quan lại đế chế phương Bắc.

Tại phương Bắc, năm 581, Dương Kiên cướp ngôi nhà Chu lập ra nhà Tùy đóng đô ở Trường An. Đến năm 589, Tùy sai quân chia làm hai đường vượt Trường Giang xuống phía nam diệt nhà Trần thống nhất Trung Quốc. Tại vùng Lĩnh Nam, một số thứ sử, thái thú đầu hàng nhà Tùy, trong khi một số người khác chống lại. *Tùy thư* chép:

"Tháng 11 năm Khai Hoàng thứ 10 (590) người Vụ Châu là Uông văn Tiến, người Cối Kê là Cao Trí Tuệ, người Tô châu là Thẩm Huyền Khoái đều cử binh làm phản tự xưng thiên tử, đặt trăm quan. Bọn Sài Đạo Nhân ở Lạc An, Lý Lăng ở Tưởng Sơn, Ngô Đại Hoa ở Nhiêu Châu,

Thẩm Hiếu Triệt ở Vĩnh Gia, Vương Quốc Khánh ở Tuyền Châu, Dương Bảo Anh ở Dư Hàng, Lý Xuân ở Giao Chỉ, đều tự xưng đại đô đốc đánh phá các châu huyện. Hoàng đế xuống chiếu cho chức Thượng Trụ Quốc, Nội Sử Lệnh, Việt Quốc công Dương Tố đi đánh, dẹp được."

Thực ra Dương Tố chỉ mới xuống đến vùng Triết Giang, Phúc Kiến mà thôi và chưa từng xuống đến vùng ngoài Ngũ Lĩnh chứ chưa nói đến Việt Nam hiện nay. Chính sách của nhà Tùy bấy giờ đối với vùng ngoài Ngũ Lĩnh là dung dưỡng và ràng buộc "thừa chế bổ bọn cừ suý làm thứ sử thái thú" rồi về. Thành ra ta có thể chắc rằng Lý Xuân vẫn tiếp tục được làm thứ sử Giao Châu. Nhà Tùy lúc đó chưa nắm hết được miền Lĩnh Nam. Thế lực của Tùy còn yếu, tình trạng cát cứ còn mạnh, cho nên Tùy bắt buộc phải trao chính quyền địa phương cho các hào trưởng địa phương, tuy rằng về danh nghĩa những người này vẫn nhận chức tước ở triều đình trung ương. *Thiền Uyển Tập Anh*, truyện "Pháp Sư Đàm Thiên," có nhắc đến lời Tùy Cao Tổ (Dương Kiên): "Đất Giao Châu tuy rằng nội thuộc nhưng chỉ là đất cơ mi (ràng buộc) mà thôi."

Năm 597, Tùy đặt phủ Tổng quản ở Quế Châu sai Lệnh Hồ Hy làm tổng quản, có quyền bổ nhiệm từ thứ sử trở xuống. Đến đây nhà Tùy đã kiểm soát thêm một phần vùng đất Lĩnh Nam. Các hào trưởng cát cứ lần lượt bị gọi vào triều chầu hoàng đế. Năm 602, *Tuỳ thư* chép:

"Lệnh Hồ Hy phụng chiếu gọi cừ suý Giao Châu là Lý Phật Tử vào triều. Phật Tử muốn làm loạn, xin đến tháng trọng đông sẽ lên đường. Do ý của Lệnh Hồ Hy là cũng chỉ muốn ràng buộc Phật Tử nên y theo lời xin của y. Có người đến cửa khuyết tố cáo Hy ăn hối lộ của Phật Tử. Vua nghe có ý ngờ. Khi Phật Tử làm phản hỏi đến nơi, vua giận lắm sai bắt Lệnh Hồ Hy đem về triều. Đến khi tổng quản là Lưu

*Phương bắt được Phật Tử đem về kinh sư, nói rằng ở nhà
Hy không có tang vật, vua mới tỉnh ngộ."*

Tóm lại trong thời kỳ sử ta chỉ chép đến Lý Phật Tử,
sử Trung Quốc nhắc đến ba người họ Lý: Lý Hữu Vinh, Lý
Xuân và Lý Phật Tử. Phải chăng ba người đó chỉ là một
hay là ba thế hệ của một giòng họ Lý cai trị đất Giao trong
gần 50 năm. Đây là một vấn đề mà chúng ta vẫn chưa có
bằng chứng dứt khoát để giải quyết.

6.4 Cuộc chinh phục của nhà Tùy: đất Việt rơi trở lại tình trạng nội thuộc

Giai đoạn này, sử ta và sử Trung Quốc chép gần giống
nhau. Để đối phó với nhà Tùy, Lý Phật Tử sai người anh là
Lý Đại Quyền giữ thành Long Biên; tướng là Lý Phổ Đĩnh
giữ thành Ô Diên còn tự mình giữ thành cũ của Việt Vương
(tức thành Cổ Loa).

Tháng giêng năm 603, nhà Tùy cử Lưu Phương dẫn
quân thuộc 27 doanh sang chinh phục. Lưu Phương chia
quân theo đường Vân Nam tiến xuống. Tới núi Đô Long,
gặp quân của Phật Tử. Quân ta thua, quân Tùy kéo thẳng
đến chỗ Phật Tử đóng binh. Lưu Phương sai người dụ Phật
Tử ra hàng rồi bắt đem về Trường An. Thế là nước ta lại
rơi trở vào vòng thống trị của Trung Quốc thêm ba trăm
năm nữa.

6.5 Thế kỷ thứ 6 và sự thành hình của dân tộc tính Việt Nam

Trong suốt thời kỳ Bắc thuộc, có lẽ chỉ trong thế kỷ
thứ sáu với nhà Tiền Lý qua các triều đại của tiền Lý Nam
Đế, Triệu Việt Vương và Hậu Lý Nam Đế là đất nước ta
được hưởng một thời gian tự trị nhiều nhất, trên 60 năm
nếu kể từ lúc Lý Nam Đế nổi dậy đuổi quân Lương. Chính

vì vậy mà thế kỷ này là lúc hình thành của dân tộc tính Việt
Nam, mở đường cho các triều đại độc lập của các thế kỷ
thứ 10 và 11. Một số những phong cách của thời kỳ này sẽ
xuất hiện trong các triều đại độc lập về sau này.

Trong những phần trước chúng ta đã nói đến sự hình
thành và phát triển của tầng lớp môn phiệt châu Giao. Đến
thế kỷ thứ sáu, tầng lớp này đã mạnh đủ và ý thức đủ để
thấy họ bị chèn ép bởi tầng lớp môn phiệt phương Bắc. Từ
đó, ước vọng tách ra thành một đất nước độc lập đã nổi lên
dẫn đến cuộc khởi nghĩa của Lý Nam Đế. Lý Nam Đế
chính là kết thúc lô gích của sự phát triển của tầng lớp này.
Vì không có một khuôn mẫu tổ chức xã hội nào khác để so
sánh cho nên họ chỉ có thể thành lập một chính quyền rập
khuôn theo chính quyền của đế chế Trung Quốc. Đó chính
là điều mà Lý Bí đã làm khi ông thành lập một chính quyền
mới, tự xưng là Nam Đế, đặt niên hiệu, lập triều chính rập
khuôn theo như những triều đại ở phương Bắc. Tuy rằng
triều đại của ông chỉ ngắn ngủi có vài năm, nhưng nó đã
mở đường, làm một mẫu mực cho các triều đại Việt Nam
về sau này.

Bên cạnh truyền thống chính trị du nhập từ phương
Bắc vào còn một truyền thống khác mà ta tạm gọi là truyền
thống "vua" của dân Lạc trái với truyền thống "đế" của
Trung Quốc.

Nếu cuộc khởi nghĩa của Lý Bí hãy còn là một sự kết
hợp giữa truyền thống Lạc và Hán với Triệu Túc đóng vai
"thái phó" đại diện cho truyền thống Lạc trong triều đình
của nhà Tiền Lý, thì cuộc chinh phục của Trần Bá Tiên đã
khiến cho hai truyền thống này thể hiện ra riêng rẽ trong
phản ứng kháng chiến chống lại quân xâm lược từ phương
Bắc.

Giòng họ Lý, khởi đầu với Lý Bí và kế tiếp theo đó là
Lý Thiên Bảo và Lý Phật Tử, chạy lên núi và là đại diện

cho việc du nhập mô hình "đế" vào trong hệ thống chính trị Việt Nam. Trong cuộc kháng chiến chống lại quân Trần-Lương, Lý Thiên Bảo chạy lên núi đến động Dã Năng, tự xung là Đào Lang Vương. *Việt Điện U Linh Tập* dẫn lời *Sử ký* của Đỗ Thiện chép lại chuyện Lý Thiên Bảo như sau:

"Thiên Bảo chạy đến động Dã Năng tại nguồn con sông Đào giang. Ông thấy vùng này xinh đẹp, đất đai rộng lớn và mầu mỡ có nhiều sản vật, bèn xây một cái thành ở lại đây. Dân chúng nghe tiếng quy tụ theo càng ngày càng đông, đức năng lan ra khắp nơi xa gần. Đất nước Dã Năng từ đó được thành lập và Thiên Bảo được tôn làm Đào Lang Vương. Khi ông mất không có người thừa kế, mọi người bèn tôn Lý Phật Tử lên thay. Trần Bá Tiên về Bắc, Phật Tử mang quân xuống đông. Chúng khuyên Phật Tử hãy tự xưng làm đế. Phật Tử nghe theo, bèn xưng là Nam Đế."

Động Dã Năng của Lý Thiên Bảo và Lý Phật Tử trong mô tả như vậy là một cảnh thiên đường. Ở đầu nguồn sông Đào Giang, nó làm chúng ta nhớ lại câu chuyện huyền thoại về Đào Nguyên của Đào Uyên Minh đời Tấn. Đào Nguyên là một nơi giả tưởng, trong đó dân chúng sống chất phác thanh bình. Theo Đào Uyên Minh, thời Tấn có người tiều phu vào trong núi Thiên Thai kiếm củi, bị lạc, bèn đi dọc một con suối để tìm đường ra. Hai bên suối nhiều cây đào mọc hoang nên gọi là Đào Nguyên. Đi một hồi lâu thì thấy suối đi vào một cái động. Bước vào trong động đi thêm một hồi lâu nữa thì ra đến một nơi bằng phẳng, đất đai mầu mỡ, cây cỏ tốt tươi, người ở đông đúc, nhưng phục sức, ngôn ngữ đều khác với người bên ngoài. Tiều phu hỏi thì nói rằng họ đều là dân chúng chạy loạn thời Tần Hán, vào đến nơi này ở đã mấy trăm năm, không hề biết bên ngoài thời thế đổi thay đã bao nhiêu triều rồi. Ở đấy ít lâu, tiều phu nhớ nhà đòi về. Về sau, tiều phu lại tìm đến nơi

Đào Nguyên đó thì chỉ thấy rừng núi mông mênh không làm sao tìm ra được đường cũ.

Ta không biết huyền thoại Đào Nguyên được chính Lý Phật Tử sử dụng hay là các sử gia đời sau đưa ra để biện minh cho giai đoạn mà thanh thế họ Lý xuống đến thấp nhất. Tuy nhiên, đây quả là một biện pháp tuyên truyền rất hay. Chính quyền họ Lý bỏ chạy vào trong núi và mất tích trong nhiều năm không có liên lạc gì với vùng đồng bằng. Lý Phật Tử vì vậy phải đưa ra một giải thích nào đó khiến cho dân chúng chấp nhận sự chính thống của mình. Một nơi như là Đào Nguyên chính là một nơi lý tưởng, một "thế ngoại chi cảnh" mà khi người ta rời khỏi thì không còn cách gì tìm ra đường trở lại nữa. Bằng cách mô tả khu động Dã Năng và huyền thoại Đào Nguyên hầu như giống hệt nhau, Lý Phật Tử đã khẳng định Dã Năng và Đào Nguyên đều là hai nơi bên ngoài trần thế và vì vậy một khi rời ra người ta không thể nào quay trở lại được.

Hơn nữa Đào Nguyên và đất nước Dã Năng của Lý Phật Tử là những huyền thoại về một chính quyền thời thịnh trị. Điều này không những quảng cáo cho tài cai trị của họ Lý mà còn có tác dụng hấp dẫn với những người dân ở đồng bằng chịu sự áp bức và bóc lột của các chính quyền phương Bắc. Người dân tại Đào Nguyên đã tìm được ra cảnh thiên đường này sau khi chạy trốn loạn lạc vào cuối đời Tần. Họ không hề biết đến các đời Hán và những đời sau đó: Họ đã vượt ra khỏi tầm kiểm soát của quan lại triều đình phương Bắc. Qua việc khẳng định đất nước Dã Năng này với Đào Nguyên, Lý Phật Tử đã khẳng định sự khác biệt của mình với các triều đại phương Bắc.

Nếu Lý Phật Tử dùng những huyền thoại của Trung Quốc để khẳng định sự khác biệt giữa Nam và Bắc thì Triệu Quang Phục đã dùng những huyền thoại cũ của chính dân Lạc để khẳng định sự độc lập của dân tộc mình. Sống và chiến đấu trong vùng đầm lầy ở Chu Diên, giữa những người dân Lạc đã không bị ảnh hưởng nhiều của văn hóa Trung Quốc, Triệu Quang Phục đã dùng những hình tượng thể hiện một truyền thống lâu đời của vương quốc Văn Lang qua đó lấy sự ủng hộ của quần chúng. Chử Đồng Tử cưỡi rồng giáng thế trao cho Triệu Quang Phục móng rồng là biểu tượng quyền lực của ông có thể bảo vệ được đất nước. Điều này làm ta nhớ câu chuyện trong *Lĩnh Nam Chích Quái* nói về Lạc Long Quân trong đó kể: "Hễ dân có việc lại lớn tiếng gọi Long Quân rằng 'Bố ơi, bố ở đâu mà không lại cứu chúng con.' Long Quân tới ngay. Sự linh hiển cảm ứng của Long Quân, người đời không thể lường nổi."

Tuy nhiên, sáu thế kỷ dưới sự cai trị của người Hán không thể nào không để lại những dấu ấn sâu đậm về văn hóa xã hội. Người Việt nay không còn là người Lạc thời xa xưa nữa. Thành ra, nếu việc bắt chước các hình thức triều chính của phương Bắc không thỏa mãn được nguyện vọng sâu xa của dân Việt thì việc trở lại với hình thức xã hội cổ truyền cũng không đáp ứng được nhu cầu mới của xã hội. Để có thể tách rời vĩnh viễn ra khỏi đế quốc Trung Hoa, xã hội Việt Nam cần có một cái gì hội nhập hai yếu tố Hán và Lạc để thành một sắc thái mới độc nhất, sắc thái Việt. Yếu tố tổng hợp đó chính là Phật Giáo. Và tuy rằng phải mất ba thế kỷ nữa, nền độc lập của Việt Nam mới được vững bền, nhưng những bước đầu của việc tổng hợp đó chính bắt đầu trong thế kỷ thứ sáu này.

Đến thế kỷ thứ sáu, Phật Giáo tại Việt Nam đã có một lịch sử trên ba trăm năm. Phật Giáo Việt Nam trong giai đoạn này phần lớn được du nhập trực tiếp từ Ấn Độ sang qua ngả đường biển. Thời Nam Tề, Tề Cao Đế (479-482) khi dự định gởi nhà sư sang châu Giao đã được thiền sư Đàm Thiên khuyên rằng:

"Giao Châu có đường thông sang Thiên Trúc. Phật Giáo vào Trung Quốc, chưa phổ cập đến Giang Đông mà xứ ấy đã xây ở Liên Lâu hơn 20 bảo tháp, độ được 500 vị tăng và dịch được 15 bộ kinh rồi. Thế là xứ ấy đã có đạo Phật trước ta."

Nhưng dưới thời Lý Phật Tử, Phật Giáo Việt Nam lần đầu đi vào con đường Việt Nam hoá và tổng hợp hai giòng Phật Giáo Thiên Trúc và Trung Quốc. Nhà Tiền Lý rất hâm mộ Phật Giáo. Ngay từ khi lên ngôi, Lý Bí đã cho xây chùa Vạn Phúc cùng lúc với cung Vạn Thọ để làm nơi thờ Phật. Hiện tại chùa này còn một pho tượng Phật A Di Đà với nghệ thuật điêu khắc theo kiểu Long Môn cho thấy đạo Phật lúc đó đã thịnh hành đến mức nào tại Việt Nam. Phật Giáo trong giai đoạn đầu được phổ biến nhiều trong dân gian dưới hình thức Tịnh Độ Tông thờ Phật A Di Đà và phối hợp với tục thờ phủ mẫu (các nữ thần nông nghiệp) vốn có trước đó của dân Lạc. Hiện khá nhiều chùa chiền miền Bắc Việt Nam còn có hậu điện thờ các vị mẫu như mẫu Thượng Ngàn, mẫu Thiên Phủ và mẫu Thoải (Thủy). Nhung phải đến khi Tì Ni Đa Lưu Chi sang Việt Nam lập ra giòng Thiền đầu tiên của Việt Nam thì đạo Phật mới xâm nhập nhiều vào giới trí thức.

Theo truyền thuyết, Thiền Tông bắt đầu từ ngài Ca Diệp tông giả làm tổ thứ nhất. Đức Phật trong hội Linh Sơn giơ bông hoa trước chúng đệ tử mỉm cười (niêm hoa vi tiếu). Tất cả đều không hiểu ý, duy có ngài Ca Diệp mỉm cười lĩnh hội được ý Phật. Đức Phật liền nói: "Ta trao cho ông Diệu Tâm Niết Bàn." Từ đó Ca Diệp thành sơ tổ của Thiền Tông. Ca Diệp sau truyền lại cho A Nan làm tổ thứ hai; cứ như vậy cho đến Đạt Ma là tổ thứ 28. Đạt Ma sau đó sang Trung Quốc vào khoảng năm 520 đời Lục Triều. Ông đến Kiến Nghiệp giảng đạo cho Lương Vũ Đế, rồi lên phía bắc tu tại chùa Thiếu Lâm ở Hà Nam và truyền bá đạo

Thiền cho Trung Quốc. Đạt Ma truyền cho Tuệ Khả. Tuệ Khả truyền cho Tăng Xán. Trong số các đồ đệ của Tăng Sán có Tì Ni Đa Lưu Chi, sau này trở thành tổ đầu tiên của Thiền Tông Việt Nam.

Tì Ni Đa Lưu Chi (Vinitaruci) người Thiên Trúc, sang Trung Quốc theo học với Tăng Xán, sau khi truyền yếu quyết, Tăng Xán khuyên Tì Ni Đa Lưu Chi đi về Nam. Năm 580, sư đến Giao Châu và tu ở chùa Pháp Vân, một trong bốn ngôi chùa chính được xây vào thời Sĩ Nhiếp. Tại đây sư trụ trì cho đến khi viên tịch vào năm 594 sau khi truyền lại y bát cho Pháp Hiền làm tổ thứ hai của Thiền Tông Việt Nam. Pháp Hiền sau đó xây một ngôi chùa mới tại Từ Sơn và truyền dậy đạo Thiền cho hơn ba trăm đệ tử.

Theo *Thiền Uyển Tập Anh*, Pháp Hiền người Chu Diên, họ Đỗ. Như vậy chắc hẳn Pháp Hiền có một quan hệ gì với họ Đỗ vốn đã từng cai trị châu Giao trong các thế kỷ thứ tư và thứ năm. Trước khi theo học với Tì Ni Đa Lưu Chi, Pháp Hiền đã học và được nhà sư Quán Duyên ở chùa Pháp Vân độ làm tăng, nhưng chỉ đạt được yếu quyết về Thiền học khi theo học với thầy mới.

Sự phát triển của Thiền Tông Việt Nam kể từ thời Pháp Hiền cho thấy mức độ ủng hộ của giới quý tộc và có thể của cả chính quyền đối với Phật Giáo rất là mạnh. Ngay cái tên Lý Phật Tử cũng có thể cho thấy một phần nào quan hệ của Phật Giáo đối với nhà Tiền Lý này. Chính những sư tăng Thiền tông Việt Nam sau này sẽ đóng một vai trò quan trọng trong các chính quyền độc lập đầu tiên của nước Việt.

Thế kỷ thứ sáu là một thế kỷ bản lề trong lịch sử của dân tộc Việt Nam. Qua Triệu Quang Phục, những di sản của thời kỳ Tiền Việt được truyền lại qua nhiều thế kỷ để đến tay các nhà lãnh đạo đất nước trong những giai đoạn sắp tới, trong khi những diễn biến chính trị từ Lý Bí qua Triệu Quang Phục và Lý Phật Tử cũng như sự phát triển mạnh mẽ của Phật Giáo Thiền tông là những dấu hiệu sớm báo hiệu phương cách mà dần dà dân tộc Việt Nam có thể tách ra được khỏi vòng cai trị của đế quốc phương Bắc trong các thế kỷ thứ 10 và thứ 11.

Chương 7. Giai đoạn Bắc thuộc lần thứ ba: Từ sự sụp đổ của nhà Tiền Lý cho đến cuối đời Đường

7.1 Việt Nam dưới triều Tùy và Đường

Giống như nhà Tần trước đó 800 năm, nhà Tùy nổi lên chỉ trong một thời gian ngắn rồi suy tàn mở đường cho nhà Đường mà sau đó sẽ mang văn minh Trung Quốc lên đến một đỉnh cao mới. Tuy nhiên trong thời gian ngắn ngủi đó, Tùy cũng đã làm được một số việc.

Đầu đời Tùy, vì có hiện tượng quận huyện quá nhiều - dân ít, quan nhiều - nên năm 583, Tùy đã bỏ tất cả các châu lập thành quận, rồi đến năm 607 đời Tùy Dạng Đế lại bỏ quận lập châu. Cũng năm 607, Tùy dời quận trị Giao Chỉ từ Long Biên đến Tống Bình (miền Hà Nội) hiện nay. Từ đó vùng Hà Nội trở thành khu vực trung tâm của miền Bắc nước ta. Dưới thời Tùy đất nước ta được chia thành các quận sau:

- Giao Chỉ gồm toàn bộ vùng Bắc Bộ hiện nay (30.056 hộ)
- Cửu Chân là vùng Thanh Hóa hiện nay (16.135 hộ)
- Nhật Nam gồm Nghệ An, Hà Tĩnh hiện nay (9.915 hộ)

Ngoài ra còn ba quận nhỏ nữa thuộc vùng Bình Trị Thiên là vùng đất mà Tùy chiếm được của Lâm Ấp. Trong thời gian ngắn ngủi trước khi Trung Quốc đại loạn trở lại

Tùy đã tìm cách làm một số cải tổ như áp dụng chế độ "quân điền" cải cách ruộng đất, phát ruộng cho nông dân nghèo để làm giảm bớt thế lực của các hào tộc. Số lượng hộ khẩu tăng vọt lên vào đời Tùy có lẽ đã phản ảnh một phần sự thành công của chính sách đó. Tuy nhiên chẳng bao lâu sau loạn lạc đã trở lại.

Cuối triều Dạng Đế, vì thi hành bạo chính, lại thêm mở các cuộc chiến tranh xâm lược các lân bang, dân chúng đói khổ nổi lên khắp nơi. Bắt đầu từ năm 611 khi cuộc đại khởi nghĩa của nông dân bắt đầu bùng lên thì triều đình Tùy không còn kiểm soát được các địa phương khác nữa. Đất Giao Châu ở vào vùng cực nam của đế quốc Tùy vì vậy trở nên hoàn toàn cách tuyệt với Trung Quốc.

Thứ sử Giao Châu lúc đó là Khâu Hòa. Khâu Hòa, người Lạc Dương, *Cựu Đường thư* và *Tân Đường thư* đều có truyện, nhà giầu "ngang vương giả," bố làm quan võ. Hòa lúc nhỏ tập võ, sau lớn lên theo về văn ra làm quan với nhà Bắc Chu. Dưới đời Tùy, Hòa làm thái thú tại nhiều quận vùng Hoa Bắc và được tiếng là trị dân tốt, "vỗ về dân chúng hết lòng, miền xa xôi hoang vu trở nên yên tĩnh" (*Cựu Đường thư*). Theo *Tùy thư*, "vào cuối đời Đại Nghiệp (605-617) miền Hải Nam bị bọn quan lại những nhiễu, nhân dân oán hận, nhiều lần nổi lên." Tùy triều, không đủ lực lượng để chinh phục, nên chỉ còn cách chọn những quan lại thanh liêm, có tài cai trị để làm dịu lòng dân chúng. Khâu Hòa lúc đó đã ngoài sáu mươi tình nguyện đi Giao Châu.

Giống như dưới thời Sĩ Nhiếp và Đỗ Tuệ Độ, trong cuộc loạn cuối đời Tùy, Khâu Hoà đã giữ được cho đất Giao Châu là một ốc đảo hòa bình trong khi cả đế quốc Trung Hoa rộng lớn bị rối loạn.

Cựu Đường thư chép (dưới thời Khâu Hòa):

"Các dân man di từ các vương quốc ở vùng biển phía nam, các dân man ở Nam và Tây Nam châu Giao và các dân sống ở các đảo ngoài khơi đại dương ... đi thuyền đến sau khi vượt qua ngàn dặm biển ... mang các hàng hóa đến vào qua đường Giao Chỉ như họ đã làm trong thời Hán Vũ Đế."

Và khi Khâu Hòa đến Giao Chỉ thì đã:

"Xoa dịu được các hào tộc địa phương và lấy được sự thần phục của các giống man di... tất cả các tộc man ở phía Tây Lâm Ấp đã gởi cống Hòa trân châu, sừng tê, vàng bạc và những đồ trân quý xứng đáng với một bậc vương hầu."

Sau khi Lâm Sĩ Hoằng nổi dậy ở Giang Tây, tự xưng là Sở Đế chiếm cứ từ Cửu Giang (Giang Tây) đến Phiên Ngung (Quảng Đông), Giao Châu hoàn toàn cách tuyệt với Trung Quốc. Vùng Giang Nam đại loạn. Tiêu Tiễn (một tôn thất nhà Lương cũ) nổi lên ở Ba Lăng (Hồ Nam) sau đó đánh bại Lâm Sĩ Hoằng chiếm vùng đất của Hoằng. Thái thú Uất Lâm là Nịnh Trường Chân theo hàng Tiêu Tiễn. Tiễn nghe tin đất Giao Chỉ giàu có sai Nịnh Trường Chân đem quân đi đánh Hoằng. Hoằng sai trưởng sử là Cao Sĩ Liêm đem quân chống, thắng được Nịnh Trường Chân. Tuy nhiên sau khi nghe nhà Tùy mất ngôi, Hoằng cũng theo về hàng Tiêu Tiễn.

Năm 618, cha con Lý Uyên và Lý Thế Dân dựa vào sự giúp đỡ của rợ Đột Quyết, chiếm kinh thành Tràng An lập ra nhà Đường. Khi Tiêu Tiễn bị Đường diệt, Hòa hàng Đường và được Đường tiếp tục cho cai trị ở Giao Châu. Thế là đất ta lại chịu sự cai trị trực tiếp của Trung Quốc. *Tân Đường thư* chép:

"Đến đời Vũ Đức (618-627) các đất Ninh Việt, Uất Lâm đầu hàng, bấy giờ mấy châu Giao, Ái mới thông."

Nhà Đường bãi bỏ các quận do Tùy lập, khôi phục hệ thống các châu nhỏ như thời Nam Bắc Triều. Năm 622, thời Đường Thái Tông, Đường thành lập hai phủ Tổng Quản để kiềm chế nước ta. Phủ tổng quản thứ nhất được đặt tại Tống Bình, cai quản mười châu thuộc đồng bằng sông Hồng và sông Mã. Phủ tổng quản thứ hai được đặt tại vùng đồng bằng sông Cả, nhằm kiểm soát biên thùy với Lâm Ấp và các tộc thiểu số thuộc vùng núi. Ái Châu (Thanh Hóa) nằm trong phủ tổng quản Giao Châu trị sở ở Tống Bình nhưng lại đóng một vai trò quan trọng trong việc kiềm chế các tỉnh miền Nam.

Năm 628, Đường đổi tên Tổng Quản phủ thành Đô Hộ phủ, một tổ chức hành chánh mới được đặt ra nhằm cai trị những dân tộc không phải là dân Trung Quốc (man di) ở các nơi biên duyên. Giao Châu đô hộ phủ sau nhiều lần thay đổi, đến năm 679 thì được đổi thành An Nam đô hộ phủ. Vùng đất Việt bắt đầu được Trung Quốc gọi là An Nam bắt đầu từ đó.

Đối với các dân tộc thiểu số ở vùng núi thì nhà Đường đặt ra các châu cơ mi. An Nam đô hộ phủ có 41 châu cơ mi. Châu mục các châu cơ mi này thường là thủ lĩnh các bộ lạc thiểu số, họ phải nạp cống phú hàng năm. Đối với những người này, chính sách của nhà Đường là vừa mua chuộc, vừa nhượng bộ. Một số những thủ lĩnh này được phong làm thứ sử, tỷ như Dương Thanh là một tù trưởng được phong làm thứ sử Hoan Châu.

An Nam đô hộ phủ là một tổ chức chính quyền có tính tự trị cao. Lúc đầu chính quyền tại đây phụ thuộc trực tiếp vào triều đình trung ương; nhưng sau phụ thuộc vào Tiết độ sứ Lĩnh Nam (trị sở tại Phiên Ngung, Quảng Châu bây giờ).

Đời Đường, chính quyền đô hộ đã mở rộng được cơ sở thống trị đến tận dưới cấp huyện. Dưới huyện, Đường chia thành các hương (làng); đại hương từ 160 hộ đến 540 hộ;

tiểu hương từ 70 đến 150 hộ. Dưới hương là xã. Tiểu xã từ 10 đến 30 hộ; đại xã từ 40 đến 60 hộ.

Nếu trong những triều đại trước, phương thức cống nạp là phương thức quan trọng nhất để khai thác tiềm năng kinh tế Việt Nam, thì dưới triều Đường, cống nạp trở thành thứ yếu và chỉ có tính cách tượng trưng. Phương thức khai thác quan trọng nhất là tô thuế. Thuế đánh quan trọng nhất là vào ruộng lúa, sau đó là nghề dệt. Theo phép tô dung điệu thời Sơ Đường (tô tức là thuế ruộng lúa; điệu tức là thuế đánh vào nghề dệt; và dung tức là thuế hoặc sưu dịch cá nhân). Trong những năm đầu đời Đường vì Giao Châu là vùng xa xôi nên các thuế này chỉ đánh nặng bằng nửa số tô thuế tại Trung Quốc. *Cựu Đường thư* viết:

"Các châu ở Lĩnh Nam thì số gạo nộp thuế quy định như sau: thượng hộ, một thạch hai đấu; trung hộ, tám đấu; hạ hộ sáu đấu. Các hộ Di Lão thì nộp một nửa."

Đặc biệt là số tô điệu ở An Nam không dùng thóc gạo mà căn cứ vào trị giá để đổi ra tơ đem nộp cho triều đình. Ngoài các hình thức thuế chính trên, dân chúng còn phải nộp các loại thuế đay, gai, bông, vân vân...

Phương pháp cống nạp vẫn được duy trì, tuy rằng ở mức tượng trưng. Theo quy định của nhà Đường, mỗi quận hàng năm phải đem cống một số sản phẩm tương đương với 50 tấm lụa. Đồ cống vật bao gồm những sản phẩm địa phương. Theo sách *Thông điển* hàng năm An Nam Đô Hộ phủ phải nạp 10 tấm vải tơ chuối, 2000 quả cau, 20 cân da cá, 20 cái mật trăn, 200 cặp lông trả. Quận Nhật Nam phải cống 2 ngà voi, 4 sừng tê, 20 cân trầm hương, 4 thạch vàng thiếp vàng quý. Sắt và muối là độc quyền buôn bán của triều đình. Chính quyền đặt chức Diêm Thiết quan để quản lý việc buôn bán các sản phẩm này. Theo *Thái bình hoàn vũ ký*, nhân dân châu Lục (vùng Thái Bình hiện nay) thuộc An Nam chủ yếu sống bằng nghề là muối và mò ngọc châu hàng năm phải nộp một số thuế cố định là 100 hộc gạo mỗi hộ.

Những năm đầu triều Đường, tình hình tương đối yên ổn. Phú thuế vừa phải cho nên dân chúng bắt đầu phục hồi. Trong giai đoạn này đất ta cũng nhận được một số lượng quan trọng các di dân từ phương Bắc xuống, đặc biệt là tại vùng đồng bằng sông Hồng. Tầm mức quan trọng của số lượng di dân này đã được thể hiện trong những thống kê về nhân hộ khẩu thực hiện dưới triều Đường. So sánh hai cuộc kiểm tra hộ khẩu tại châu Giao vào đầu thế kỷ thứ 8, ta thấy số hộ gia tăng nhanh gấp ba lần số nhân khẩu làm giảm mạnh số nhân khẩu trung bình trong mỗi hộ. Điều này phù hợp với cung cách di dân của Trung Quốc.

Hầu hết những người Hoa sang định cư tại Việt Nam đều hoặc là thương gia hoặc là binh sĩ. Nếu có mang gia đình thì họ chỉ mang theo một số người thân rất nhỏ mà thôi. Những thành phần quan lại hoặc nho sĩ bị lưu đầy cũng vậy. Hình thức di dân này đã dẫn đến việc giảm số lượng nhân khẩu trung bình cho mỗi hộ.

Về thành phần, những người di dân này thuộc đủ mọi loại, nhưng một bộ phận quan trọng là thành phần những quan chức, nho sĩ triều Đường có tội bị đầy sang Giao Châu. Trong những biến động vào sau thời Cao Tông khi Vũ Hậu lâm triều, rất nhiều những bậc đại thần đã bị biếm đầy đi sang vùng Lĩnh Nam trong đó có Việt Nam. Một điển hình là Chử Toại Lương, một trong những khai quốc công thần thời Sơ Đường. Năm 657, Toại Lương bị tố cáo là âm mưu phản nghịch và bị đổi đi làm thứ sử Ái Châu. Toại Lương chết tại Ái Châu vào năm 658. Hai người con Toại Lương theo cha sang Ái Châu cũng bị giết sau khi cha chết. Đa số những người bị lưu đày này là những bậc túc nho. Vì vậy, khi bị lưu đầy sang châu Giao những người này đã có ảnh hưởng rất lớn trong việc phát triển giáo dục và nâng cao cuộc sống văn hóa tại đây. Một trong những nhân vật điển hình là Vương Phúc Thì, thuộc một gia đình văn học lâu đời ở Sơn Tây. Dưới thời Cao Tông, Vương bị biếm làm một chức huyện lệnh tại Giao Chỉ. Con của Vương Phúc Thì là Vương Bột, một trong tứ kiệt đời Sơ Đường. Chính trong lúc đi thăm cha ở Giao Chỉ, Vương Bột đã làm bài "Đằng Vương Các tự," một trong những tuyệt tác của văn học sử Trung Quốc.

Những người di dân thuộc tầng lớp quý tộc này hội nhập với những hào tộc bổn xứ tạo ra một tầng lớp lãnh đạo mới càng ngày càng có ảnh hưởng thêm ở địa phương. Nếu trước đây, các chính quyền trung ương chỉ coi họ là "thổ hào," "man hào" nhất loạt xem là hàn tộc, không được giữ những chức vụ quan trọng trong triều đình thì dưới triều Đường và chế độ khoa cử đặt ra, nhiều người trong bọn họ đã có những cơ hội vượt qua được giới hạn đó. Con cái của họ được đi học càng ngày càng đông và có người đã đỗ đến tiến sĩ, khoa thi có danh vọng nhất đời Đường. Tại Ái Châu, gia đình họ Khương, Khương Thần Châu, Khương Công Phụ, Khương Công Phục đều đã đỗ đại khoa làm những chức quan tại Trung nguyên. Đặc biệt Khương Công Phụ đã làm đến chức tể tướng, đồng bình chương sự. Đỗ Anh Sách, "thổ hào ở khê động" đời Đường Đức tông làm quan đến An Nam phó đô hộ. Nhiều nam hào, khê động hào khác như Vương Quý Nguyên, Đỗ Tồn Thành, Phạm Đình Chi đã làm những tướng lãnh trong quân đội Đường.

Mặc dầu vậy, kể từ sau đời Cao Tông, nhiều cuộc khởi nghĩa đã bùng lên. Càng ngày giai cấp quý tộc Việt Nam càng cảm thấy họ khác biệt với Trung Quốc. Và với khoảng trung diệp đời Đường khi đế chế suy thoái ngoài không đủ sức bảo vệ cho dân chúng chống lại ngoại xâm; trong không đủ sức ngăn chặn những tham quan ô lại hút máu dân chúng thì phong trào đấu tranh của nhân dân Việt Nam đã càng nổi lên mạnh để đến khi nhà Đường diệt vong, đất Giao đã có đủ sức mạnh để giành độc lập, hoàn toàn tách ra khỏi đế chế phương Bắc.

7.2 Cuộc khởi nghĩa của Lý Tự Tiên và Mai Thúc Loan

Trong những năm đầu dưới sự thống trị của nhà Đường, sử sách Trung Quốc không ghi chép một cuộc bạo động nào tại Giao Châu cả, ngoại trừ một cuộc nổi dậy của dân Lão ở Minh Châu năm 638. Cuộc bạo động này sau đó đã được Đô Hộ Lý Đạo Ngạn vỗ về dẹp yên. Minh Châu sau đó được sáp nhập vào Hoan Châu. Tuy nhiên với thời gian, triều chính Đường bắt đầu hủ hóa, nhất là tại các vùng biên duyên nơi sự kiềm chế của các chức năng như ngự sử đài không được chặt chẽ. Và khi chính quyền bắt đầu trở nên hà khắc, bóc lột dân chúng quá mức, tự nhiên nhân dân có những phản ứng chống lại.

Vào khoảng giữa thế kỷ thứ bảy, sau khi Đường Cao Tông băng hà, hoàng hậu Vũ Tắc Thiên lâm triều âm mưu chiếm đoạt giang sơn họ Lý, sát hại nhiều công thần, lại dùng bọn Lai Tuấn Thần tố cáo dò xét các quan lại gây ra một bầu không khí bất an trong toàn bộ hệ thống quan lại sĩ phu Đường triều. Các đại thần lo thủ thân, hoặc hùa theo hoặc mặc cho quan lại cấp dưới vơ vét bóc lột nhân dân.

Năm 684, thứ sử Dương Châu là Từ Kính Nghiệp, cháu của Từ Tích, một trong những khai quốc công thần của Đường triều nổi lên chống lại Vũ hậu. Sau khi Kính Nghiệp thất bại, tất cả những quan lại nào trước kia có quan hệ với gia đình Từ Tích đều bị thanh trừng. Một số bị giết, một số khác bị lưu đầy. Trong số bị lưu đầy này có Lưu Diên Hựu bị biếm làm An Nam Đô Hộ.

Cuộc khởi nghĩa của Lý Tự Tiên

Cho đến khi Diên Hựu sang làm An Nam Đô Hộ, thuế phú tại An Nam được đánh nhẹ bằng nửa thuế phú tại Trung nguyên. Nhà Đường sở dĩ làm vậy vì biết rõ những khó khăn trong việc cai trị một tộc dân không phải là người Hán. Diên Hựu sang, lập tức tăng thuế lên gấp đôi. Điều này đã khiến quần chúng căm giận nổi lên khởi nghĩa.

Thay vì tìm cách thuyết phục và giải tỏa bằng cách giảm nhẹ thuế như các quan lại Đường trước đó đã làm, Diên Hựu đã làm cho cuộc khởi nghĩa nổ bùng ra lớn hơn khi giết Lý Tự Tiên người lãnh đạo cuộc nổi dậy. Mặc dầu Tự Tiên bị giết, nhưng dân chúng dưới sự lãnh đạo của Đinh Kiến tiếp tục nổi dậy tiến vào bao vây phủ thành Tống Bình trị sở của phủ Đô Hộ. Quân Đường trong thành ít ỏi không đủ sức chống cự nổi nghĩa quân chỉ đắp lũy cầm cự chờ quân cứu viện. Triều Đường ra lệnh cho thứ sử Quảng Châu là Phùng Nguyên Thường đem quân sang cứu Diên Hựu. Muốn lợi dụng việc này để gây ảnh hưởng tại An Nam, Nguyên Thường dẫn một đạo quân đi thuyền từ Quảng Châu sang An Nam xây đồn đắp lũy rồi cho người thuyết phục Đinh Kiến chứ không chịu giải vây cho Diên Hựu vốn đang bị nguy cấp trong thành.

Mùa hè năm 687, nghĩa quân phá thành Tống Bình và giết Diên Hựu. Thấy thế, Nguyên Thường mang quân chạy về Quảng Châu. Phải mãi sau này khi triều Đường sai tư mã Quế Châu là Tào Huyền Tĩnh mang quân sang đàn áp, Đinh Kiến bị giết chết thì cuộc nổi dậy mới bị tan vỡ.

Cuộc khởi nghĩa của Lý Tự Tiên và Đinh Kiến có một số điểm hoàn toàn khác với các cuộc khởi nghĩa trước đây tại nước ta. Đây là một cuộc khởi nghĩa của nông dân cầm đầu bởi những người mà ta không biết gì hơn ngoài cái tên của họ và việc họ thuộc thành phần giai cấp thấp hèn của xã hội An Nam thời đó. Truyện Lưu Diên Hựu trong *Tân Đường thư* chép rằng Lý Tử Tiên và Đinh Kiến là "lệ hộ" (giai cấp cùng đinh).

Một điều đáng chú ý nữa là cuộc khởi nghĩa này là phản ứng với một quyết định hành chánh đơn thuần: việc tăng tô thuế gấp đôi của Lưu Diên Hựu. Điều này chứng tỏ khả năng của Đường triều trong việc kiểm soát xã hội An Nam thời đó đến mức nào. Một quyết định hành chánh đơn thuần không thể tạo ra một phản ứng bạo động như vậy nếu nó không bị người ta coi như là một đe dọa lớn lao và trực tiếp đến đời sống. Việc tăng thuế gấp đôi chỉ có ý nghĩa đe doạ như vậy nếu chính quyền có khả năng thiết thực ép buộc nông dân phải đóng những món thuế đó. Sự vắng mặt của tầng lớp môn phiệt, các hào tộc trong cuộc khởi nghĩa cùng với việc dân chúng nổi lên chỉ vì việc tăng thuế gấp đôi này cho thấy thời Sơ Đường, chính quyền đã thành công trong việc thu hút các tầng lớp "lãnh đạo" của nước ta vào trong hệ thống cai trị của Đường triều.

Chính sách này được chính thức hóa bằng một chiếu chỉ đưa ra vào năm 676 xuống các châu Quảng (Quảng Đông), Quế (Quảng Tây) và Giao (Việt Nam) ra lệnh cho các quan lại người Hán phải tổ chức lựa chọn những người địa phương vào các chức vụ cai trị. Cứ bốn năm một lần, các thứ sử phải tiến lên triều đình danh sách những người lãnh đạo địa phương (tù trưởng Ly, Lão) để giữ những chức vụ từ ngũ phẩm trở xuống (theo pháp chế nhà Đường, chức tư mã hoặc trưởng sử chỉ ngũ phẩm; huyện lệnh, lục phẩm).

Phải đến khi nhà Đường suy vi, đất An Nam bị Lâm Ấp rồi Nam Chiếu xâm lược, giai cấp lãnh đạo nước ta mới bắt đầu trở lại với những tham vọng độc lập mới. Nhưng cuộc khởi nghĩa này cho thấy sau hơn 60 năm dưới sự cai trị của triều Đường, mặc dầu sự phản bội của tầng lớp lãnh đạo, xã hội cổ truyền của Việt Nam vẫn có thể nổi dậy và chiến thắng chính quyền cai trị của Đường dù là trong một thời gian ngắn. Điều đó báo hiệu cho những thành công trong việc giành độc lập về sau này.

Cuộc khởi nghĩa của Mai Thúc Loan

Trong khoảng 35 năm từ cuộc khởi nghĩa của Lý Tự Tiên và Đinh Kiến đến cuộc khởi nghĩa của Mai Thúc Loan, chính sử Trung Quốc không cho ta biết bao nhiêu về tình hình tại An Nam. Tuy nhiên tình hình tại Trung Quốc bước vào một giai đoạn suy thoái tạm. Năm 690, Vũ Hậu Tắc Thiên phế bỏ nhà Đường lập ra nhà Châu. Tắc Thiên giữ quyền cai trị đến năm 705 mới bị truất phế. Nhà Đường trung hưng. Nhưng trong thời gian này, toàn bộ đế quốc Đường ở vào trong tình trạng bất ổn. Tinh thần quan lại đi xuống, tình trạng tham nhũng tràn lan. Tại những vùng biên duyên như đất An Nam, các quan lại lại càng mặc sức tham nhũng, bóc lột nhân dân. Tình trạng sa đoạ của các quan lại thời đó xuống đến nỗi, trong thời Trung Tông (705-709), viên An Nam Đô Hộ là Khúc Lãm đã bị chính một thuộc viên của y giết chết vì quá tham lam và tàn ác.

Trong những năm này vì vậy sự cai trị của nhà Đường tại nước ta, hoàn toàn dựa trên vũ lực và sự đàn áp. Đến năm 722, tình hình đã chín mùi cho một cuộc khởi nghĩa mới: Cuộc khởi nghĩa của Mai Thúc Loan tại Hoan Châu (Nghệ An).

Trái với cuộc khởi nghĩa của Lý Tự Tiên và Đinh Kiến, vốn là một cuộc khởi nghĩa thuần túy của nông dân Lạc Việt, cuộc khởi nghĩa của Mai Thúc Loan có liên hệ nhiều với những diễn biến xảy ra tại các vùng khác của Đông Nam Á. Để có thể hiểu thêm về cuộc khởi nghĩa này ta cần phải nhìn lại những chuyện gì xảy ra ở phía Nam đất An Nam thời đó.

Trong những thế kỷ từ thế kỷ thứ 4 đến thế kỷ thứ 6, đế quốc Phù Nam cực kỳ hưng thịnh đã giữ yên ổn con đường hàng hải ở phía Nam biển Đông. Trong giai đoạn này, đạo Phật tại Phù Nam hưng thịnh đến nỗi vào năm 535, một phái bộ của Trung Quốc đã đến Phù Nam để xin kinh Phật cũng như xin gởi tăng lữ sang Trung Quốc để giảng dạy kinh Phật. Nhưng đến cuối thế kỷ thứ 6 (khoảng năm 598), Phù Nam bị một vương quốc mới nổi lên, vương quốc Chân Lạp chinh phục. Đế quốc Phù Nam sụp đổ để một khoảng trống quyền lực trong vùng này. Trong suốt thế kỷ thứ 7, vùng hạ lưu sông Mê Kông và các hải đảo rơi vào tình trạng phân hóa và hỗn loạn. Trên đại lục, Chân Lạp phát triển cả sang phía Bắc và phía Tây và dưới thời vua Isanavarman đã thần phục được cả Lâm Ấp, sửa soạn cho giai đoạn Angkor vinh quang của đế quốc Khmer vào thế kỷ thứ 9. Trong khi đó ngoài hải đảo, tại Java và Sumatra, các vương triều mới lập sau sự sụp đổ của đế quốc Phù Nam đấu tranh với nhau để giành quyền bá chủ trên biển.

Cũng trong thời gian đó vương quốc Lâm Ấp ở phía nam nước ta cũng rơi vào tình trạng khủng hoảng. Năm 645, vua Lâm Ấp là Phạm Chấn Long bị bầy tôi là Mahaman Đa Gia Đốc giết chết, cùng với cả họ. Họ Phạm tuyệt diệt từ đó. Dân trong nước lập Bhadreçavarman con của em gái Chấn Long với người chồng Bà La Môn lên làm vua, nhưng ít lâu sau lại phế bỏ Bhadreçavarman mà lập cháu họ của Chấn Long làm vua vào năm 653, lấy hiệu là Vikrantavarman. Chính trong giai đoạn này, sách sử Trung Quốc không thấy nhắc đến tên Lâm Ấp nữa mà đưa ra một tên mới là Hoàn Vương. Trung tâm chính trị của Lâm Ấp cũng chuyển về phía nam, từ khu vực My Sơn-Trà Kiệu hiện nay chuyển xuống vùng Phan Rang-Nha Trang.

Sang thế kỷ thứ 8, vương quốc Sumatra, Srijivaya đánh bại được các vương quốc cạnh tranh và nắm quyền kiểm soát mặt bể. Thuyền của Srijivaya đi đánh phá khắp nơi, có lần đổ bộ lên cả miền Bắc nước ta cướp phá, sử Trung Quốc gọi là giặc Chà Và.

Tình trạng rối loạn tại Lâm Ấp và các nước phía Nam đã đẩy nhiều loạt người tỵ nạn chạy sang vùng phía Nam của An Nam sinh sống, đặc biệt là tại châu Hoan (Nghệ An). Điều tra nhân hộ khẩu triều Đường cho thấy giữa hai kỳ kiểm tra vào năm 700 và 742 số hộ khẩu đăng ký tại Hoan Châu đã gia tăng 46 phần trăm trong khi số nhân khẩu tăng 200 phần trăm. Nếu so sánh số nhân khẩu bình quân trong mỗi hộ, ta thấy tỷ số này cũng tăng gấp đôi, chứng tỏ rằng những người di cư mới đi chạy sang An Nam mang theo cả đại gia đình và giòng họ chứ không phải kiểu cá nhân như trường hợp di dân Trung Quốc tại miền Bắc.

Chính trong hoàn cảnh quốc tế và quốc nội đó, Mai Thúc Loan đã dựng cờ khởi nghĩa tại châu Hoan. Theo sử ta, Mai Thúc Loan, người Thiên Lộc (nay là Can Lộc, Hà Tĩnh) có sức khoẻ, da đen, nổi dậy chiếm miền trung lưu sông Lam xây thành đắp lũy trên núi Hùng Sơn (Nam Đàn, Nghệ An) chống lại quân Đường tự xưng hoàng đế, tục gọi là Mai Hắc Đế. Sau Hắc Đế liên kết được với dân thuộc 32 châu lại kết giao với Lâm Ấp ở phía Nam, Chân Lạp ở phía Tây và nước Kim Lân (có thể là Sumatra hay một nước thuộc Mã Lai) mang quân ra bắc đánh chiếm phủ thành. Đô Hộ là Quang Sở Khách phải bỏ thành chạy. Mai Hắc Đế làm chủ nước Nam, quân đội đông đến 40 vạn. Đường sai Tả Giám Môn Vệ Tướng quân là Dương Tư Húc sang đánh. Tư Húc chiêu mộ được hơn 10 vạn quân, cùng Quang Sở Khách mang quân đi theo đường cũ của Mã Viện ven theo bờ biển, xuất kỳ bất ý tiến đánh Hắc Đế. Hắc Đế không kịp đối phó, bị thua to, phải trốn chạy rồi chết. Tư Húc tàn sát quân nổi dậy, chôn xác thành một cái gò cao rồi về.

Ba mươi hai châu mà Mai Hắc Đế liên kết được chắc hẳn là những châu cơ mi. Nhà Đường đặt nhiều châu cơ mi để ràng buộc những dân thiểu số miền núi. Đã có thời có đến 27 châu cơ mi nằm trong sự kiểm soát của Phong Châu và khoảng một chục châu nằm trong sự kiểm soát của Hoan Châu. Như vậy ta có thể thấy những thành phần đi theo Mai Hắc Đế rất là phức tạp. Họ bao gồm những đám quân nước ngoài (Lâm Ấp, Chân Lạp, Sumatra), dân thiểu số miền núi cùng với nông dân vùng đồng bằng. Chính nguồn gốc Hắc Đế cũng có nhiều điều không rõ. Xuất thân từ một làng nghèo ven biển, nước da đen của ông có thể là một dấu hiệu ông có giòng máu Lâm Ấp hoặc Mã Lai trong người.

Đạo quân 40 vạn người của Mai Hắc Đế chắc chắn là một đạo quân ô hợp; có lẽ bao gồm nhiều nhóm khác nhau. Khó có thể tưởng tượng một sự hòa hợp giữa những đội dân quân của nông dân, nổi lên chống lại sự áp bức của quan lại Đường với những đám quân Lâm Ấp, Chân Lạp mà mục tiêu tham gia vào chỉ cốt để cướp bóc. Có lẽ vì vậy mà ông đã thất bại mau chóng trước một số quân Đường ít hơn. Điều chắc chắn là các sử gia Việt Nam đã không coi trọng Mai Hắc Đế bằng bà Trưng, bà Triệu hoặc Lý Bí, những người đã nổi lên chống đế quốc Trung Quốc trước ông, hoặc Phùng Hưng, người đi sau ông. Có thể rằng Mai hắc Đế quá đặc biệt. Ông có thể bị coi là đại biểu cho một cố gắng của nền văn minh Nam phương theo Ấn Độ tấn công vào tiền đồn của văn minh Bắc phương theo Trung Hoa và đã bị khước từ vì dù muốn dù không, xã hội Việt Nam lúc đó đã lựa chọn theo con đường phương bắc rồi.

7.3 Cuộc khởi nghĩa của Phùng Hưng

An Nam Đô Hộ phủ và cuộc khủng hoảng thời Trung Đường

Kỷ nguyên Khai Nguyên (713-741) và Thiên Bảo (742-755) dưới thời Đường Huyền Tông được coi như là thời đại hoàng kim của triều Đường cũng như là của lịch sử Trung Quốc. Trong giai đoạn này, kinh tế phát triển, văn học nghệ thuật, nhất là thơ văn đạt đến một đỉnh cao mà sau này không còn đạt tới nữa. Tuy nhiên bắt đầu từ nửa sau của thế kỷ thứ 8, Đường triều bắt đầu suy thoái. Huyền Tông, sau những năm đầu chăm lo triều chính, càng về già càng trở nên hoang dâm vô độ, đam mê Dương Thái Chân, vốn là vợ chưa cưới của Thọ Vương con mình, cướp về phong làm Quý Phi và trọng dụng thân tộc họ Dương. Anh Dương Thái Chân là Dương Quốc Trung được phong làm tể tướng. Ba người chị của Dương Thái Chân đều được phong làm "quốc phu nhân."

Quốc Trung làm tể tướng, "cùng binh độc vũ," gây chiến liên miên với các nước bên ngoài nhằm làm quên đi những khó khăn trong nước. Tuy nhiên vào lúc này, binh lực nhà Đường đã yếu không còn đủ sức để thôn tính thêm nữa. Năm 749, quân Đường đánh Thổ Phồn (Tây Tạng) ở Thạch Bảo Thành, đại bại, quân sĩ bị thương vong rất nhiều. Năm 751, là năm đánh dấu sự suy thoái về quân sự của triều Đường. Phía Đông Bắc An Lộc Sơn đánh Khiết Đan, đại bại trở về, quân lính chết hơn hai vạn người; phía Nam Kiếm Nam tiết độ sứ Thuần Vu Trọng đánh Nam Chiếu cũng đại bại, quân lính chết trên một vạn người. Phía Tây, Đường đụng với đế quốc Arab của các giáo chủ Abbasid tại Baghdad. Trong một trận đánh tại gần

Samarkand, quân Đường cũng bị đại bại trước liên quân Arab và Đại Thực (Thổ Nhĩ Kỳ).

Đằng sau những thất bại đó là tình trạng một chính quyền trung ương ngày càng yếu đi. Các phiên trấn trở nên mạnh lên và không theo lệnh của chính quyền trung ương nữa. Miền biên cương của đế quốc Đường nằm trong tay các tiết độ sứ. Lúc đầu các tiết độ sứ chỉ nắm việc quân, nhưng sau các tiết độ sứ kiêm luôn cả việc cai trị và tài chính trở thành một quyền lực chúa tể trong khu vực mình. Năm Thiên Bảo thứ 14 (755), An Lộc Sơn, một trong những tiết độ sứ đó khởi loạn chiếm hai kinh Trường An và Lạc Dương. Đường Huyền Tông phải chạy vào Thục. Đế quốc Đường lâm vào cảnh nội chiến. Giai đoạn mà sử Trung Quốc gọi là "loạn An - Sử" (755-763) đã đánh cho triều Đường một đòn chí mạng khiến đế quốc Đường không bao giờ vực lại được như trước nữa.

Trong khoảng nửa thế kỷ sau đó, miền Hoa Bắc bị tàn phá bởi những cuộc nổi loạn liên miên của các phiên trấn, trong khi tại miền Tây, các tộc Thổ Phồn (Tây Tạng) và Hồi Hột (Uyghurs) trở nên cường thịnh và tiến vào cướp phá có khi đến tận kinh đô Lạc Dương.

Sự suy thoái của quyền lực đế chế có ảnh hưởng ngay đến phương nam. Từ đời Chí Đức (757) trở đi đất An Nam cũng được đặt dưới quyền một tiết độ sứ. Tuy nhiên khi quân đội trú đóng của Đường triều được rút về Bắc để giúp quân triều đình chống lại những cuộc ngoại xâm, nội loạn, những tộc Sơn Việt ở vùng Quế (Bắc Quảng Tây), Dung (Nam Quảng Đông), Uất (Tây Quảng Tây) đã nổi dậy, đuổi quân Đường đi và thành lập ít nhất là bảy vương quốc độc lập, cắt đứt mọi liên lạc bằng đường bộ giữa An Nam và Trung nguyên. Phải hai năm sau, vào năm 758, Đường mới phản công, nhưng cũng chỉ thành công được một phần trong việc bình định vùng này. Chính vào năm đó Đường

đổi tên An Nam thành Trấn Nam. Đất Nam nay không còn
yên nữa!

Tuy nhiên so với vùng Lưỡng Quảng thì Việt Nam hãy
còn yên lắm. Một phần có lẽ vì việc đàn áp đẫm máu cuộc
nổi dậy của Mai Thúc Loan đã làm mất đi một số những
người có thể nổi dậy tại Việt Nam. Một phần khác có thể vì
những biện pháp sau đó của triều Đường nhằm xoa dịu
những bất bình của dân chúng cũng đã có phần hiệu
nghiệm. Phải đến năm 767 khi xảy ra cuộc xâm lăng của
những tộc người từ Indonesia lên, thì sự kiểm soát của triều
Đường đối với đất An Nam mới tan rã và mở đầu cho một
nửa thế kỷ đấu tranh mới.

Giặc Chà Và

Năm 761, một người Nhật tên là Abe no Nakamaro
(tên Hán là Triều Hành) được bổ làm Trấn Nam Đô Hộ.
Nakamaro sang Đường du học từ năm 717 khi mới 19 tuổi.
Năm 753, Nakamaro về Nhật, nhưng thuyền ông gặp bão
và sau nhiều ngày lênh đênh bị dạt vào châu Hoan.
Nakamaro ngay sau đó trở về lại Trường An, nhưng chỉ
mấy năm sau lại được bổ nhiệm trở về An Nam. Trong thời
Nakamaro làm đô hộ này, vùng Hà Tĩnh hiện nay lần đầu
tiên được tách ra khỏi Hoan Châu lập thành một châu mới
gọi là Diễn Châu. Tên Diễn Châu bắt đầu có từ thời đó.

Năm 767 Nakamaro được Trương Bá Nghi thay thế.
Dưới thời Trương Bá Nghi, một tai vạ lớn xảy ra cho đất
Việt thời đó mà hậu quả khiến cho sự cai trị của Đường
triều bị lung lay tới tận gốc rễ, không bao giờ hồi phục
được như trước nữa: cuộc xâm lược của Java.

Bắt đầu từ giữa thế kỷ thứ 8, một vương triều mới nổi
lên tại vùng trung Java của Indonesia. Vương triều mới này
gọi là vương triều Çailendra mà người ta thấy lần đầu xuất
hiện trong một tấm bia đào được tại miền trung Java có

niên đại là 732. Quan hệ giữa Çailendra và Shrivijaya ra sao ta không rõ. Có thể lúc đầu Çailendra thần phục Srijivaya nhưng dần dà đã nổi lên đánh bại Shrivijaya để dành quyền bá chủ vùng biển phía Nam. Một tấm bia đào được tại phần cuối của bán đảo Mã Lai gần Singapore có niên đại 775 đã nhắc đến cả Çailendra lẫn Shrivijaya.

Çailendra cường thịnh lên đã tìm cách lập lại uy thế của Phù Nam cũ (Ghi chú: Çailendra tiếng Mã Lai có nghĩa là vua núi. Nó là dịch nghĩa của chữ Phù Nam cũng là núi. Phù Nam là âm Hán phiên âm của chữ Phnom hiện vẫn còn là núi trong tiếng Khmer). Các vua Çailendra đã tổ chức nhiều cuộc xâm lược các quốc gia tại bán đảo Đông Dương. Họ đã tấn công Chân Lạp, bắt Chân Lạp phải thần phục và nhiều lần tấn công Lâm Ấp. Một tấm bia bằng tiếng Phạn đào được tại Nha Trang có niên đại 774 kể lại một cuộc tấn công của Çailendra như sau:

"Một bọn người ngoại quốc sống bằng những thức ăn ghê tởm hơn xác chết, đáng sợ, đen thui và gầy guộc, khủng khiếp và dữ tợn như thần chết, đã đi thuyền tới đốt phá đền thờ Po Nagar và cướp đi mất chiếc linga thiêng liêng."

Cũng trong giai đoạn này, kể từ năm Chí Đức (756), thư tịch Trung Quốc đã không nhắc tới tên Lâm Ấp nữa. Một tên mới xuất hiện: Hoàn Vương với trung tâm quyền lực chuyển từ vùng Quảng Nam, Quảng Ngãi (kinh đô tại vùng Trà Kiệu) về Nha Trang, Phan Rang.

Năm Đại Lịch thứ hai đời Đường Đại Tông (767) Çailendra mở cuộc đại tấn công vào miền Bắc Việt Nam, mở đầu là vùng duyên hải, sau tiến lên vây hãm phủ thành Tống Bình (Hà Nội hiện nay). Đô hộ Trương Bá Nghi chống cự không nổi phải cầu viện Cao Chính Bình, hiệu úy châu Vũ Định. Chính Bình mang quân xuống và cuối cùng phá được quân Çailendra tại Chu Diên, giải vây cho Bá Nghi.

Thấy phủ thành Tống Bình cũ đã bị tàn phá quá nhiều, Bá Nghi bỏ thành cũ, xây thành mới gần đó, ngay tại khu vực Hà Nội hiện nay gọi là La Thành. Cùng với việc xây dựng La Thành, chính quyền Đường lúc đó cố gắng tìm cách phục hồi lại tình trạng cũ như trước loạn An - Sử. Năm 768 một chỉ dụ mới, bỏ tên Trấn Nam, phục hồi lại tên An Nam cũ.

Tuy nhiên những cố gắng đó chỉ phục hồi lại cái vỏ bề ngoài mà thôi. Cuộc xâm lược của Çailendra mặc dầu ngắn ngủi nhưng là một bước ngoặt trong quan hệ của Đường triều với vùng đất An Nam. Việc Trương Bá Nghi phải bỏ thành cũ xây thành mới là một bằng chứng cho thấy sự tàn phá dữ dội của quân Chà Và đối với vùng Giao Châu. Sự kiện Cao Chính Bình mang quân tiếp viện cho Trương Bá Nghi cho ta thấy hai điều. Thứ nhất lực lượng Đường triều tại An Nam lúc đó đã kiệt quệ không còn sức chống cự với lại quân Chà Và; thứ hai, triều Đường đã không đủ sức để gởi viện quân; các địa phương chỉ có cách tự thương lượng để cứu vớt lẫn nhau mà thôi. Cuộc xâm lược của Çailendra đã mở đầu cho sự suy sụp của đế quốc Đường tại Việt Nam. Nếu trong những năm trước đó, An Nam là một ốc đảo yên tĩnh giữa một đế quốc Đường xáo trộn thì một phần tư thế kỷ sau của thế kỷ thứ 8 là một thời kỳ nhiều biến động, trong đó người Việt lại một lần nữa tìm cách thoát ra khỏi sự đô hộ của Trung Quốc.

Bố Cái Đại Vương Phùng Hưng

Sự sụp đổ của chính quyền Đường khởi đầu với việc chính quyền dân sự không còn kiểm soát được quân đội nữa. Năm 782, Tư mã Diễn Châu là Lý Ích Thu và thứ sử Phong Châu là Lý Bì Ngạn nổi loạn tự xưng là Tiết độ sứ.

Cả hai đều bị Tiết độ sứ Phủ Lương Giao bắt giết. Ít lâu sau đó, sau khi đô hộ Trương Ứng chết, trưởng sử Lý Nguyên Độ nổi loạn, nhưng cuối cùng bị tướng Đường là Lý Phục bắt giết. Những cuộc nổi loạn liên miên này đã làm suy thoái trầm trọng sự kiểm soát của Đường triều với dân chúng, mở đường cho cuộc nổi dậy của Phùng Hưng.

Phùng Hưng là hào trưởng đất Đường Lâm. Theo sử ta, ông người Lạc, đời đời làm quan lang. Đường Lâm thuộc về Phong Châu ở hữu ngạn sông Hồng ngay dưới chân núi Tản Viên vốn là nơi cội nguồn của dân Lạc Việt. Hai Bà Trưng cũng phát tích từ nơi này và kinh đô cũ của các vua Hùng cũng ở gần đó.

Lúc này, Cao Chính Bình, nhân có công phá giặc Chà Và tại Chu Diên, được cử làm đô hộ An Nam. Cao Chính Bình theo *Tân Đường thư* là một người tham lam, đánh thuế rất nặng (*Tân Đường thư* viết "trọng phú liễm") khiến không những nhân dân oán ghét mà ngay cả những hào tộc cũng bất bình. Chính vì vậy, nhân cuộc nổi dậy của Lý Nguyện Độ, Phùng Hưng đã cùng với em là Phùng Hải nổi lên đánh chiếm Đường Lâm và các vùng chung quanh, làm chủ một vùng rộng lớn tại Phong Châu. Hưng xưng là "Đô Quân," Hải xưng là "Đô Bảo" cát cứ tự thủ chống lại chính quyền Đường. Năm 791, Hưng lãnh đạo quần chúng tiến xuống phủ thành đô hộ chống lại Cao Chính Bình.

Khởi đầu Phùng Hưng đánh mãi không thắng. Sau nhân được Đỗ Anh Hàn, một người đồng hương và là lãnh tụ của nhân dân Lão giúp sức (*Tân Đường thư* chép Đỗ Anh Hàn là "quân man tù trưởng" thủ lãnh dân Lão) bày mưu đánh bại Cao Chính Bình. Chính Bình thua chạy về thành Đại La. Phùng Hưng mang quân vây phủ thành, Chính Bình lo sợ quá sinh bệnh mà chết. Chính Bình chết rồi, dư chúng mở cửa thành ra hàng.

Phùng Hưng vào thành, tổ chức việc chính trị, mong xây dựng quyền lực được lâu dài, nhưng theo *Việt Điện U Linh Tập* - dẫn *Giao Châu ký*, một cuốn sách đã thất truyền - thì ông chỉ cầm quyền được bảy năm thì mất. Khi ông mất, nhân dân lập đền thờ và tôn là Bố Cái Đại Vương. Phùng Hưng chết, nội bộ chính quyền phân rẽ. Tướng của Phùng Hưng là Bồ Phá Lặc ủng hộ cho con Phùng Hưng là Phùng An lên thay, đem quân đánh Phùng Hải. Phùng Hải trốn chạy vào núi, sau không biết ra sao. Sau nhà Đường sai Triệu Xương sang làm đô hộ An Nam. Xương sai sứ dụ Phùng An. An liệu thế không chống nổi, bèn đầu hàng Triệu Xương. Đất nước ta lại rơi vào tình trạng đô hộ của Trung Quốc.

Cuộc nổi dậy của Phùng Hưng nằm trong truyền thống của dân Lạc Việt cổ. Giống như Triệu Quang Phục, ông cũng xuất thân từ thành phần quý tộc của xã hội Lạc Việt và cai trị theo tinh trần truyền thống của dân Lạc Việt chứ không phải Hán. Việc dân chúng tôn ông làm Bố Cái Đại Vương là một bằng chứng rõ rệt. Vua (tiếng nôm cổ là "bua") là một cách phát âm trệch của từ "bố." Nó cũng được thể hiện một cách rõ rệt qua việc chiết tự. Chữ "vua" theo chữ nôm được viết một bên là chữ "vương" và một bên là chữ "bố". Đó chính là khái niệm chính trị cơ bản của dân Lạc về một người cai trị, phải chăm lo cho dân như con đỏ. Dân Lạc thời xưa gọi Lạc Long Quân bằng bố là vậy. Cuộc khởi nghĩa của ông thành công trong khi những cuộc nổi dậy khác như của Lý Nguyên Độ thất bại là vì ông đại biểu cho một phong trào rộng lớn có cỗi rễ ăn sâu trong xã hội dân Lạc Việt. Tục thờ phụng ông trong những thế kỷ sau này cho thấy ảnh hưởng của Phùng Hưng ăn sâu như thế nào trong lòng dân tộc. Nhưng trái với những cuộc khởi nghĩa trước, Phùng Hưng không phải là một nhà lãnh đạo quân sự, ông dùng người khác để chỉ huy quân đội. Xã hội

Lạc Việt đến thời này đã phức tạp đủ để có thêm nhiều đòi hỏi khác mà chỉ một tài năng quân sự không không đủ. Ngoài ra, Triệu Quang Phục còn phải cần dùng đến hiện tượng "móng rồng" để động viên dân Lạc Việt, nhưng đến Phùng Hưng thì sự nhờ cậy vào huyền thoại cũ đã không còn cần thiết nữa. Xã hội Lạc Việt đã tiến bộ đủ để có thể không còn phải dựa vào huyền thoại. Tình hình đã chín mùi để dân Lạc Việt có thể tách ra khỏi đế quốc Trung Hoa giành lại độc lập. Tuy nhiên để đạt được mục tiêu đó, còn phải mất trên một trăm năm nữa.

7.4 Dương Thanh và Vô Ngôn Thông

Triệu Xương sang Việt Nam vào lúc nhà Đường bắt đầu phục hồi lại phần nào sau gần nửa thế kỷ loạn lạc, cát cứ. Xương cai trị An Nam Đô Hộ Phủ mười lăm năm. Trong thời gian này, thay vì tìm cách đàn áp những cố gắng tự tìm ra một bản sắc dân tộc mới của dân Lạc Việt, Xương có vẻ đã chiều theo những cố gắng đó để chính thống hóa sự cai trị của mình. Theo *Việt Điện U Linh Tập*, Xương đã đi đến các xóm làng, tìm hiểu về các tín ngưỡng và tập tục của dân Lạc Việt. Xương thu thập những truyền thuyết và dã sử Việt Nam thành ra một tập sách có tên là *Giao Châu ký*. Bộ sách này nay đã thất truyền, chỉ còn lại một phần được ghi lại trong *Việt Điện U Linh tập*. Đây là tài liệu độc nhất còn lại nói chuyện về Phùng Hưng. Xương xây dựng lại La Thành, mở rộng và đắp thành cao lên. Dưới thời Xương, tình hình An Nam Đô Hộ Phủ nói chung là thái bình ổn định.

Năm 802, Xương cáo là có bệnh xin về Bắc. Triều Đường cử Bùi Thái sang làm đô hộ. Thái sang, thay đổi các chính sách cũ của Xương. Thấy nhân dân "rất hung tợn," lại sai đắp và mở rộng thêm La Thành cũng như bắt dân xây thêm hai thành Hoan và Ái. Trước tình thế đó, nhân dân Lạc Việt nổi lên chống Thái. Hoàn Vương, Côn Lôn cũng nhân vậy mang quân xâm lược. Cuối năm 802, Hoàn Vương đánh chiếm hai châu Hoan và Ái. Hai tháng sau, An Nam tướng là Vương Quý Nguyên nổi dậy, chiếm La Thành. Bùi Thái phải chạy trốn về Trung Quốc. Rúng động trước tình trạng này, Đường Đức Tông phải gởi Triệu Xương sang An Nam lần nữa. Các cuộc nổi dậy mới dần lắng xuống.

Sau Triệu Xương, những đô hộ khác, như Trương Chu, Mã Tổng cũng đều áp dụng những chính sách mềm dẻo thỏa hiệp với các lực lượng địa phương cho nên tình hình tương đối yên ổn. Tình hình bắt đầu thay đổi vào khoảng những năm 820 sau cái chết của Đường Hiến Tông khi triều Đường bắt đầu một cuộc suy thoái dài hạn dần dà dẫn đến việc diệt vong của triều đại. Đô hộ An Nam lúc đó là Lý Tượng Cổ, một tôn thất nhà Đường. Theo *Tân Đường thư*, Tượng Cổ là một con người "khắc nghiệt, hung bạo, mất lòng mọi người." Tượng Cổ vì vậy bị nhân dân oán ghét và tính chuyện nổi loạn. Lúc đó, tại Hoan Châu có người hào trưởng tên là Dương Thanh, được coi như là một tay kiệt hiệt và có uy thế trong vùng. Tiên tổ Dương Thanh có người đã làm thứ sử châu Hoan trong thời Khai Nguyên (713-741). E ngại trước thanh thế của Dương Thanh, Tượng Cổ cho vời Dương Thanh làm nha môn tướng giữ ở La Thành để kiềm chế.

Trước tình thế đó, Thanh càng ngày càng sinh bất mãn và bắt đầu âm mưu nổi dậy chống lại Tượng Cổ. Cơ hội đến với Thanh vào năm 819 khi người Man Hoàng Động (một dân tộc thiểu số tại vùng Quảng Tây, nay là người Choang) nổi dậy. Quân Đường dưới sự chỉ huy của Bùi Hành Lập đánh mãi không thắng. Tượng Cổ phát khí giới và trao cho Thanh ba ngàn quân đi giúp Hành Lập. Có phương tiện trong tay, Thanh cùng con là Chí Liệt và người thân là Đỗ Sĩ Giao nửa đêm quay trở lại tập kích phủ đô hộ. Sau vài ngày quân nổi dậy của Thanh giết chết được Tượng Cổ cùng hơn một ngàn gia thuộc bộ hạ của Tượng Cổ, chiếm lấy phủ thành.

Đường triều, lúc đó đã suy yếu, biết rõ những khó khăn tổ chức một cuộc chinh phục quân sự để chiếm lại vùng đất An Nam bèn dùng thủ đoạn mua chuộc. Vua Đường xuống chiếu "tha tội" cho Dương Thanh và cử Thanh làm thứ sử Quỳnh Châu (nay thuộc đảo Hải Nam) và cử Quế Trọng Vũ sang làm đô hộ An Nam. Nhưng Thanh không chịu và khi Quế Trọng Vũ sang đến nơi, Thanh cho quân chặn ở biên giới. Trọng Vũ phải dừng lại ở Hải Môn.

Không có binh lực trong tay, Quế Trọng Vũ dùng kế ly gián Dương Thanh với các thuộc hạ. Thủ đoạn này bình thường có lẽ đã không thành công nếu Trọng Vũ không nhờ được chính bản chất con người Dương Thanh giúp cho công việc trở nên dễ dàng hơn. Sử chép rằng Dương Thanh không được lòng người theo phục và có những hành động tàn bạo khiến nhiều người chống đối. Sự thật ra sao, chúng ta khó có thể biết được vì đây là những lời nhận định của các đối thủ ông. Tuy nhiên sự kiện xảy ra là sau vài tháng, Quế Trọng Vũ đã thu thập được sự ủng hộ của các hào trưởng bản xứ, chiêu dụ những người cầm đầu và binh lính trong quân đội của Dương Thanh. Thanh bị cô lập. Sau chính những bộ hạ của Dương Thanh nổi dậy, chiếm La Thành. Thanh và con là Chí Trinh bị giết. Chí Liệt và Đỗ Sĩ Giai chạy về giữ Trường Châu (Ninh Bình) sau cùng cũng phải đầu hàng Quế Trọng Vũ.

Quế Trọng Vũ dùng cách gì để ly gián Dương Thanh hiện không có tài liệu nào nhắc đến vì vậy không có thể xác minh được. Nhưng có triển vọng rằng Trọng Vũ đã dùng một số những tăng lữ Phật Giáo để vận động các tín đồ

Phật Giáo Lạc Việt đi theo mình để lật đổ Dương Thanh. Việc sử dụng Phật Giáo vào những ý đồ chính trị là một chuyện không phải là không có. Trong những thế kỷ trước, đế quốc Kushana tại Trung Á đã gởi những nhà truyền giáo đạo Phật đi phổ biến Phật Giáo nhằm mở mang ảnh hưởng của họ và bảo đảm quyền kiểm soát hai con đường thương mại buôn bán với Trung Quốc. Chính vì vậy, một sự trùng hợp giữa việc xuất hiện một môn phái Thiền Tông mới và những sự kiện của năm 820 khiến chúng ta phải suy nghĩ. Nếu sự trùng hợp này không phải là ngẫu nhiên, người sáng lập ra môn phái Thiền Tông thứ nhì tại Việt Nam có thể là do Quế Trọng Vũ gởi sang.

Năm 820, có một nhà sư già từ Trung Quốc sang An Nam. Sư họ Trịnh người Quảng Châu, không rõ tên là gì chỉ biết đạo hiệu mà các đệ tử truyền lại là Vô Ngôn Thông. Đầu tiên sư tu ở chùa Song Lâm tại Triết Giang, sau đó lên Giang Tây học với thiền sư Mã Tổ. Mã Tổ chính là đệ tử của Huệ Năng người sáng lập ra Thiền Tông Nam phái tại Trung Quốc. Sau khi Mã Tổ viên tịch, Vô Ngôn Thông tiếp tục học với Hoài Hải, người truyền nhân của Mã Tổ. Hoài Hải viên tịch vào năm 814, Vô Ngôn Thông trở về tu ở Quảng Châu. Tại Quảng Châu, sư cùng với sư Huệ Tịch lập ra phái Thiền Quế Dương, một phái Thiền nhỏ bị tịch diệt vào cuối đời Đường.

Sang Việt Nam, sư gặp sư Cảm Thành đón về tu ở chùa Kiến Sơ, thuộc hương Phù Đổng (Tiên Du, Bắc Ninh) và truyền bí quyết của Thiền Quan Bích cho Cảm Thành. Sư viên tịch vào năm 826. Cảm Thành sau đó viên tịch vào năm 860. Khi sang An Nam vào năm 820, Vô Ngôn Thông đã già lắm rồi. Sư chắc hẳn không sang Việt Nam để kiếm một người thầy hay đệ tử, và lại càng không phải để kiếm một nơi an bình để tu luyện.

Vô Ngôn Thông sang Việt Nam đúng vào lúc đang xảy ra những biến loạn sâu sắc nhất. Vào lúc đó, khi các phe phái đang đấu tranh giành quyền lực tại Đại La và điệp viên của Quế Trọng Vũ đang đi về mua chuộc những thế lực địa phương ủng hộ cho việc trở lại của Đường triều thì sự hiện diện của một môn phái Phật Giáo mới từ Trung Quốc sang hẳn phải có một ý nghĩa chính trị nào đó. Có thể rằng Vô Ngôn Thông sang Việt Nam là nhằm động viên các cộng đồng Phật giáo Lạc Việt lúc đó nổi lên ủng hộ Đường triều. Cần lưu ý là Thiền Tông thời đó có ảnh hưởng quan trọng trong giới quý tộc và tầng lớp lãnh đạo Lạc Việt. Nhiều gia đình hào tộc đã có con em đi tu và lập chùa trên đất của mình. Chùa Kiến Sơ mà Vô Ngôn Thông tu khi mới sang An Nam là một bằng chứng. Chùa này được dựng lên khi họ Nguyễn, một hào tộc ở hương Phù Đổng, chuyển tư đệ của mình làm chùa và mời sư Cảm Thành về trụ trì. Cảm Thành chắc hẳn có một quan hệ nào đó với họ Nguyễn đó.

Sự suy thoái của triều Đường vào những năm cuối của thế kỷ thứ 8 đã khiến cho các chùa chiền và điền trang của họ trở thành những thế lực quan trọng tại các địa phương ảnh hưởng đến quần chúng chung quanh đó. Cần nhớ, xã hội Lạc Việt thời đó là một xã hội mà đại đa số dân chúng còn chưa biết đọc biết viết. Số người có văn hóa chỉ giới hạn trong một thiểu số những con em các đại tộc được đi học và trong giới tăng lữ mà thôi. Tiến trình học tập đã khiến những người này thấm nhuần văn hóa Trung Quốc dẫn đến việc họ có quan điểm cảm tình nhiều với Đường triều. Việc nổi dậy của Dương Thanh có thể đã khiến cho cộng đồng Phật giáo ở đây e ngại và đứng lên ủng hộ cho Quế Trọng Vũ chống lại Dương Thanh chăng?

Tuy nhiên, nếu không có những mâu thuẫn căn bản trong nội bộ cộng đồng Lạc Việt thời đó thì mọi cố gắng ly gián của Quế Trọng Vũ đều sẽ vô hiệu. Vậy thì những nguyên nhân nào đã dẫn đến sự thất bại của Dương Thanh?

Nhà Tùy và trong những năm đầu đời Đường áp dụng chính sách ba thuế, "tô, dung, điệu." Các phép này đều thu thuế dựa trên xuất đinh. Về binh chế, Đường áp dụng chính sách phủ vệ, bắt lính từ các tráng đinh có đóng thuế. Khi một nông dân nghèo quá phải đi làm nô tỳ cho những nhà giầu có thì chính quyền mất đi một xuất thuế và xuất binh vì vậy Đường đã áp dụng chính sách quân điền, bảo đảm cho mỗi người nông dân có một thửa ruộng để sinh sống ngăn chặn những tầng lớp môn phiệt phát triển không cho lũng đoạn xã hội. Tại Việt Nam, chế độ quân điền này cũng được áp dụng và đã có tác động làm giảm thế lực của những đại tộc. Chính vì vậy, trong hai thế kỷ thứ 7 và thứ 8, ta không thấy nhắc nhở gì nhiều đến những giòng họ như họ Đỗ hoặc họ Lý vốn vẫn chi phối tình hình chính trị trong những thế kỷ trước. Có thể rằng những giòng họ này đã bị thu hút vào trong chính quyền của Đường triều.

Tuy nhiên kể từ những năm giữa của thế kỷ thứ 8, những cuộc chiến tranh liên miên, đầu tiên là chống với những lân bang ở phía Tây và phía Bắc, sau đó là nội chiến cát cứ, nông dân ly tán chạy vào nương tựa những nhà quyền quý. Để có đủ lính, Đường bỏ chế độ phủ binh, áp dụng chính sách lính mộ. Song song với việc bỏ phủ binh, Đường cũng bỏ chính sách quân điền và áp dụng một chính sách thuế khác. Năm 780, Đường bỏ chế độ tô dung điệu và thay vào đó một chế độ thuế mới gọi là chính sách "lưỡng phú." Chính sách thuế mới này không dựa trên xuất đinh mà dựa trên diện tích ruộng. Chế độ quân điền bị bãi bỏ. Việc bãi bỏ chế độ quân điền tạo điều kiện cho sự nổi lên của một tầng lớp môn phiệt mới, đặc biệt là tại các vùng biên duyên của Giao Châu (các vùng như Hoan, Ái, Phong, vân vân) nơi mà đất đai còn rộng rãi để cho các nhà có thế lực chiếm hữu.

Những đại gia này sẽ đóng một vai trò quan trọng trong chính trường Lạc Việt của các thế kỷ sau. Dương Thanh chính là điển hình của một trong những đại tộc mới đó. Sử chép tổ tiên Dương Thanh đã từng làm thứ sử Hoan Châu thời Khai Nguyên. Như vậy có thể tổ tiên Dương Thanh ở trong đoàn quân sang Lạc Việt vào thời Mai Thúc Loan và định cư ở đó.

Dương Thanh là người châu Hoan là một lý do nữa để cho giới hào tộc ở châu Giao chống đối. Đến cuối thế kỷ thứ 8, sự khác biệt giữa châu Giao và những châu khác trong An Nam Đô Hộ phủ đã trở nên khá rõ. Tại Giao (vùng đồng bằng sông Hồng chung quanh khu vực Hà Nội), nông nghiệp ổn định, trù phú; tình trạng Hán hóa khá cao trong khi các vùng khác hãy còn chậm tiến hơn và hãy còn giữ lại rất nhiều yếu tố của một nền văn hóa biên cương. Điều đó không có nghĩa là dân chúng châu Giao không thèm khát việc giành quyền độc lập với đế chế Đường triều so với dân chúng các châu khác như Phong, Ái, Hoan. Nhưng sự kiện là tất cả lãnh tụ các cuộc nổi dậy của dân Lạc Việt trong thế kỷ thứ 9 đều xuất phát từ các châu khác ngoài châu Giao là một điều đáng để ta suy nghĩ. Kinh tế và nông nghiệp phát triển đã buộc Đường triều phải mở rộng nền hành chánh tuyển dụng những người địa phương vào các chức vụ cai trị cấp thấp. Những người này, chắc hẳn hầu hết là người châu Giao, tạo ra một tầng lớp thư lại mới mà cảm thấy quyền lợi của họ bị đe dọa khi Dương Thanh nổi lên và trao quyền lại cho những người vùng khác. Tất cả những yếu tố đó khiến cho cuộc khởi nghĩa của Dương Thanh trở thành cuộc khởi nghĩa đầu tiên bị thất bại không phải vì thua một đạo quân phương Bắc mà vì phân hóa nội bộ. Nó đã vạch rõ những mâu thuẫn trong xã hội Lạc Việt trước hai con đường: "đế chế" và "độc lập" mà chỉ sau một thế kỷ nữa, với những thảm trạng của ngoại xâm mới hoàn toàn được giải quyết.

7.5 Cao Biền và cuộc chiến chống Nam Chiếu

Nam Chiếu là một đất nước của những người thuộc sắc tộc Tày-Thái ở vùng Vân Nam, Quý Châu hiện nay. Thoạt kỳ thủy, đây là một liên minh bộ lạc; Chiếu là tên họ gọi quân trưởng của bộ lạc. Có tất cả sáu chiếu lớn là: Mông Tủy, Việt Tích, Lãng Khung, Đặng Thiểm, Thi Lãng và Mông Xá. Chiếu Mông Xá ở xa về phía nam nhất nên gọi là Nam Chiếu. Cương vực của những chiếu này theo *Cựu Đường thư* thì: "khoảng giữa quận Vĩnh Xương và Diên Châu bên nam Thiết Kiều. Đông giáp Thoán Châu, đông nam giáp Giao Chỉ, tây giáp nước Ma Già Đà (Magadha, tên một nước cổ nằm trên sông Hằng, Ấn Độ), nam giáp nước Nữ Vương, tây nam giáp nước Phiếu (Miến Điện cổ đại) bắc giáp châu Ích, đông bắc giáp châu Kiềm cả quận Vu." Tóm lại tức là toàn bộ tỉnh Vân Nam và một phần tỉnh Quý Châu hiện nay.

Cuối đời Khai Nguyên, quân trưởng Nam Chiếu là Bì La Cáp cường thịnh, năm chiếu kia suy nhược, Bì La Cáp bèn hối lộ cho Tiết độ sứ Kiếm Nam của Đường xin sáp nhập sáu chiếu làm một, dựng thành một nước lớn. Đường phong Bì La Cáp làm Vân Nam vương, dựng đô ở thành Đại Lý (phía tây Côn Minh). Năm 757-763, Nam Chiếu hàng phục được nước Phiếu mở đường thông với phương Tây. Thoạt đầu Nam Chiếu thần phục nhà Đường, nhưng sau này khi cường thịnh lên, nhất là khi nhà Đường bị loạn An - Sử, Nam Chiếu đã thừa cơ đánh chiếm Tủy Châu (nay thuộc Tứ Xuyên) rồi từ đó khi thì hàng phục, khi thì liên kết với Thổ Phồn chống lại Đường triều. Sang thế kỷ thứ

9, khi nhà Đường ngày một suy yếu thì Nam Chiếu lại càng mở rộng những cuộc tấn công vào vùng biên duyên của đế quốc Đường. Năm 829, đời Phong Hựu, Nam Chiếu đã tấn công vào đến tận Thành Đô (thủ phủ Tứ Xuyên) cướp bách công mang đi. Về mặt Đông Nam, Nam Chiếu cũng thừa việc nhà Đường suy yếu tấn công xâm lược. Tuy nhiên những cuộc xâm lược này chỉ có được một mức độ to lớn vào giữa thế kỷ thứ 9 khi tình hình An Nam có những biến động.

An Nam Đô Hộ Phủ vào giữa thế kỷ thứ 9

Cuộc nổi loạn của Dương Thanh tuy không thành công, nhưng đã cho thấy thế lực triều đình nhà Đường lúc đó ở phương nam suy yếu thế nào. Tuy rằng Quế Trọng Vũ đã dùng kế lý gián giết được Dương Thanh, nhưng những người theo Dương Thanh đã chạy lên các vùng núi liên kết với các sắc tộc thiểu số (người Lão) và luôn luôn quấy rối khu vực Giao Châu. Các đô hộ của Đường gởi sang An Nam sau này, hầu hết đều phải dựa vào những hào tộc địa phương mới có thể giữ vững thế lực, tuy rằng tình hình cũng không lúc nào được yên.

Năm 823, đô hộ An Nam là Lý Nguyên Hỉ báo về với triều đình rằng dân Lão đã tấn công và cướp bóc Lục Châu. Năm 824, giặc "Hoàng Động Man" phối hợp cùng với Hoàn Vương từ ngoài biển vào đã tấn công cướp phá, và chiếm Lục Châu, giết thứ sử châu này. Theo tờ trình của Lý Nguyên Hỉ thì những vụ này là do tàn dư của Dương Thanh mời đến. Trong những năm sau đó giặc giã và các vụ nổi loạn xảy ra liên miên. Năm 828, thứ sử Phong Châu là Vương Thăng Triều nổi dậy, bị Đô hộ Hàn Ước giết chết. Nhưng cũng chính năm đó, Hàn Ước vì tham ô tàn bạo, bóc lột dân chúng nhiều quá, bị quân lính của chính mình nổi lên, phải chạy về bắc.

Trước tình thế đó, triều Đường phải thay đổi chính sách, nhân nhượng đối với dân chúng. Tháng 4 năm 836, vua Đường đưa ra một sắc chỉ miễn thuế cho vùng đất An Nam. Đô hộ Điền Tảo được lệnh phải đi các nơi công bố sắc chỉ này để trấn an dân chúng. Đồng thời Đường cũng gởi Mã Thực sang thay Điền Tảo làm đô hộ.

Mã Thực là một trong những tên quan giỏi của triều Đường thời đó. *Tân Đường thư* khen là Mã Thực sang An Nam áp dụng những chính sách "thanh tĩnh, không phiền khiến cho dân Di liền yên." Một trong những chính sách mà Mã Thực dùng để vỗ yên dân chúng là tìm cách mua chuộc những thủ lĩnh người Việt đưa họ thành trảo nha cho nhà Đường. Năm 838, Mã Thực tậu lên vua Đường rằng:

"Thủ lĩnh các châu cơ mi hoặc giữ sào huyệt cố thủ, hoặc bị Nam Man (Nam Chiếu) dụ dỗ, không thể chiêu dụ được, việc thật đáng lo. Tôi từ khi đến trấn trị đến nay, dụ bảo việc nghịch thuận, từ đó các thủ lĩnh đất cơ mi đều đến nạp khoản sai con em đến phủ xin chịu phú tô ước thúc."
(*Tân Đường thư* - Mã Thực truyện)

Mã Thực mang lại một sự ổn định tạm thời cho vùng đất An Nam, nhưng sau khi Mã Thực đi thì tình hình biến động trở lại. Sau Mã Thực là Vũ Hồn. Vũ Hồn, theo như trong bộ *Công Dư Tiệp Ký* của Vũ Phương Đề, một hậu duệ của ông viết vào thế kỷ 18, thì đã mê phong thổ Giao Châu đến nỗi sang định cư tại làng Mộ Trạch làm thủy tổ họ Vũ ở đó. Nhưng chắc hẳn là Vũ Hồn đã quay trở lại An Nam về sau này, vì năm 843, khi Hồn bắt dân chúng xây lại La Thành, quân đội đã nổi dậy, đốt cháy thành và đuổi Vũ Hồn về Bắc. Đến khi Lý Trác trở thành kinh lược sứ An Nam thì tình hình còn tồi tệ hơn nữa.

Lý Trác là một tên tham quan tàn bạo nhất mà triều Đường gởi qua An Nam. Chính *Tân Đường thư* đã phải viết: "Đời Đại Trung (847-860), Lý Trác làm kinh lược sứ

An Nam, hà khắc tham lam, đem mỗi đấu muối đổi lấy một con trâu, người An Nam không chịu được." Sử Đường cũng coi Lý Trác là người đã gây ra cuộc chiến với Nam Chiếu tại An Nam. Bất mãn trước sự bóc lột trắng trợn của Lý Trác, thổ nhân Tây Bắc liên minh với tướng Nam Chiếu là Đoàn Tú Thiên nổi dậy, mang quân vây phủ đô hộ. Lý Trác cho quân đàn áp, nhưng không được. Vào lúc đó thứ sử Ái Châu là Đỗ Tồn Thành cũng nổi lên chống lại Lý Trác. Theo *Đường thư*, Đỗ Tồn Thành thuộc giòng họ Đỗ đã nổi tiếng ở An Nam từ thời Tề, Lương và rất có uy tín với dân chúng. Tuy Lý Trác giết được Đỗ Tồn Thành, nhưng chuyện đó chỉ làm cho ngọn lửa chống đối tiếp tục nổ ra thêm mà thôi.

Không những vậy, Lý Trác còn có những quyết định tự chặt vây cánh của mình nữa. Từ trước, tù trưởng Lý Do Độc của động Thất Oản của châu Lâm Tây (Hưng Hóa) vẫn chỉ huy một đội quân của Đường gọi là "quân mùa đông," phòng chống ở biên giới chống lại Nam Chiếu. Lý Trác tâu với vua Đường cho bãi bỏ "quân mùa đông" nói rằng một mình quân của Lý Do Độc cũng đủ sức canh phòng quân Nam Chiếu được rồi. Sau vua Nam Chiếu gả con gái cho con trai của Do Độc. Do Độc mang cả động Thất Oản ra hàng. Thế là thế lực Nam Chiếu vươn tới sát phủ thành An Nam. Lúc đó là năm 854, tình thế đã sẵn sàng cho một cuộc xâm lược lớn của Nam Chiếu vào đất An Nam.

Cuộc xâm lược của Nam Chiếu

Năm 858, triều Đường cử Lý Hộ sang làm đô hộ An Nam. Lý Hộ mới đến An Nam đã giết Đỗ Thủ Trừng, con của Đỗ Tồn Thành. Họ Đỗ căm tức, cùng người Nam Chiếu kéo xuống đánh phá phủ thành An Nam, Lý Hộ phải chạy về Bắc. Lúc bấy giờ vua Nam Chiếu là Phong Hựu đã chết, Đoàn Tú Long lên thay. Tú Long tự xưng là hoàng đế, đặt quốc hiệu là Đại Lý và mang quân quấy phá biên cương của Đường.

Đầu năm 861, được Đường viện binh thêm quân Ung, Quảng và động viên thêm quân các đạo lân cận, Lý Hộ mang quân từ Vũ Châu sang đánh Nam Chiếu chiếm lại được phủ thành. Tuy nhiên biết rằng thế lực họ Đỗ rất mạnh, Đường triều đổi chính sách, tìm cách mua chuộc. Lý Hộ bị giáng chức đầy ra đảo Hải Nam, Vương Khoan được cử sang thay, mang sắc chỉ xin lỗi họ Đỗ về việc giết nhầm Đỗ Tồn Thành và Đỗ Thủ Trừng cùng truy phong Đỗ Tồn Thành chức Kim Ngô tướng quân.

Năm 862, Nam Chiếu mở một cuộc đại tấn công vào An Nam. Vương Khoan chống cự không nổi phải cáo cấp về với Đường triều. Triều Đường cử Thái Tập sang làm An Nam kinh lược chiêu thảo sứ. Thái Tập điều động ba vạn quân ở các đạo Hứa, Hoạ, Từ, Biện, Kinh, Tương, Đàm, Ngạc sang, lập đồn phòng thủ chống giữ, Nam Chiếu phải lui quân. Nhưng tiết độ sứ Lĩnh Nam tây đạo là Thái Kinh thấy Thái Tập chống Nam Chiếu thành công, sợ rằng Tập có thể lập nhiều công át được mình, mới tâu với vua Đường xin rút các thú binh về để đỡ tốn. Thái Tập xin để lại 5 ngàn quân cũng không được triều Đường phê chuẩn. Đến tháng 11 năm đó, Nam Chiếu lại mang 30 vạn quân sang đánh An Nam. Thái Tập cầu xin quân cứu viện. Đường triều cho quân sang cứu, nhưng tiết độ sứ Lĩnh Nam đông đạo là Vi Trụ sợ quân Nam Chiếu tiến đánh vùng Ung Quảng nên xin với vua Đường để quân lại giữ vùng này, bỏ mặc cho An Nam chống cự với Nam Chiếu.

Không có viện quân, Thái Tập chống giữ không nổi. Năm 863, quân Nam Chiếu phá thành Đại La, Thái Tập nhảy xuống sông tự tử. Quân Nam Chiếu chia nhau đóng giữ các nơi, đốt phá nhà cửa, giết hại nhân dân. Theo *Tự*

Trị Thông Giám, "Nam Chiếu hai lần đánh hãm Giao Chỉ, giết và cướp bắt đến 15 vạn người." Sau đó Nam Chiếu để lại hai vạn quân trấn giữ An Nam sai Dương Tư Tấn đóng tại phủ thành đô hộ. Vua Nam Chiếu sai Đoàn Tú Thiên giữ chức An Nam đô hộ, Phạm Nế Ta làm An Nam đô thống, và Triệu Nặc Mỵ làm Phù Da đô thống cùng chia nhau trấn giữ An Nam.

Cao Biền phá quân Nam Chiếu

Tháng 8 năm Hàm Thông thứ 5 (864), nhà Đường phong Kiêu Vệ tướng quân Cao Biền làm An Nam đô hộ bản quản kinh lược chiêu thảo sứ với trách nhiệm chiếm lại An Nam. Biền luyện quân ở Hải Môn chưa tiến quân ngay. Mãi tới tháng 8 năm Hàm Thông thứ 6 (865), sau khi tập luyện quân sĩ một năm tại Hải Môn, Biền mới đem 5000 quân vượt biển sang Giao Châu. Tháng chín, Biền đến huyện Nam Định đúng vào lúc quân Nam Chiếu đang tụ họp cướp gặt lúa của dân. Biền tập kích, đại phá quân giặc, cướp được lúa nuôi quân rồi thừa thế tiến đánh Long Châu (Long Biên). Nam Chiếu đốt hết của cải và súc vật rồi bỏ chạy. Nhưng khi tin thắng trận của Cao Biền được báo về Hải Môn, giám quân là Lý Duy Chu dìm đi không báo về triều. Sau mấy tháng không thấy tin tức gì, triều đình xét hỏi, Lý Duy Chu báo là Cao Biền đóng quân tại Phong Châu không chịu tiến binh. Vua Đường liền sai Hữu Vũ tướng quân là Vương Án Quyền sang thay Cao Biền và triệu Biền về triều hỏi tội.

Trong khi đó Biền nhận được thêm bảy ngàn quân của Vi Trọng Tể sang tiếp viện đã bao vây được quân Nam Chiếu trong thành Đại La. Cũng vào lúc ấy, Biền biết được tin của Lý Duy Chu muốn hãm hại mình bèn sai Vương Huệ Tân và Tăng Cổn đem tờ biểu cáo tiệp về triều. Trên đường về Vương và Tăng phải trốn ở một hòn đảo trên vịnh

Mộ Tổ trong quần thể Đền Hùng (Phú Thọ)

Lịch sử trong ký ức đời sau

Dù tổ tiên người Việt chỉ gặp người Hán và bị họ đô hộ từ năm 111 tr. CN, ta vẫn dễ bị ngộ nhận khi nhìn vào những di tích về người xưa. Đền Hùng, với các đời vua ghi bằng chữ Hán, chẳng hạn, là một chuyện không thể có được vì một lý do đơn giản: thời đó, ta chưa gặp và biết chữ Hán nên không thể có những đời vua nghe rất "Tàu." Do đó, khi nhìn lại lịch sử, ta cần nhớ điều này.

Cảnh tích Cổ Loa với các tường luỹ cũ (Đông Anh, Hà Nội)
Dưới: Hoạ đồ thành Cổ Loa (theo Louis Bezacier, *Manuel d'Archéologie*, trang 248)

Trên: Đền An Dương vương (Cổ Loa, Hà Nội)
Dưới: Am Mỵ Châu (Cổ Loa, Hà Nội)

Đền Hai Bà Trưng (Hát Môn, Sơn Tây)

Lăng Bà Triệu (Thanh Hoá)

Đền Phùng Hưng (Sơn Tây)

Lăng Ngô Quyền (Sơn Tây)

Tranh dân gian (Đông Hồ):
Trên, Hai Bà Trưng; dưới, Ngô Quyền

Hạ Long để tránh đội thuyền của Lý Duy Chu và Vương Án Quyền. Biền vây thành Đại La được mười ngày thì được tin Duy Chu và Án Quyền đến. Biền bèn giao binh quyền lại cho Vi Trọng Tể rồi chỉ đem theo một trăm tùy tùng trở về Bắc. Nhờ Vương Huệ Tân và Tăng Cổn mang được biểu cáo tiệp về triều trước, vua Đường biết được rõ tình hình An Nam nên khi về triều Biền được thăng kiểm hiệu công bộ thượng thư và lại trở về trấn giữ An Nam. Trong khi Biền đi vắng tướng sĩ không phục Lý Duy Chu và Vương Án Quyền nên mở vòng vây thành Đại La, quân Nam Chiếu trốn được quá nửa. Biền trở lại đốc thúc quân sĩ phá được phủ thành. Biền sau đó đem quân đánh thành Bá Phong, tướng Nam Chiếu là Dương Tập Tư ra đánh bị thua. Quân Biền nhảy vào thành giết chết đô hộ An Nam của Nam Chiếu là Đoàn Tú Thiên, các tướng là Phạm Tế Na, Triệu Nặc My và hơn ba vạn quân Nam Chiếu. Nhà Đường từ đó lại chiếm giữ được An Nam. Tuy sau này, Nam Chiếu còn một đôi lần mang quân xuống quấy phá, nhưng không bao giờ còn nghiêm trọng được như lần này.

Cuộc xâm lược của Nam Chiếu có một ý nghĩa quan trọng trong việc tạo thành dân tộc Việt. Với hầu hết những dân tộc thiểu số miền núi tham gia vào phía Nam Chiếu, sự phân cách giữa những người Việt ở miền xuôi và miền núi đã hoàn tất. Có lẽ giai đoạn này là giai đoạn kết thúc việc phân cách xã hội Lạc cổ đại thành ra Việt và Mường vốn đã bắt đầu từ mấy trăm năm trước. Các bằng chứng về ngôn ngữ cho thấy tiếng Việt và tiếng Mường chỉ bắt đầu tách rời nhau và phát triển theo các chiều hướng khác nhau kể từ cuối thế kỷ thứ 9. Một số những giòng họ, như họ Đỗ, vốn đóng những vai trò quan trọng trong chính trường An Nam trong những thế kỷ trước trở nên suy thoái và hầu như không còn can dự vào chính sự Đại Việt trong những thế kỷ sau. Quan trọng hơn, cuộc xâm lược của Nam Chiếu đã cho nhân dân Lạc Việt thấy rõ rằng không thể trông cậy vào bên ngoài để bảo vệ hay tranh đấu thay cho mình. Những người Việt chống Đường lúc đầu đã hoan nghênh cuộc tiến công của Nam Chiếu, nhưng họ đã bị đẩy ra ngoài khi Nam Chiếu chiếm được đất An Nam. Quân chiếm đóng Nam Chiếu chia nhau cướp phá, tàn sát nhân dân. *Cựu Đường thư* kể lại:

   "Dân chúng trốn nạn ra ở tại các hang động khe núi. Số quan lại văn vũ chạy loạn đến Hải Môn cũng không nhỏ nhưng một số hào kiệt đã xuất hiện trong đám lưu dân. Những người này được dân chúng ủng hộ và bảo vệ cho dân chống lại sự cướp phá của giặc."

   Đoạn văn ngắn ngủi này của *Cựu Đường thư* cho thấy ảnh hưởng của cuộc xâm lược của Nam Chiếu đối với đất An Nam. Đối với giai cấp lãnh đạo, đây là một lúc thật là đau đớn. Phe chống Đường thì thấy rõ là đã bị đồng minh của mình là Nam Chiếu lợi dụng trong khi phe thân Đường thì cũng thấy bị triều Đường bỏ mặc. Với nhận thức đó, bình minh của thời kỳ độc lập đã ló dạng với dân tộc Việt.

An Nam Đô Hộ Phủ sau cuộc xâm lược của Nam Chiếu - Tăng Cổn

   Năm Hàm Thông thứ 7 (866) nhà Đường đổi An Nam Đô Hộ phủ thành Tĩnh Hải quân tiết trấn, phong Cao Biền làm tiết độ sứ. Biền cho tổ chức lại chính quyền cai trị đồng thời chấn chỉnh lại tình hình trong nước. Hiện không rõ cơ cấu chính quyền Cao Biền thành lập sau khi đánh bại quân Nam Chiếu ra sao, nhưng chắc hẳn chính quyền mới mà Biền thành lập phải dựa nhiều vào những thế lực địa phương vì vào thời bấy giờ nhà Đường đã suy vi, không đủ thế lực để còn chi phối các địa phương nữa.

Về việc tái thiết, trước hết Biền cho xây đắp lại phủ thành đô hộ, thường gọi là Đại La Thành mở mang cho quy mô rộng lớn hơn trước nhiều. Theo các tài liệu để lại, thành có chu vi dài 1982 trượng (khoảng trên 7 cây số), cao hai trượng sáu thước (10 mét), chân thành rộng hai trượng năm thước (khoảng 10m), nữ tường (tường nhỏ bên trong) bốn mặt cao 5 thước ba tấc (2m). Phía ngoài thành còn có một lũy bảo vệ. Chung quanh thành đặt vọng lâu, trong thành có cống thoát nước. Theo Tư Mã Quang trong *Tự Trị Thông Giám*, trong thành Cao Biền còn xây nhà đủ cho khoảng 40 vạn người ở (Hà Nội trước năm 1940 chỉ có khoảng 20 vạn người). Dấu vết thành Đại La nay còn tồn tại ở ngoại ô thành phố Hà Nội hiện nay. Sau này đời Lý, Lý Công Uẩn dời đô đến đây và đổi tên là Thăng Long.

Sau nhiều năm loạn lạc, lại bị quân Nam Chiếu cướp phá, dân chúng ly tán khắp nơi, thành ra một trong những việc đầu tiên Biền phải làm là tụ họp những người đào vong cho họ định cư trở lại thành những xóm làng mới khai khẩn những đất ruộng bị bỏ hoang. Ngoài ra Biền cũng có thể cho tướng sĩ khẩn hoang lập đồn điền và tạo ra những hương ấp mới. Việc này được xác định, hương ước của nhiều làng tại miền Bắc và miền Bắc Trung Bộ hiện nay của Việt Nam còn ghi rõ rằng những làng đó do Cao Biền sáng lập. Theo *An Nam Chí Nguyên*, "Cao Biền chia đặt hương thuộc ở An Nam lên đến 159 hương."

Trong thời gian chiến tranh với Nam Chiếu sổ sách giấy tờ của chính quyền cai trị đã bị mất mát gần hết. Khi quân Nam Chiếu chiếm được phủ thành đô hộ, chỉ có một viên lại của Thái Tập là Phàn Xước mang được ấn của Thái Tập qua sông chạy trốn về bắc. Cao Biền cho tiến hành lập lại sổ sách, chỉnh đốn công thuế.

Sử chép rằng Cao Biền đào sông, khơi ngòi, mở đường lộ, lập quán trọ cho khách đi đường trên khắp đất An Nam.

Nhiều đoạn đê, nhất là đoạn đê trên vùng gần Hà Nội hiện nay được đắp để chống lụt lội. Để củng cố đường giao thông bể giữa Ung Châu, Quảng Châu với An Nam, Cao Biền mộ thợ đục phá những đá ngầm dưới bể, đào thành ghềnh Bắc Thú ở Hải Môn gọi là cảng Thiên Uy, khiến thuyền bè vận chuyển quân đội, lương thực từ Ung, Quảng sang An Nam được dễ dàng hơn. Trong những năm đầu các hoạt động kinh tế sản xuất còn chưa hồi phục, để đảm bảo cho dân chúng không bị đói khổ nổi lên làm loạn, chính quyền không những không thu được phú thuế mà còn phải mang tiếp tế từ phương bắc xuống. *An Nam Chí Lược* của Lê Tắc đã trích lại một tấm bia dựng năm 870 nói về công lao của Cao Biền tại đất An Nam đã nhắc nhở đến việc vận chuyển tiếp tế từ bên Trung Quốc sang để cứu đói.

Để ngăn trước các cuộc tấn công của Nam Chiếu, Cao Biền mang quân đánh các thủ lãnh các tộc người ở vùng Tây Bắc trước đây theo Nam Chiếu, giết chết tù trưởng hai động bắt hàng 17 ngàn người. Sau đó, Biền định rõ biên giới An Nam đặt thú binh tại những nơi biên ải để phòng chống lại các cuộc xâm lược của Nam Chiếu và Chiêm Thành. Vùng đất An Nam nhờ đó mà được yên ổn trong mấy chục năm sau đó.

Giai đoạn cuối thế kỷ thứ 9, mở đầu với Cao Biền này được ghi nhớ là một giai đoạn phồn vinh của đất An Nam. Nhưng để đạt được như vậy, Cao Biền đã phải nhượng bộ nhiều cho tinh thần độc lập của dân tộc Lạc Việt.

Trong những năm nằm dưới sự cai trị của Nam Chiếu, khi mà tình hình kinh tế chính trị bị suy thoái, dân chúng tan tác khắp nơi, thì dân Lạc Việt cũng có một sự phục hưng những truyền thuyết và những giá trị tinh thần có từ thời Hùng Vương về trước. Người ta trông cậy vào những truyền thống và những giá trị đó để tồn tại, để vượt qua những nỗi tuyệt vọng của hiện tại. Để thắng quân Nam

Chiếu, Cao Biền đã phải dựa vào những truyền thuyết đó, để động viên dân Lạc Việt theo mình. Theo *Việt Điện U Linh Tập*, sau khi sang đến An Nam, Cao Biền đã dựng một đàn tế kêu gọi các hạo khí anh linh địa phương hiển linh để giúp mình. Sau đó, Biền đã được Lý Ông Trọng hiển linh giúp đỡ, nhờ đó đánh đuổi được quân Nam Chiếu.

Lý Ông Trọng là một hình tượng đặc biệt hay được các quan lại Trung Quốc sử dụng trong cố gắng nhằm làm cho dân Việt chấp nhận sự cai trị của phương Bắc. Trước Cao Biền, Triệu Xương cũng đã từng nói là mộng thấy Lý Ông Trọng, cùng nhau đàm luận kinh Xuân Thu và cho lập đền thờ. Theo *Lĩnh Nam Chích Quái*, Lý Ông Trọng là một người khổng lồ sống vào cuối đời Hùng Vương. Sau đến thời An Dương Vương, nhân Tần Thủy Hoàng muốn mang quân sang xâm lược, An Dương Vương bèn mang ông sang cống nhà Tần. Thủy Hoàng mừng lắm phong ông làm chức Tư Lệ Hiệu Úy. Tần thôn tính thiên hạ, ông được Thủy Hoàng sai mang quân trấn đất Lâm Thao, uy danh lừng lẫy, Hung Nô không dám xâm phạm. Sau ông cáo lão về lại đất nam. Hung Nô lại xâm phạm, Thủy Hoàng cho người vời ông, ông không chịu trốn vào rừng. Thủy Hoàng cho đúc đồng dựng tượng của ông ở ngoài cửa Kim Mã, kinh thành Hàm Dương, trong bụng có chỗ trống, chứa được mấy chục người để làm chân tay cử động. Hung Nô trong thấy tưởng ông còn sống, không dám phạm cõi Tần nữa.

Với tư cách là một anh hùng địa phương, nhưng cuộc đời toàn bộ dùng để bảo vệ cho đế chế, Lý Ông Trọng là nhân vật lý tưởng cho một cố gắng hòa hợp Đường-Việt. Theo *Việt Điện U Linh Tập*, Biền cho sửa sang lại đền thờ của Lý Ông Trọng, tạc gỗ làm đền gọi là đền Lý Hiệu Úy. Đền này nay thuộc huyện Từ Liêm, gần thủ đô Hà Nội. Một nhân vật khác được Cao Biền cho thờ phụng là Cao Lỗ. Theo *Việt Điện U Linh Tập*, một đêm Cao Biền nằm mộng thấy Cao Lỗ, người đã làm ra nỏ thần cho An Dương Vương, đến nói chuyện. Biết rằng Cao Lỗ bị các Lạc tướng dèm pha nên bị An Dương Vương giết, Biền hỏi Cao Lỗ vì sao lại bị các Lạc tướng thù ghét đến như vậy, thì được Lỗ cho biết chỉ vì ông ta là người phương bắc cho nên không được các Lạc tướng chấp nhận.

Cuộc đối thoại giữa Cao Biền và Cao Lỗ cho thấy rõ mặc dầu những cố gắng của Cao Biền, nhưng xã hội Lạc Việt lúc đó đã vượt qua khỏi giai đoạn mà có thể có được một sự hòa hợp giữ đất An Nam nằm trong đế quốc Trung Hoa rồi. Chính vì vậy, mặc dầu dân Lạc Việt có ghi ơn Cao Biền, gọi Cao Biền là Cao Vương, và giữ một hồi ức về một thời kỳ phồn vinh trong mấy năm dưới sự cai trị của Biền đến nỗi, trong bài chiếu dời đô, Lý Công Uẩn phải nhắc đến với những dòng chữ trân trọng, nhưng những cố gắng của Biền nhằm kết hợp các hạo khí anh linh của nước ta vào mục tiêu bảo vệ đế chế đã bị dân chúng chế giễu. Các truyền thuyết như Cao Biền yểm âm binh, âm binh dậy non, Cao Biền cưỡi diều giấy đi tuần hành các nơi trong nước, tìm các huyệt đế vương để yểm đã được lưu hành rộng rãi trong dân gian là những bằng chứng cụ thể cho sự thất bại đó của Biền. Giả sử như những quan lại Trung Quốc áp dụng những chính sách đó của Cao Biền trước đó vài trăm năm thì có thể rằng cục diện sẽ đổi khác. Nhưng đến thời Cao Biền thì đã quá muộn, hai bên đã bước đi sâu vào hai con đường khác nhau, và việc ly dị chỉ còn là vấn đề thời gian mà thôi.

Truyện thần sông Tô Lịch giải thích việc Cao Biền rời khỏi đất An Nam là bằng chứng rõ nhất chứng tỏ sự thất bại trong chính sách của Biền. Theo *Lĩnh Nam Chích Quái* và *Việt Điện U Linh Tập*, một buổi sáng, Biền ra đứng trên thành, nhìn ra sông thấy một trận gió lớn nổi lên, sóng nước cuồn cuộn, mây trời mờ mịt, có một dị nhân đứng trên mặt nước, mình cao hai trượng, mặc áo vàng, đội mũ tía tay cầm hốt vàng rực rỡ trên một khoảng trời, chập chờn lên xuống trong không gian. Mặt trời lên đến ba con sào, khí mây vẫn còn chưa tan. Biền rất kinh dị, muốn yểm thần. Đêm nằm mộng thấy thần đến bảo rằng:

"Chớ yểm ta, ta là tinh Long Đỗ đứng đầu các địa linh, ông xây thành ở đây, ta chưa được gặp nên tới xem đó thôi, ta có sợ gì bùa phép."

Biền kinh hãi. Sáng hôm sau, cho lập đàn, niệm chú, lấy kim đồng thiết phù để yểm. Đêm hôm đó sấm động ầm ầm, gió mưa rầm rập, đất trời u ám, thần tướng hò reo, kinh thiên động địa. Trong khoảnh khắc, kim đồng thiết phù bắn ra khỏi mặt đất biến thành tro, bay tan trong không.

Biền kinh hãi nói rằng: "Xứ này có thần linh dị, ở lâu chắc chuốc lấy tai vạ."

Năm 868, Cao Biền được triều Đường đổi đi làm tiết độ sứ Thiên Bình. Biền dâng biểu tiến cử cháu họ mình là Cao Tầm vốn làm tướng tiên phong dưới quyền mình lên thay chức Tĩnh Hải tiết độ sứ. Năm 878 Tăng Cổn lại thay Cao Tầm làm tiết độ sứ. Cổn chính là tiểu hiệu trước của Cao Biền trong cuộc chiến chống Nam Chiếu. Cao Tầm và Tăng Cổn tiếp tục chính sách của Cao Biền, cho nên trong khi Trung nguyên rối loạn thì tại An Nam được yên ổn, các mặt kinh tế văn hóa đều phát triển. Các khai quật khảo cổ cho thấy về kiến trúc, cái gọi là "phong cách Đại La" mà đã trở thành điển hình trong kiến trúc Việt Nam bắt đầu từ thời này.

Tăng Cổn làm tiết độ sứ được 14 năm. Trong thời gian này Cổn có soạn sách *Giao Châu ký* nay đã thất truyền. Tuy nhiên cuốn sách này đã được dùng làm cơ sở cho một số những tác phẩm của các tác giả Đại Việt sau này, quan trọng nhất là các cuốn *Việt Điện U Linh Tập* và *Lĩnh Nam Chích Quái* qua đó, ta có thể tạo lại một phần những gì Cổn viết trong *Giao Châu ký*. Căn cứ vào những gì còn lại, ta thấy Tăng Cổn là một trong những người đầu tiên viết lại về cuộc chiến giữa Sơn Tinh và Thủy Tinh. Cổn cũng ghi lại khá chi tiết về cách cai trị của các vua Hùng trong đó mọi quyết định vua làm đều phải tham khảo ý kiến của các Lạc hầu, Lạc tướng. Tuy nhiên điều này chưa chắc đã tin được vì nó có thể chỉ phản ảnh những gì xảy ra trong thời Tăng Cổn mà thôi. Trong thời gian này, triều đình trung ương rối loạn vì các cuộc khởi nghĩa nông dân lớn, đặc biệt là cuộc khởi nghĩa của Hoàng Sào. Chính quyền Đường triều không còn có một khả năng nào để có thể can thiệp vào nội bộ An Nam, và Tăng Cổn chỉ có thể ngồi yên được ghế Tiết độ sứ nếu có sự ủng hộ của tầng lớp hào tộc lãnh đạo địa phương vốn không những nắm về hành chánh mà còn cả trong quân đội nữa, vì phần lớn quân đội Đường tại An Nam lúc này đều là những dân địa phương được tuyển tại chỗ. Có lẽ vì vậy mà Tăng Cổn được dân chúng khen là "Tăng thượng thư" (thượng thư hiền lành như sư tăng).

Cũng như hầu hết các quan lại thời Đường, Tăng Cổn cũng là một nhà thơ. Một số những bài thơ của Tăng Cổn để lại đã phản ảnh rõ một tinh thần mới trong những quan lại nhà Đường gởi sang An Nam. Sau gần một nghìn năm bị nội thuộc vào các đế quốc phương Bắc, dân Lạc Việt vẫn còn giữ được cá tính riêng biệt, và các quan lại Đường tại đây vẫn còn có cảm giác là những kẻ ngoại lai, tỷ như hai câu đầu một bài thơ của Tăng Cổn được ghi lại trong *Việt Điện U Linh Tập*: "Giang sơn đất Việt có tự nghìn xưa, Đường triều nhân sĩ chỉ là những người mới." Hai câu này cho thấy, trong buổi hoàng hôn của Đường triều, Tăng Cổn đã nhận thấy rằng dù rằng các triều đại lên xuống thay nhau, các truyền thống của một dân tộc có gốc rễ bền chặt từ bao nhiêu đời là những cái gì vĩnh viễn trường tồn.

Năm 892 Chu Toàn Dục sang thay Tăng Cổn làm tiết độ sứ. Toàn Dục là anh của Chu Toàn Trung, người sau này sẽ cướp ngôi nhà Đường. Sau Toàn Dục là Độc Cô Tổn, tuy nhiên những người này chưa chắc đã đến được An Nam bởi vì từ sau năm 780 cuộc khởi nghĩa của Hoàng Sào đã lan rộng ra khắp cả Trung Quốc. Cơ hội cuối cùng đã đến để dân Lạc Việt tách khỏi đế quốc phương Bắc đi theo con đường của mình.

Chương 8. Độc lập: Họ Khúc và Ngô Quyền

8.1 Sự sụp đổ của nhà Đường

Bắt đầu từ cuối những năm 860, nhà Đường đi vào giai đoạn cuối cùng của sự suy thoái, chuẩn bị đi vào diệt vong. Năm 868, lính thú các vùng Từ, Tứ bị đi đóng ở Quế Châu nổi loạn, bắc tiến vào Hồ Nam, Triết tây, Hoài nam rồi tấn công và chiếm đóng phủ thành Từ Châu. Quân Đường không dẹp nổi, Đường triều phải mượn quân Hồi Hột vào đàn áp khởi nghĩa. Lãnh tụ nghĩa quân là Bàng Tích tử trận, nhưng dư chúng phân tán mỏng để sau này tham gia các cuộc khởi nghĩa khác.

Năm 874, nhân vùng quan đông liên tiếp mấy năm bị thiên tai, hết lụt đến hạn, bách tính cơ cực, lưu vong rất nhiều, Vương Tiên Chi nhân vậy khởi nghĩa ở đất Bộc đánh chiếm lấy đất Tào và Bộc, tự xưng là Thiên Phủ Bình Quân Đại tướng quân. Nhân vậy, người Tào Châu là Hoàng Sào cũng đứng lên khởi nghĩa hưởng ứng. Cả vùng Sơn Đông đại loạn. Tiên Chi tử trận, Hoàng Sào đứng ra một mình lãnh đạo cuộc khởi nghĩa tự xưng là Thiên Đại tướng quân. Hoàng Sào phát triển thế lực từ Sơn Đông ra khắp các địa hạt của năm tiết trấn, Hoài Nam, Trung Vũ (Trần, Hứa Châu), Tuyên Vũ (Tống, Bạc, Dĩnh Châu), Nghĩa Thành (Vệ, Hoặc Châu) và Thiên Bình (Vân, Tào, Bộc Châu) đi đến đâu dân cũng hưởng ứng hàng loạt. Sào tụ tập quân lên đến hàng mấy chục vạn. Năm 878, Sào mang quân xuống nam, vượt Trường Giang chiếm Triết Đông, vào Phúc Kiến. Năm 879, Sào đánh chiếm Quảng Châu và làm cỏ nhân dân trong thành. Tiết độ sứ Lý Thiệu bị Sào bắt phải dâng biểu xin triều đình cho Hoàng Sào cai trị cả miền Nam, kể cả An Nam. Triều Đường từ chối và Thiệu bị Sào giết. Năm sau 880, một trận dịch lớn xảy ra giết hại đến trên 40 phần trăm quân của Hoàng Sào khiến Sào phải mang quân về Bắc, đánh chiếm Quế Châu, Hồ Nam, An Huy sau đó hạ được cả Lạc Dương và kinh đô Trường An. Đường Hi Tông phải chạy vào Thục. Chiếm được Trường An, Sào tự xưng hoàng đế, đặt quốc hiệu là Tề. Nhưng sau đó, bọn quan lại địa chủ tổ chức quân Cần Vương từ khắp nơi kéo lại. Đại tướng của Sào là Chu Ôn (tức Chu Toàn Trung) phản Sào đầu hàng Đường khiến cuộc khởi nghĩa của Hoàng Sào bị suy yếu dần. Năm 884, Hoàng Sào tự sát.

Cuộc khởi nghĩa của Hoàng Sào tuy thất bại, nhưng chế độ nhà Đường cũng bị lung lay đến tận gốc. Vùng Hoa Bắc chẳng bao lâu rơi vào tay những sứ quân mà dần dà sẽ tiếm quyền của Đường triều thành lập cục diện Ngũ Đại Thập Quốc. Vùng Hoa Nam tuy không đến nỗi náo loạn như vùng Hoa Bắc và tuy bề ngoài vẫn còn giữ một sự thần phục biểu kiến với triều Đường, nhưng bên trong cũng hoàn toàn do các thế lực địa phương nắm giữ.

Nam Hán cát cứ Quảng Châu

Có quan hệ mật thiết nhất với đất An Nam là tiết trấn Lĩnh Nam Đông Đạo có trị sở ở Quảng Châu. Tiết độ sứ trấn này là Lưu Ẩn. Ẩn đầu tiên giữ chức Tiết độ phó sứ giữ quyền lưu hậu ở Quảng Châu. Sau khi Hoàng Sào mang quân về Bắc, họ Lưu đã chiếm cứ Quảng Châu coi như là lãnh địa riêng của mình. Năm 897, Lưu Ẩn đã dẹp được một cuộc nổi loạn bên trong tiết trấn và đến năm 898 Ẩn đã đánh bại Tăng Cổn, khi đó làm thứ sử Quế Châu trong việc tranh giành quyền kiểm soát vùng Lĩnh Nam. Năm 904, Đường triều cử Thôi Viễn làm Tiết độ sứ Lĩnh Nam, nhưng Ẩn từ chối không nhận Viễn. Thấy vậy Viễn không dám xuống Quảng Châu và triều Đường cũng phải chịu, rút Viễn về. Ẩn sau đó cho người mang đồ hối lộ cho Chu Toàn Trung đang nắm triều chính nhà Đường. Nhờ đó Trung phong cho Ẩn chính thức làm Tiết độ sứ. Đến năm 908, khi Chu Toàn Trung cướp ngôi nhà Đường, lập ra nhà Hậu Lương thì lại phong thêm cho Lưu Ẩn làm Tĩnh Hải Quân tiết độ sứ, An Nam đô hộ. Lưu Ẩn dòm ngó đất An Nam từ đó. Năm 911, Lưu Ẩn chết, em là Lưu Nghiễm (sau đổi tên là Lưu Yểm, sau nữa đổi tên là Lưu Cung) lên thay. Được sự giúp đỡ của các sĩ nhân Trung nguyên lánh nạn xuống nam, lại thấy tình hình miền Bắc phân hóa, các địa phương tự lập, Nghiễm cũng tự xưng là hoàng đế đặt quốc hiệu là Đại Việt, niên hiệu là Càn Hanh. Tuy nhiên đến năm sau lại đổi quốc hiệu là Hán, tức là nhà Nam Hán, một trong thập quốc thời Ngũ Đại.

Họ Khúc dấy nghiệp

Tăng Cổn hết làm An Nam Đô hộ vào năm 791. Trong mười năm sau đó, sử Trung Quốc không nhắc nhở gì đến ai thay thế cho Tăng Cổn cả. Trong thời kỳ này, chúng ta có thể đoán được rằng thế lực của Đường tại An Nam không còn gì. Ngay cả quân trú đóng của Đường tại An Nam có lẽ cũng đã rút về nước hết trong giai đoạn biến loạn thời Hoàng Sào và sau đó. Từ 901 cho đến 905, *Đường thư* chép tên ba người làm An Nam Đô hộ, nhưng có nhiều lý do khiến ta có thể nghi rằng những người này tuy được phong như vậy nhưng không hề bước chân tới đất An Nam. Ba người này là Tôn Đức Chiêu, Chu Toàn Dục và Độc Cô Tổn. Vậy trong thời gian này ai cai trị đất nước An Nam?

Cai trị An Nam lúc đó có lẽ là họ Khúc mà người đầu tiên là Khúc Thừa Dụ.

Đường thư và *Ngũ Đại Sử* không chép đến tên Khúc Thừa Dụ, tuy rằng *Ngũ Đại Sử - Nam Hán thế gia* có chép đến Khúc Hạo và Khúc Thừa Mỹ. Tên Khúc Thừa Dụ chỉ được ghi lại trong *Tự Trị Thông Giám* của Tư Mã Quang đời Tống, chép rằng "năm Thiên Hựu thứ 3 (906), mùa xuân tháng giêng phong cho Tĩnh Hải Tiết độ sứ Khúc Thừa Dụ chức Đồng Bình Chương sự" và chua thêm rằng "Khúc Thừa Dụ thừa lúc loạn lạc, chiếm cứ An Nam." Như vậy có triển vọng rằng sau khi Tăng Cổn và những toán quân trú đóng của Đường triều về Bắc, Khúc Thừa Dụ đã thừa cơ An Nam không ai cai quản đứng lên lãnh đạo đất nước. *Tự Trị Thông Giám* chép:

"Họ Khúc là một họ lớn lâu đời ở Hồng Châu, Thừa Dụ tính khoan hòa, hay thương người, được dân chúng suy tôn. Gặp thời buổi loạn lạc, nhân danh là hào trưởng một xứ, Thừa Dụ tự xưng là Tiết độ sứ và xin mệnh lệnh của nhà Đường."

Làm cách nào họ Khúc chiếm được chính quyền tại An Nam, sử cũ không nói rõ, nhưng hầu như chắc chắn việc chiếm giữ chính quyền này xảy ra một cách hòa bình. Hồng Châu hiện nay là vùng đất thuộc huyện Ninh Giang, Hải Dương, chính là nơi Vũ Hồn, An Nam Đô hộ trước đó mấy chục năm đến lập nghiệp. Vùng này như vậy đã bị Hán hóa khá nhiều thành ra có thể rằng sau khi quân Đường rút hết về Bắc, chính các quan lại địa phương đã mời Thừa Dụ lên năm lấy quyền chính để ngăn chặn cho đất nước An Nam rơi vào tình trạng hỗn loạn.

Chính quyền mà Khúc Thừa Dụ dựng lên chắc chắn là không phải chỉ bắt đầu từ năm 906 khi chính quyền phương Bắc bị buộc phải công nhận Thừa Dụ có toàn quyền chính trị trong vùng (Đồng Bình Chương sự). Khúc Thừa Dụ chết vào năm 907, con là Khúc Hạo lên thay cũng xưng là tiết độ sứ. Lúc này nhà Đường đã mất, nhà Hậu Lương thay thế cũng công nhận Khúc Hạo làm tiết độ sứ, nhưng một năm sau (908) lại phong cho Lưu Yểm kiêm nhiệm "Tĩnh Hải Quân tiết độ, An Nam đô hộ". Mầm xung đột giữa họ Khúc và Nam Hán đã bắt đầu từ đó.

Khúc Hạo lên làm tiết độ sứ đã tiến hành một số cải tổ hành chánh. Trước kia, dưới triều Đường, An Nam đô hộ phủ được chia thành 12 châu, 59 huyện công thêm 41 châu cơ my tức là những nơi có nhiều dân tộc thiểu số sinh sống chỉ phụ thuộc nhẹ nhàng vào triều Đường. Nhằm xây dựng một lãnh thổ thống nhất, độc lập tách ra khỏi phạm vi thế lực của chính quyền phương Bắc, Khúc Hạo chia lại toàn xứ thành các lộ, phủ, châu, xã. Các lộ, phủ, châu mà Khúc Hạo chia đặt đến nay, ta không rõ là như thế nào. Theo *An Nam Chí Nguyên*, Khúc Hạo "đổi các hương thành giáp, đặt một người quản giáp, một người phó tri giáp coi việc đóng thuế." Ở xã, Khúc Hạo cũng đặt chức quan, mỗi xã có một người chánh lệnh trưởng và một người tá lệnh trưởng. Về kinh tế tài chánh, Khúc Hạo đã sửa lại chế độ điền tô và phú dịch. Sử chép rằng Khúc Hạo "bình quân thuế ruộng, tha bỏ lực dịch, lập sổ hộ tịch ghi rõ họ tên, quê quán giao cho giáp trưởng trông coi. Chính sự cốt trọng khoan dung, giản dị. Nhân dân đều được yên vui."

Xem như vậy ta có thể thấy rằng chính quyền Khúc Hạo đã vươn tới tận địa vực làng xã, là những vùng từ trước tới nay vẫn còn tự trị chỉ chịu sự kiềm tỏa bên ngoài của chính quyền trung ương. Chế độ công xã nguyên thủy thịnh hành từ thời Hùng Vương trong xã hội ta, đến thời Khúc Hạo có thể nói là đã cáo chung. Những tàn dư của chế độ này, hình thức lang, đạo, sau này chỉ còn tồn tại trong xã hội Mường mà thôi. Cũng chính dưới thời Khúc Hạo và con là Khúc Thừa Mỹ, giai cấp địa chủ Việt Nam đã trưởng thành và trở thành một giai cấp phong kiến. Chế độ điền trang, nông nô, nô tỳ hoàn thành dưới thời này sẽ trở thành một đặc trưng của xã hội Việt Nam trong sơ kỳ thời độc lập và chỉ tàn lụi sau khi họ Hồ thất bại vào thế kỷ thứ 15.

Khúc Thừa Mỹ và cuộc xâm lược của Nam Hán

Khúc Hạo chết, con là Khúc Thừa Mỹ lên thay. Vào lúc này, Quảng Châu dưới sự cai quản của anh em Lưu Ẩn đã mở rộng ra ngoài lãnh thổ Lĩnh Nam Đông đạo đầu tiên của mình. Phía đông đánh chiếm vùng Triều Châu và Thiều Châu, phía Tây mở ra đến đất Dung, Ung, Quế và Quản. Năm 908. Lưu Ẩn tuy được Lương phong cho làm "Tĩnh Hải quân tiết độ sứ, An Nam đô hộ" nhưng thấy thế lực hãy còn chưa đủ không dám mang quân sang xâm lược Việt Nam. Khúc Hạo cũng biết âm mưu của họ Lưu nên sai con là Khúc Thừa Mỹ làm "khuyến hiếu sứ" sang ở triều đình Nam Hán để xem xét tình hình hư thực.

Thừa Mỹ sau khi sang sứ bên Quảng Châu về thay cha làm tiết độ sứ, thấy thế lực họ Lưu mạnh mẽ e sợ sức mình không đủ chống cự nên sai sứ sang nạp cống cho triều đình Hậu Lương, hy vọng rằng có thể nhờ sức Hậu Lương mà ngăn chặn Nam Hán. Tuy nhiên Hậu Lương thực tế cũng không giúp gì hơn cho Thừa Mỹ ngoài việc lấy lại chức "Tĩnh Hải quân Tiết độ sứ" từ trong tay Lưu Yểm và phong lại cho Thừa Mỹ. Thế lực thật sự ngăn chặn Nam Hán sang xâm lược Việt Nam là liên minh giữa Thừa Mỹ và Vương Thẩm Trí người chiếm giữ vùng Phúc Kiến hiện nay. Thẩm Trí và Thừa Mỹ đều quan ngại về sức mạnh của Nam Hán và vì vậy hai bên kết giao thành một liên minh tạm thời. Cả hai cũng đều dựa vào Hậu Lương để kiềm chế Nam Hán bành trướng.

Tuy nhiên Hậu Lương không phải là một cây cột vững chắc gì để có thể dựa được. Năm 923, nhà Hậu Lương sụp đổ. Trung Quốc chia làm tám nước cát cứ, nước nào cũng xưng đế. Tại miền Lĩnh Nam, cha con họ Lưu, nay đã chiếm toàn bộ lưu vực sông Tây Giang muốn bành trướng thế lực sang An Nam để lập lại toàn bộ đế quốc cũ của Triệu Đà. Một cuộc chiến giữa họ Khúc và Nam Hán là không thể tránh khỏi.

Nhưng ngay sau khi Hậu Lương sụp đổ, Nam Hán cũng chưa thể tính đến việc tiến đánh An Nam được vì còn Vương Thẩm Trí ở Phúc Kiến và còn bị đe dọa của nước Sở mới thành lập tại Hồ Nam. Năm 928, Nam Hán đánh bại được một cuộc xâm lược của Sở. Sau đó hai bên thông hiếu, Nam Hán lập con gái của Sở Vương Mã Ân làm hoàng hậu. Biên thùy phía tây bắc của Nam Hán như thế là yên.

Cơ hội cho Nam Hán tấn công An Nam cuối cùng đã đến khi vào năm 929, Vương Thẩm Trí chết. Trong hai năm 930 và 931, đất nước của Thẩm Trí bị tan rã vì nội chiến. Nhân cơ hội này, năm 930, Lưu Yểm sai tướng là Lý Thủ Dung và Lương Khắc Trinh đem quân sang đánh Khúc Thừa Mỹ. Quân Nam Hán tiến vào Giao Châu, Thừa Mỹ chống cự không nổi bị bắt sống đem về Quảng Châu. *Ngũ Đại Sử* chép rằng, "khi Thừa Mỹ bị bắt mang về đến Nam Hải, Lưu Yểm lên lầu Nghi Phượng nhận tù, nói với Thừa Mỹ rằng: 'Ông thường bảo ta là ngụy đình, nay lại bị trói quặt tay lại là làm sao?' Thừa Mỹ cúi đầu nhận tội. Yểm bèn tha tội cho."

Sau khi chiếm được Giao Châu, Lương Khắc Trinh mang quân vào miền nam (Ái, Hoan) rồi vượt qua Hoành Sơn đánh vào Chiêm Thành cướp rất nhiều báu vật rồi về.

Nam Hán sau đó cử Lý Tiến sang làm thứ sử Giao Châu cùng Khắc Trinh giữ thành Đại La.

Họ Khúc đã mang lại cho dân Việt gần một nửa thế kỷ bình yên và thịnh vượng. Những di tích khảo cổ của thời kỳ này cho thấy văn hóa và kinh tế đều phát triển. Nhưng là một ốc đảo bình yên đã khiến giới lãnh đạo Việt Nam thời đó quên việc vũ bị mà chỉ trông cậy vào sự yểm trợ của bên ngoài. Đó chính là lý do họ Khúc thất bại. Tuy nhiên chính trong giai đoạn này mà dân tộc tính Việt Nam đã được hình thành với một sự khẳng định: "Ta không phải là Hán, ta là Việt." Sự khẳng định này sẽ là chủ đề trong suốt thời kỳ độc lập về sau này.

8.2 Dương Diên Nghệ và Ngô Quyền

Mặc dầu Nam Hán đã chiếm được An Nam và bắt được Khúc Thừa Mỹ, nhưng chúa tôi Nam Hán cũng biết rằng họ không đủ sức để kiểm soát được toàn bộ vùng đất này. Chính chúa Nam Hán Lưu Yểm đã nói với tả hữu rằng "Dân Giao Châu chỉ có thể ràng buộc được mà thôi" *(Ngũ Đại Sử - Nam Hán thế gia).* Vì vậy sau khi diệt được họ Khúc, Nam Hán chỉ cử Lý Tiến làm Giao Châu thứ sử, lo chiếm cứ vùng đồng bằng sông Hồng phì nhiêu và giầu có nhất của đất Việt mà thôi, còn những vùng khác thì Nam Hán tìm cách chiêu dụ những quan lại cũ của họ Khúc hoặc những thổ hào địa phương, để cho họ tự trị, không can thiệp vào. Một trong những người đó là Dương Diên Nghệ (theo *Cương Mục, Toàn Thư* thì chép là Đình Nghệ).

Dương Diên Nghệ xuất thân từ một hào tộc vùng Ái Châu. Sử chép họ Dương nuôi ba nghìn con nuôi chứng tỏ rằng đây là một thế lực rất mạnh. Từ con nuôi ở đây được dùng để chỉ những thực khách và có thể quân lính riêng của họ Dương. Dương Diên Nghệ được họ Khúc trao cho cai trị

hai châu Hoan và Ái. Quan hệ giữa Dương Diên Nghệ và
gia đình họ Khúc hiện không được biết rõ. Có thể Dương
Diên Nghệ, cũng như các giới quý tộc cát cứ tại châu Âu
thời Trung Cổ, chỉ công nhận họ Khúc như là một cấp chỉ
huy tối cao, trong khi vẫn giữ quyền tự trị trong khu vực
mình. Điều này cũng thể hiện qua việc, sau khi quân Nam
Hán bắt được Khúc Thừa Mỹ rồi, tướng Nam Hán là
Lương Khắc Trinh mang quân qua Ái và Hoan đánh Chiêm
Thành, vào kinh đô của Chiêm, cướp bóc một số bảo vật
rồi về. Trong cuộc viễn chinh này không thấy nhắc nhở gì
đến việc đụng độ với quân của Dương Diên Nghệ.

Để mua chuộc Dương Diên Nghệ, Nam Hán phong
cho Nghệ làm thứ sử Hoan Châu và Ái Châu hy vọng rằng
giữ được sự hợp tác của Nghệ với triều đình Nam Hán.
Khác với Khúc Thừa Mỹ vốn xuất thân từ châu Giao vùng
bị Hán hóa nặng nhất thành ra quá sợ hãi trước thanh thế
của phương Bắc, Dương Diên Nghệ là người Ái Châu vì
vậy ít bị Hán hóa hơn và còn gần gũi với văn hóa và truyền
thống cổ truyền của dân Lạc Việt cũ. Không trông đợi vào
một triều đình Hậu Lương ở quá xa và không có thế lực gì
để có thể áp lực được với Nam Hán, Dương Diên Nghệ bắt
đầu tuyển mộ và tập hợp một đạo quân để đánh lấy lại đất
nước. Lý Tiến thấy Dương Diên Nghệ chiêu mộ binh lính,
bèn cho người đem tiền của đút lót cho Diên Nghệ để Nghệ
giải tán quân đội, nhưng Nghệ không chịu.

Cuối năm 931, Dương Diên Nghệ mang quân từ Ái
Châu ra vây thành Đại La. Hán chủ biết tin, sai chức thừa
chỉ là Trình Bảo mang quân sang tiếp viện cho bọn Lý Tiến
và Lương Khắc Trinh, nhưng Trình Bảo chưa tới nơi thì
Diên Nghệ đã chiếm được thành. Lý Tiến và Lương Khắc
Trinh chạy trốn về Quảng Châu. Trình Bảo đem quân đến
Giao Châu, tiến tới thành Đại La. Diên Nghệ đem quân ra
ngoài thành chiến đấu, chém Trình Bảo tại trận tiền. Thế là

chỉ chưa đầy một năm chính quyền thống trị của Nam Hán tại Giao Châu đã bị lật đổ. Đánh bại xong quân Nam Hán, Dương Diên Nghệ tự xưng là Tiết độ sứ, phân phong các tướng sĩ thân tín trấn trị các châu trong vùng Tĩnh Hải. Đinh Công Trứ (bố của Đinh Bộ Lĩnh) được coi giữ Hoan Châu; Ngô Quyền được phong giữ Ái Châu và được Dương Diên Nghệ gả con gái cho. Sử sách không thấy nhắc đến những châu khác như Phong, Trường hoặc Lục, nhưng có lẽ ngoại trừ Giao Châu mà Dương Diên Nghệ cai trị trực tiếp và Hoan, Ái là hai nơi mà ông khởi nghiệp, các châu khác vẫn giao cho các hào tộc địa phương cai trị với một quan hệ tương đối lỏng lẻo đối với chính quyền trung ương.

Dương Diên Nghệ cai trị đất An Nam được sáu năm. Tình hình nước ta ra sao trong thời gian sáu năm đó không thấy được nhắc đến trong các thư tịch của Trung Quốc cũng như của ta, nhưng căn cứ trên những sự kiện xảy ra về sau này, ta có thể đoán lúc đó là một thời kỳ rối loạn. Diên Nghệ đã từ châu Ái ra và đuổi quân Nam Hán về nước, những người đã cộng tác với Nam Hán chắc hẳn bị trừng trị, hoặc bị giết, hoặc bị tịch thu tài sản, hoặc lưu đày. Nhưng có thể nói rằng những thành phần có cảm tình với Nam Hán chiếm một số lượng không nhỏ trong xã hội Việt Nam thời đó, nhất là trong giới quý tộc của châu Giao. Họ bao gồm những thành phần sĩ phu Trung Quốc trốn tránh cảnh hỗn loạn tại Trung nguyên về cuối triều Đường sang Giao Châu định cư lập nghiệp đến những gia đình hào tộc Hán hóa và vẫn còn tin tưởng vào một sự phục hồi của đế chế. Những người đó chắc hẳn đã không phục Dương Diên Nghệ, coi ông là một người nhà quê từ một vùng biên cương nổi lên đánh cướp lấy chính quyền chính thống của Nam Hán. Trong thời Dương Diên Nghệ cai trị, chắc hẳn đã có nhiều âm mưu giết ông để chiếm lấy chính quyền.

Những âm mưu này cuối cùng đã thành công. Tháng ba năm 937 Dương Diên Nghệ bị hào trưởng đất Phong Châu là Kiều Công Tiện giết, đoạt chức tiết độ sứ. Kiều Công Tiện là đại biểu cho các thành phần thân Hán trong xã hội An Nam thời đó. Kiều Công Tiện giết Dương Diên Nghệ rồi, châu Giao yên tĩnh, chứng tỏ rằng hầu hết các đại tộc ở đây đều nếu không ủng hộ Kiều Công Tiện thì cũng không chống đối ông. Tuy nhiên điều đó không có nghĩa là đa số dân chúng châu Giao ủng hộ Kiều Công Tiện. Đối đầu trước đạo quân của Ngô Quyền từ Ái Châu ra, Kiều Công Tiện phải cầu cứu với Nam Hán chứng tỏ rằng Kiều Công Tiện không động viên được người dân thường của châu Giao, những người mà phải cầm giáo mang tên ra chiến trường chiến đấu, ủng hộ cho mình.

Mặc dầu Dương Diên Nghệ chỉ xuất hiện một cách ngắn ngủi trong lịch sử Việt Nam nhưng có thể nói ông đã đóng một vai trò rất quan trọng trong xã hội Lạc Việt thời đó, và mặc dầu ông đã chết, nhưng gia đình ông vẫn tiếp tục đóng một vai trò quan trọng trong đời sống chính trị nước Việt. Như chúng ta sẽ thấy ở những phần sau, con ông, Dương Tam Kha, sau này đã tìm cách cai trị nước Việt khi Ngô vương băng hà, một giai đoạn mà nước Việt đang bị tan rã thành các mảnh vụn, mỗi mảnh do một sứ quân chiếm đóng. Điều đáng chú ý hơn nữa là trong suốt gần một trăm năm sau đó, việc lấy con gái họ Dương được coi như là một điều kiện không thể thiếu cho ngai vàng nước Việt. Ba triều đại thành lập sau khi Dương Diên Nghệ chết đều lập con gái họ Dương làm hoàng hậu trong đó hai triều đại, Đinh và Lê, lập cùng một người. Chúng ta có thể phỏng đoán rằng đối với dân Việt ở thế kỷ thứ 10, Dương Diên Nghệ là người đã khởi đầu cho truyền thống độc lập của dân tộc, và vì vậy, một cuộc hôn nhân với họ Dương là hình thức để chính thống hóa quyền cai trị trước con mắt của quần chúng.

8.3 Ngô Quyền phá quân Nam Hán

Nghe tin Dương Diên Nghệ bị giết, Ngô Quyền con rể Dương Diên Nghệ mang quân từ Ái Châu ra đánh Kiều Công Tiện. Ngô Quyền là người Phong Châu. Thân phụ ông, Ngô Mân, từng làm chức huyện lệnh tại vùng này. Phong Châu là vùng đất tổ của dân Lạc. Hùng Vương đã đóng đô tại đây. Vào cuối thế kỷ thứ 8, người anh hùng dân tộc Phùng Hưng, Bố Cái Đại vương cũng xuất phát từ vùng này. Đây là một vùng mà truyền thống dân tộc Lạc vẫn còn rất mạnh và nhiều đời sản xuất ra những lãnh tụ trong các cuộc chiến chống lại phương Bắc. Kiều Công Tiện tuy cũng người đất Phong nhưng có vẻ đã đi theo đường khác.

Tục truyền, khi Ngô Quyền sinh ra một luồng hào quang đã xuất hiện bao phủ khắp người ông và trên lưng ông xuất hiện ba cái nốt ruồi. Những chuyện đó được coi như là báo hiệu rằng ông sẽ có một sự nghiệp vĩ đại về sau này, thành ra bố mẹ mới đặt tên là Quyền. Lớn lên ông nổi tiếng khắp nơi về tài trí, dũng lực và lòng can đảm. Sau Ngô Quyền đi theo Dương Diên Nghệ. Năm 931 khi Dương Diên Nghệ phá quân Nam Hán ông vừa ba mươi ba tuổi. Sau khi thành công, Diên Nghệ gả con gái cho ông và giao cho ông trấn thủ Ái Châu. Ái Châu là quê hương và là căn cứ địa của Dương Diên Nghệ. Việc Ngô Quyền được giao cho trấn thủ đất này là một bằng chứng cho thấy khả năng cũng như là sự trung thành của Ngô Quyền đối với họ Dương. Chính vì vậy khi Dương Diên Nghệ bị giết ông bèn mang quân ra Giao Châu phục thù cho chủ tướng.

Thấy Ngô Quyền đem quân ra đánh, Kiều Công Tiện vội vã cho người mang của cải sang đút lót Nam Hán để cầu xin cứu viện. Lúc bấy giờ chúa Nam Hán là Lưu Yểm vẫn chưa từ bỏ ý định xâm lược nước ta, muốn nhân việc này để đánh cướp lấy Giao Châu. Lưu Yểm phong con là Lưu Hồng Thao làm Tĩnh Hải Tiết độ sứ, tước Giao Vương, ý muốn sau khi cướp được nước ta thì lấy châu Giao cho Hồng Thao làm phong ấp, chỉ huy một đạo quân mang tiếng là giúp Kiều Công Tiện chống lại Ngô Quyền đi đường thủy sang nước ta. Còn chính Lưu Yểm cũng chỉ huy một đạo quân khác đóng tại Hải Môn trấn làm hậu bị. Tham chiếm nước ta, Lưu Yểm đã bất chấp cả lời khuyên của quần thần. *Ngũ Đại Sử - Nam Hán thế gia* chép:

"Trước tác tá lang Hầu là Dung khuyên Lưu Yểm thôi binh để cho dân nghỉ ngơi, Yểm không nghe. Yểm lại hỏi Sùng văn sứ Tiến Ích về mưu kế. Ích nói rằng: "Nay mưa dầm hàng tuần, đường bể hiểm trở xa xôi; Ngô Quyền lại là một người kiệt hiệt chớ nên coi thường. Đại quân nên cẩn thận giữ gìn, dùng nhiều kẻ dẫn đường rồi sau hãy tiến." Lưu Yểm không nghe lời Tiến Ích cứ cho tiến quân sang gấp. Hồng Thao thống lĩnh thủy quân, đem chiến thuyền men theo bờ bể Đông Bắc do cửa sông Bạch Đằng tiến vào Giao Châu."

Khi thủy quân của Hồng Thao đến Giao Châu thì Ngô Quyền đã giết được Kiều Công Tiện, làm chủ toàn bộ Giao Châu và sửa soạn chống lại quân Nam Hán. Chiến lược của Hồng Thao là mang quân vào sông Bạch Đằng đi ngược lên đến vùng Tiên Du là nơi Nam Hán hy vọng có nhiều thành phần ủng hộ mình trước khi đổ quân xuống băng qua sông Đuống tiến về thành Đại La.

Nhưng Ngô Quyền đã đoán trước chiến lược này nên đem quân chặn ngay tại cửa sông Bạch Đằng. Trước hết ông cho người cắm cọc lớn ở cửa bể, đầu cọc vót nhọn bọc sắt. Khi nước triều lên, đầu cọc chìm dưới nước không ai trông thấy. Chỉ khi nước triều xuống cọc mới nổi lên mà thôi. Khi chiến thuyền của Hồng Thao xuất hiện, Quyền sai những thuyền nhẹ nhân nước triều lên ra khiêu chiến thủy quân của Hồng Thao rồi giả vờ trốn chạy. Hồng Thao thúc thủy quân đuổi theo. Khi nước triều xuống, các chiến thuyền của Nam Hán mắc phải cọc không di động được. Đại quân của Ngô Quyền đổ ra tấn công. Chiến thuyền của Nam Hán bị đắm rất nhiều, quá nửa quân giặc bị chết đuối. Hồng Thao cũng bị giết chết. Khi tàn quân Nam Hán chạy về tới Hải Môn báo tin thất trận Bạch Đằng, Lưu Yểm chúa Nam Hán khóc lóc thương xót con và thu thập tàn binh rút về Quảng Châu. Nam Hán không bao giờ giám tấn công Việt Nam nữa.

Truyền thuyết Việt Nam cho chiến thắng sông Bạch Đằng này được nhờ vào sự giúp đỡ của thần linh. Theo *Việt Điện U Linh Tập*, trong lúc sửa soạn cuộc kháng chiến chống lại quân xâm lược Nam Hán, Ngô Quyền nằm mộng thấy một ông già tự xưng là Phùng Hưng đến nói tự mình sẽ dẫn một vạn thần binh đến giúp cho Ngô Quyền chống lại quân Nam Hán. Khi trận chiến Bạch Đằng xảy ra, theo *Việt Điện U Linh Tập*, người ta có thể nghe được trên không trung có tiếng ngựa hí người reo. Với truyền thuyết về trợ giúp của Phùng Hưng, Ngô Quyền đã nối lại được với truyền thống vương quyền cổ của dân Lạc Việt trước khi bị người Hán cai trị. Ông đã mở đầu cho một truyền thống vương triều Việt kéo dài đến mấy trăm năm cho đến khi những thay đổi của thời Hậu Lê mới hết.

Chiến thắng Bạch Đằng xảy ra vào mùa thu năm 938 và được dân Việt Nam coi như là một mốc lịch sử trong tiến trình độc lập của dân tộc. Với chiến thắng này, dân Việt Nam đã chứng tỏ khả năng tự chủ của mình sau hơn một nghìn năm bị đô hộ bởi các triều đại phong kiến phương Bắc. Kể từ chiến thắng này về sau, các triều đại

Trung Quốc không bao giờ còn có thể cai trị đất Việt nữa. Một vận hội mới đã mở ra cho dân Việt.

Chương 9. Nhìn lại một ngàn năm Bắc thuộc: Tại sao dân Việt không bị đồng hóa?

Kể từ khi Triệu Đà đánh chiếm nước Âu Lạc vào khoảng năm 179 trước Công nguyên cho đến khi Ngô Quyền phá quân Nam Hán trong trận chiến Bạch Đằng thời Bắc thuộc đã kéo dài 1117 năm. Trong khoảng trên một ngàn năm này, tuy có những lúc Việt Nam giành được quyền tự chủ trong một thời gian nào đó, đặc biệt là vào giai đoạn chót, chính quyền của họ Khúc và Dương Diên Nghệ đã kéo dài được đến gần một trăm năm, nhưng trong chuỗi thời gian còn lại, dân tộc Việt chịu sự thống trị trực tiếp và một sức ép nặng nề của triều đình phương Bắc.

Hầu hết những dân tộc chịu những áp lực đó, Việt, Ngô, Sở, Nam Chiếu, cho đến Liêu, Hạ, Thổ Phồn, Hồi Hột, Mông, Mãn đều hoặc là đã bị Hán hóa, trở thành dân Hán, hoặc nếu còn giữ lại dân tộc tính của mình thì họ cũng chỉ là những tộc thiểu số trong đất nước Trung Hoa rộng lớn ngày nay. Chỉ có Việt Nam, Hàn Quốc và Nhật Bản là những dân tộc hiếm hoi chịu ảnh hưởng của văn minh Trung Quốc mà vẫn còn giữ được bản sắc dân tộc và độc lập tự chủ của quốc gia mình. Tuy nhiên so với Hàn Quốc và Nhật Bản, Việt Nam chịu áp lực mạnh hơn nhiều. Hàn Quốc và Nhật chưa bao giờ chịu sự thống trị của triều đình Trung Quốc, văn hóa Trung Quốc du nhập vào những nước này có tính gián tiếp và vì vậy được chọn lọc trong khi Việt Nam không có được cái may mắn đó.

Chúng ta tự hào rằng đã giữ được căn cước Việt và lấy lại được tự chủ cho đất nước mình, nhưng thiết tưởng cũng nên tìm hiểu xem những yếu tố nào đã giúp cho chúng ta không bị đồng hoá thành người Hán.

Rõ ràng là dân Lạc cổ, tổ tiên của dân tộc ta không muốn trở thành người Hán. Đó có lẽ là yếu tố đầu tiên và quan trọng nhất khiến cho dân tộc ta vẫn còn giữ được bản sắc và bảo vệ được tự chủ. So với những tộc người chung quanh, Trung Quốc dựng nước sớm hơn và trong thời kỳ cổ đại đã đạt được một nền văn minh cao. Nền văn minh nông nghiệp xuất phát từ nông nghiệp trồng khô dựa trên vùng đất hoàng thổ của vùng trung du Hoàng Hà đã phát triển rất mau và ảnh hưởng đến các dân tộc quanh đó.

Hào quang của nền văn minh này chính là yếu tố hấp dẫn những dân tộc đầu tiên mà nền văn hóa Hán tộc tiếp xúc khi họ bắt đầu phát triển xuống Nam vào đầu đời Đông Chu. Sở là nước đầu tiên chịu Hán hóa sau đó là đến Ngô và Việt. Cho đến thế kỷ thứ tư trước Công nguyên, những nước này đã bị Hán hóa hầu như không còn phân biệt được với vùng Trung nguyên nữa. Những khai quật khảo cổ tại vùng Hoa Nam cho thấy ngay từ hậu kỳ của thời đá mới, miền Nam Trung Quốc hiện nay đã có nhiều di tích mang nặng ảnh hưởng của miền Trung nguyên. Sang đến thời đại đồng thau và sắt thì miền Hoa Nam đã hầu như bị sáp nhập vào văn hóa Hán. Ảnh hưởng của văn hóa Hán này bắt đầu từ thời Ân, Chu; các đồ gốm đào được tại vùng Hoa Nam có niên đại vào thời đó có các loại hoa văn phản ảnh những mô-típ của Trung nguyên như hồi văn, lôi văn, quỳ văn, văn chữ mễ, văn ô vuông vân vân... Các nhà khảo cổ học Trung Quốc, căn cứ vào những khai quật thu lượm được đã kết luận rằng những tầng văn hóa độc lập với Hán đã mai một vào khoảng cuối thời Tần Hán tại Hoa Nam. Điều này đã chứng tỏ rằng ngay trước khi nhà Tần diệt Sở và tấn công vào vùng Bách Việt, những dân tộc này đã chịu ảnh hưởng nặng của văn hóa Hán tộc và đang trên đà bị đồng hóa. Trong khi đó, văn hóa Đông Sơn của dân Lạc đã phát triển độc lập và tồn tại đến hơn 200 năm sau khi đất nước Âu Lạc bị sáp nhập vào với Trung Quốc. Điều đó đã chứng tỏ sức mạnh về văn hóa của dân Lạc trong việc chống lại áp lực đồng hóa của phương Bắc. Ngoài ra, khác với vùng Hoa Nam, Việt Nam nằm ở biên giới giữa thế giới Trung Hoa và thế giới Đông Nam Á. Qua việc tiếp xúc với những nền văn minh Chàm và Khmer, người Lạc Việt đã thấy có những nền văn minh khác với văn minh Hoa Hạ. Điều này không những đã củng cố thêm cho cá tính riêng của dân Lạc Việt mà còn giúp giới lãnh đạo xã hội Lạc Việt có một tầm nhìn rộng rãi hơn không hoàn toàn thần phục vào đế chế phương Bắc.

Tuy nhiên sức mạnh văn hóa này cũng không giúp tổ tiên chúng ta cưỡng lại được những áp lực đồng hóa của phương Bắc nếu như phải đối phó với một làn sóng người di cư từ phương Bắc xuống. Trường hợp những người thổ dân Bắc Mỹ trước những đợt di cư của người da trắng từ châu Âu sang; hoặc những người Celt bản xứ tại Anh trước cuộc di cư của những người Anglo-Saxon là những trường hợp điển hình. Tổ tiên chúng ta rất có thể bị đẩy lên những vùng núi cao để trở thành những dân tộc thiểu số trên chính đất nước của mình như những người Choang ở Quảng Tây hiện nay vốn là giòng dõi các tộc Bách Việt trước đây hoặc là những người Bạch ở Vân Nam hậu duệ của vương quốc Đại Lý.

Tại sao những chuyện ấy không xảy ra cho Việt Nam? Khác với Nam Chiếu ở Vân Nam, và các quốc gia thiểu số bên lề đế quốc Trung Hoa khác, dân Lạc Việt ngay từ đầu đã tập trung mạnh mẽ tại các vùng đồng bằng với một nền kinh tế căn bản dựa trên việc trồng cây lúa nước. Ngoài ra

Quận	Tiền Hán (kiểm tra năm CN 2)		Hậu Hán (kiểm tra năm CN140)	
	Hộ	Nhân Khẩu	Hộ	Nhân Khẩu
Tại Hoa Nam				
Nam Hải	19.613	94.253	71.477	250.282
Thương Ngô	24.379	148.160	111.395	466.975
Uất Lâm	12.415	71.162	...	...
Hợp Phố	15.398	78.980	23.121	86.617
Tổng cộng	71.805	390.555		
Tại Việt Nam				
Giao Chỉ	92.440	746.237	...	
Cửu Chân	35.743	166.013	46.513	209.894
Nhật Nam	18.263	100.676		
Tổng Cộng	143.643	981.755		

(Số liệu: *Hán thư* và *Hậu Hán thư - Quận Quốc chí*)

khác với vùng Ba Thục, quê hương của các dân Ba và dân Thục nay chỉ còn lại một thiểu số rất nhỏ, vùng đất của dân ta nằm cách xa trung tâm quyền lực và dân cư của Trung Quốc.

Kiểm tra nhân hộ khẩu do nhà Hán thực hiện cho thấy dân cư quận Giao Chỉ đông nhất trong bảy quận của Giao Châu thời đó, nhiều gấp 7 lần số dân tại Nam Hải (tương đương với Quảng Đông ngày hôm nay). Bảng kiểm tra nhân hộ khẩu tại Giao Châu dưới hai thời Tây Hán và Đông Hán dưới đây cho thấy rõ tình hình dân số giữa Việt Nam hiện nay và vùng Nam Hoa trong thế kỷ thứ nhất và những biến động trong dân số này do di dân tạo ra (Xem trang bên, tr. 268).

So sánh hai cuộc kiểm kê nhân hộ khẩu cách nhau trên một trăm năm trên, ta có thể thấy ngay mức độ gia tăng dân số tại những quận thuộc vùng Hoa Nam là dựa trên di dân rất nhiều. Trong vòng trên một trăm năm, số nhân khẩu tại Nam Hải (khu vực Quảng Đông hiện nay) tăng 2,5 lần trong khi số hộ tăng hơn ba lần. Điều này chứng tỏ rằng có một phong trào di cư từ miền Bắc xuống với số người di cư phần lớn là những hộ trẻ chưa có con cái hoặc là những người độc thân. Tương tự như vậy, quận Thương Ngô (khu vực Quế Lâm hiện nay) đã gia tăng số nhân khẩu lên hơn gấp ba, trong khi số hộ tăng hơn bốn lần. Mặc dầu vậy, so với Giao Chỉ thì ngay cả sau một trăm năm di dân hai quận Nam Hải và Thương Ngô họp lại vẫn còn ít dân hơn.

Tại những quận ở Việt Nam, tuy rằng ta không có con số cho quận Giao Chỉ trong cuộc kiểm kê năm 140, nhưng dựa vào những số liệu cho các quận Nhật Nam và Cửu Chân, ta có thể thấy dân số tại hai quận này phần chính là gia tăng một cách tự nhiên. Coi số liệu cho hai quận Nhật Nam và Cửu Chân như là tiêu biểu cho toàn thể vùng sinh sống của người Việt, ta thấy số gia tăng nhân khẩu là 31 phần trăm trong khi số gia tăng hộ khẩu là 27 phần trăm, Như vậy trái với tại các quận phương Bắc, số nhân khẩu trong một hộ nhiều hơn một chút, phù hợp với việc gia tăng dân số một cách tự nhiên.

Điều này không có nghĩa là các quận của Việt Nam không có những người Hán di cư tới. Tình trạng rối loạn cuối đời Tây Hán trong những năm từ CN9 cho đến CN23 khi Vương Mãng tiếm ngôi nhà Hán đã đẩy một số đông người Hán từ Bắc chạy xuống Nam. Hầu hết những người này chắc hẳn định cư tại các quận phương Bắc, nhưng chắc là cũng có một số di cư xa hơn xuống định cư tại các vùng thuộc Việt Nam hiện nay, nhưng con số này chắc chắn không đủ lớn để chi phối về văn hoá xã hội dân Lạc. Hầu hết những người nhập cư này vì vậy dần dà đã bị hấp thụ vào trong xã hội bản xứ và trở thành "người Nam."

Tiến trình này tiếp tục diễn ra trong những thế kỷ sau đó. Căn cứ vào những dữ liệu của các cuộc kiểm tra nhân hộ khẩu của các triều đại kế tiếp, ta thấy, nếu vào đời Hán, con số hộ tại vùng đất tương đương với hai tỉnh Quảng Đông và Quảng Tây hiện nay của Trung Quốc chỉ bằng một nửa số hộ tại Việt Nam thì đến thế kỷ thứ 4, số hộ tại hai tỉnh này đã hơn gấp rưỡi số hộ tại Việt Nam (1,68 lần). Sang thế kỷ thứ 5, số hộ tại Lưỡng Quảng đã tăng lên gần gấp năm lần (4,85 lần) và đến thế kỷ thứ 8 thì hơn gấp năm lần (5,36 lần).

Những con số này tuy không phản ảnh dân số thực sự tại Việt Nam cũng như tại Lưỡng Quảng nhưng nó cũng cho thấy sự khác biệt trong áp lực đồng hóa tại vùng Hoa Nam so với Việt Nam. Nó đã giải thích rõ tại sao sau này, vùng Hoa Nam đã trở thành một bộ phận cơ bản của lãnh thổ Trung Quốc. Sang thế kỷ thứ 9 với vùng Hoa Nam bắt đầu được định cư khá dầy đặc, số lượng người Hoa di cư sang Việt Nam có thể đông hơn, nếu sự thống trị của các chính quyền phương Bắc vẫn được duy trì trong những thế kỷ tới; nhưng đây lại là vào lúc gần cuối thời kỳ cai trị của Trung Quốc. Dân Việt đã trưởng thành hơn và đã đủ lực lượng để có thể dựng nên nền tự chủ.

Yếu tố thứ ba mà có lẽ không kém phần quan trọng là tiếng nói. Khác với tiếng nói của những tộc Bách Việt, tiếng Việt thuộc một họ ngôn ngữ hoàn toàn khác với tiếng Hán. Đặc biệt cấu trúc và văn phạm tiếng Việt khác xa với cấu trúc và văn phạm tiếng Hán. Chính vì vậy, trong suốt hơn một ngàn năm nội thuộc, mặc dầu bị tiếng Hán xâm nhập, tiếng Việt phải thay đổi để du nhập những từ ngữ và một số yếu tố Hán khác, nhưng tiếng Hán chưa bao giờ có thể trở thành thông dụng trong xã hội Việt Nam. Có thể những tầng lớp quý tộc học nói và sử dụng tiếng Hán cũng như sau này những nhà quý tộc và tầng lớp trên của xã hội Việt Nam sử dụng tiếng Pháp, nhưng tiếng Việt vẫn là thứ tiếng của đại đa số quần chúng trong xã hội. Việc tồn tại của tiếng Việt là một yếu tố rất quan trọng vì bất kỳ những gì mà người Hán muốn đưa ra trên phương diện văn hóa để đồng hóa người Việt đều phải chuyển qua một môi trường mới mà tự nó nó đã làm sai lệch đi những điều mà người Hán muốn.

Cùng với tiếng nói là các truyền thống và một ký ức tập thể về những anh hùng dân tộc. Những câu truyện về bà Trưng, bà Triệu, Triệu Quang Phục, Phùng Hưng đã hun đúc tinh thần của người dân Lạc Việt trong suốt những thế kỷ bị đô hộ. Sự tồn tại của dân tộc Việt là sản phẩm tập thể của cả một xã hội, quyết định chấp nhận mọi hiểm nguy để làm sao bảo tồn được những di sản của mình.

Xã hội Việt Nam khi Ngô Quyền giành được độc lập vào thế kỷ thứ 10 khác hẳn với xã hội Lạc Việt cách đó một ngàn năm trước khi Triệu Đà chinh phục nước Âu Lạc. Để có thể tồn tại, người Việt đã phải hiểu rõ nền văn minh

Trung Quốc như thế nào để có thể tùy cơ mà ứng biến. Họ biết Trung Quốc từ những cái hay cái đẹp nhất cho đến những cái gì tệ hại nhất. Để có thể tồn tại, họ đã phải Hán hóa một phần, học hỏi ngay những thủ đoạn của người Hán để đối phó hữu hiệu với người Hán. Trong quá trình Hán hóa đó nhiều giá trị tinh thần cũng như là những nét văn hóa đặc thù của dân tộc đã có thể bị mất đi, nhất là khi những giá trị đó không cần thiết cho việc đấu tranh sinh tồn. Những mất mát đó có thể được thấy rõ khi ta so sánh nghệ thuật tạo hình Đông Sơn với nghệ thuật tạo hình của những thế kỷ về sau. Cái vẻ đẹp và những nét độc đáo trong trống đồng và điêu khắc Đông Sơn đã được thay thế bởi những hình ảnh đôi khi khá tầm thường bắt chước theo các lối hội họa và điêu khắc của Trung Quốc.

Sau hơn một ngàn năm Bắc thuộc, xã hội Việt Nam thời Ngô Vương là một xã hội đã bị Hán hóa khá đậm. Các vị sư Việt Nam như Ngô Chân Lưu đã có thể làm thơ đối đáp qua lại với các sứ thần triều Tống. Để đạt đến trình độ này, tiến trình Hán hóa của dân Việt đã phải trải qua nhiều giai đoạn; mỗi giai đoạn đóng một vai trò quan trọng trong tiến trình tiến hoá của xã hội Việt Nam.

Giai đoạn thứ nhất bắt đầu từ khi Triệu Đà chinh phục nước Âu Lạc cho đến cuộc khởi nghĩa của Hai Bà Trưng. Trong giai đoạn này, sức mạnh của Hán tộc chưa vươn tới được vùng đồng bằng sông Hồng, nhà Triệu và các vua đầu đời Tây Hán hầu hết còn dựa vào các tầng lớp cai trị cũ của xã hội Lạc như các Lạc hầu, Lạc tướng. Theo *Sử ký* và *Hán thư* thì chính sách cai trị của Tây Hán là "lấy tục cũ của nó mà cai trị" thành ra có nơi "trưởng lại tuy có đặt, dẫu có cũng như không." Chiếm cứ đất Âu Lạc, nhà Hán chỉ quan tâm đến những đồ thổ sản quý lạ và những đồ mà bên Trung nguyên không có thành ra trong thời gian này, ngay cả đến lương ăn, tiền bạc vật dụng của bọn quan lại cai trị đều được chở từ phương Bắc sang. Tuy rằng nhà Tây Hán cũng bắt đầu chính sách "di dân khẩn thực" ở Giao Chỉ, đưa tù nhân hoặc dân nghèo người Hán tới ở lẫn lộn với người Việt nhưng con số này còn ít và không ảnh hưởng đến xã hội của người Việt bao nhiêu mặc dầu một số những khía cạnh của văn hóa Trung Quốc đã bắt đầu xâm nhập đặc biệt là trong lãnh vực kỹ thuật. Việc làm đất bằng trâu bò đã bắt đầu phổ biến cùng với các nông cụ bằng sắt. Truyền thuyết của ta nói rằng ông tổ nghề rèn sắt Việt Nam là Lư Cao Sơn học được kỹ thuật rèn sắt tại đất Thục (Tứ Xuyên). Thục là một trung tâm sản xuất sắt quan trọng ở đời Hán. Kỹ thuật gốm cũng phát triển mạnh thêm với các loại gốm cứng có độ nung cao và có hoa văn trang sức. Tuy nhiên, sự phân ranh văn hóa và chính trị giữa Việt Nam và Trung Quốc vẫn còn rõ nét, và Việt Nam vẫn còn là một phần quan trọng trong một nền văn minh chung của Đông Nam Á, có quan hệ thương mại mật thiết với các nước tại phương Nam.

Bắt đầu với các chính sách "khai hóa" của Tích Quang và Nhâm Diên, đặc biệt là sau cuộc khởi nghĩa của Hai Bà Trưng, quan hệ Hán Việt bước sang một giai đoạn mới. Chính sách tích cực đồng hóa khởi đầu với Tích Quang và Nhâm Diên đã được củng cố thêm qua cuộc chinh phục của Mã Viện. Đất Việt Nam từ một miền "ngoại địa" của đế quốc Trung Hoa nay được coi như là một quận cực nam của đế quốc, vùng biên thùy giữa nền văn minh Hán và các văn minh khác. Trong cuộc đàn áp khởi nghĩa của Hai Bà, Mã Viện đã giết rất nhiều "cừ súy" tức là những lãnh tụ khởi nghĩa theo Hai Bà Trưng, phần lớn những người này chắc hẳn là những Lạc tướng cũ và những thành phần quý tộc khác của dân tộc Việt. Sau khi chinh phục xong Cửu Chân, Viện còn đày hơn 300 "cừ súy" sang Linh Lăng nữa, như vậy có thể nói, sau cuộc đàn áp của Mã Viện, giai cấp quý tộc cũ của dân Việt đã suy vi. Những người còn lại gia nhập vào trong một tầng lớp quý tộc mới: tầng lớp quý tộc Hán Việt mà dần dà về sau đã lãnh đạo đất nước trong cuộc giải phóng ra khỏi tay đế chế Trung Quốc. Điều này đã được thấy rõ khi từ đó trở đi sử sách không còn nhắc đến danh hiệu Lạc tướng nữa. Chế độ Lạc tướng có tính cách thế tập đã bị hủy bỏ.

Sự sụp đổ của tầng lớp quý tộc Lạc Việt dẫn đến sự hình thành của một tầng lớp môn phiệt. Đây là giai đoạn mà Nho học bắt đầu được đưa vào Việt Nam và được phổ biến trong các thành phần quý tộc mới. Tuy nhiên song song với việc truyền bá Nho học là sự xuất hiện của Phật giáo. Phật giáo đến Việt Nam thẳng từ Thiên Trúc và như vậy cho ta một quan điểm nghịch hẳn với văn hóa Trung Quốc. Trái với nho học, Phật giáo đã đi thẳng vào đại đa số trong xã hội dân Việt, những huyền thoại về Man Nương, về Chử Đồng Tử trong *Lĩnh Nam Chích Quái* là những bằng chứng điển hình. Giai đoạn này là giai đoạn xảy ra một sự phân ly về văn hoá ngay chính trong nội bộ xã hội Việt với tầng lớp quý tộc lãnh đạo bị Hán hóa trong khi đại đa số quần chúng vẫn còn giữ theo những tập quán cổ xưa của người Việt. Sự kháng cự của dân chúng trước những cố gắng Hán hóa được nói rõ qua bài biểu của Tiết Tổng trình lên cho Ngô chủ năm 231, nói rằng không có cách nào để "khai hóa" dân Việt. Tổng viết:

"Dân chúng sống như cầm thú, họ vấn tóc và đi đất; thay vì nón mũ thì họ cắt một miếng vải để che đầu. Quần áo thì cài khuy bên trái (tả nhậm - một dấu hiệu của man di đối với người Hán)."

Sau khi điểm qua những cố gắng của những triều đại trước nhằm Hán hóa dân Việt, Tổng viết:

"Thư tịch chép các hoạt động khai hóa đã kéo dài tới bốn trăm năm nay nhưng theo những gì thần nhận thấy kể từ khi đến đây thì sự thật đã không phải như vậy."

Và Tổng đưa ra một vài thí dụ cho thấy mặc dầu những cố gắng của quan lại Trung Quốc, dân chúng Việt vẫn còn giữ lấy những tập quán cổ truyền:

"Tại châu Nhai, cứ đến tháng tám các tộc trưởng các tộc họ tập hợp tất cả các thanh niên nam nữ lại. Con trai, con gái được tự chọn lấy người phối ngẫu và trở thành vợ chồng; bố mẹ không có quyền gì can thiệp vào. Tại Mê Linh ở Giao Chỉ và Đô Long ở Cửu Chân, cứ anh chết thì em lấy chị dâu. Điều này đã xảy ra từ bao nhiêu đời trở thành một tập quán ăn sâu vào đến nỗi các huyện lệnh đành phải chịu. Tại Nhật Nam, đàn ông đàn bà trần truồng đi ra ngoài không chút hổ thẹn."

Tiết Tổng viết bài biểu này 5 năm sau khi họ Sĩ bị diệt vong. Dưới thời Sĩ Nhiếp, một cố gắng tìm cách dung hòa hai nền văn minh Nam Bắc đã được thí nghiệm. Nhưng triều đại của Sĩ Nhiếp quá ngắn không đủ lâu để tạo ra một tổng hợp mới. Sau khi Sĩ Nhiếp chết, các cố gắng lại tiếp tục tìm cách Hán hóa xã hội Việt. Tuy rằng không hoàn toàn thành công, những cố gắng này đã đưa Việt Nam đi sâu thêm vào trong quỹ đạo của nền văn minh Trung Quốc. Ngoài ra, sự thành lập nhà nước Lâm Ấp thù nghịch ở phía Nam cũng là động cơ lớn thúc đẩy xã hội Việt Nam đi sâu vào hướng đó. Tuy nhiên, một bộ phận khá đông dân Việt nhất là tại các vùng biên duyên, vùng đồi núi ngoài khu vực đồng bằng phì nhiêu, vẫn còn không chịu sự thúc ép của chính sách Hán hóa.

Họ trở thành những dân mà thư tịch Trung Quốc gọi là các dân "Ly, Lão" và dần dà vượt ra khỏi tầm kiểm soát của chính quyền đô hộ. Cuộc kiểm tra nhân khẩu thời Tấn cho thấy rõ mức độ tách ra đó. Kiểm tra hộ tịch thời Tây Hán năm CN2 cho thấy số hộ trong ba quận Giao Chỉ, Cửu Chân và Nhật Nam lên đến 143.643 hộ, thì số hộ đếm được trong cuộc kiểm tra hộ tịch vào thế kỷ thứ tư của nhà Tấn chỉ còn 25.600 hộ, mất gần năm phần sáu dân số trong vòng bốn thế kỷ. Một phần sự mất mát này nằm trong sự phát triển của chế độ môn phiệt, trong đó những người nông nô, hay nô tỳ của các nhà quyền thế không còn được ghi lại trong danh sách hộ tịch nữa nhưng một phần lớn nữa là nằm trong việc nhiều vùng đất rộng lớn trước thuộc quận huyện cai trị trực tiếp của các quan lại thời Hán, đến thời Tấn đã trở thành các châu cơ mi chỉ chịu sự ràng buộc nộp cống mà thôi.

Giai đoạn Hán hóa thứ hai mở đầu với Mã Viện đã kết thúc vào thế kỷ thứ 6 với cuộc khởi nghĩa của Lý Bí. Chế độ môn phiệt tại Trung Quốc bắt đầu từ đời Đông Hán để lên tới mức cực thịnh thời Lục Triều đã ảnh hưởng mạnh đến xã hội Việt Nam. Các tầng lớp quý tộc địa phương, dù gốc Hán hay gốc Việt đều bị coi như là hàn môn không hề được làm quan tại Trung nguyên. Trong khi đó, những đại tộc ở Việt Nam, thâm nhiễm văn hóa Trung Quốc bắt đầu có ý thức hơn về khả năng và vai trò của họ. Sự suy yếu của quyền lực Trung Quốc dưới thời các triều Lương và Trần đã cho những tầng lớp này một cơ hội để làm chủ vận mệnh của mình. Trong khoảng hơn nửa thế kỷ, đầu tiên dưới Lý Bí, và sau đó dưới Triệu Quang Phục và Lý Phật Tử, dân tộc Việt đã có thể tự do dưới sự lãnh đạo của các lãnh tụ của mình tìm cách đưa ra một phương thức tồn tại mới không chỉ khác biệt với chính thể và văn hóa phương Bắc mà cũng khác biệt với những nền văn minh chịu ảnh hưởng Ấn Độ ở phương Nam. Ý thức Việt đã ra đời và phát triển mạnh trong thời này cùng với sự phát triển của Phật giáo như là một ý thức hệ đối kháng với ý thức hệ của Nho giáo. Huyền thoại móng rùa vàng trong truyện Triệu Quang

Phục chính là một trong những cố gắng để nối lại với truyền thống Lạc Việt thời trước.

Với nhà Đường, Trung Quốc đi vào một thời đại cực thịnh mới. Với miền Hoa Nam nay hoàn toàn bị Hán hóa, áp lực của Đường triều vào xã hội Việt Nam trở thành nặng nề hơn bao giờ hết. Tuy nhiên điều may mắn là đến thời Đường, dân Việt đã có gần một ngàn năm để làm quen với những áp lực phương Bắc, thành ra dân ta đã đủ sức để kháng cự. Mặc dầu vậy, văn hóa Đường đã để lại những nét sâu đậm trong xã hội Việt Nam. Một phần lớn những từ ngữ Hán-Việt trong tiếng Việt hiện nay được du nhập vào tiếng Việt trong thời Đường. Cách dùng những từ này trong tiếng ta là theo lối Đường chứ không theo tiếng Trung Quốc hiện đại và cách phát âm những từ này trong tiếng ta cũng là theo cách phát âm của thời Đường chứ không phải theo cách phát âm hiện đại của người Hoa.

Cũng trong thời đại này sự phân chia cộng đồng người Lạc cổ thành Việt và Mường đã hoàn tất với người Mường còn giữ được những nét chính của nền văn hóa Việt Nam cổ đại trong khi người Việt bị ảnh hưởng sâu đậm của văn hóa Đường triều. Sự xâm lược của những nước lân bang, từ Chiêm Thành, Côn Luân cho đến Nam Chiếu mà hầu hết là những thành phần Lạc không chịu Hán hoá (Mường) đã cho dân Việt thấy rõ khoảng cách giữa họ và những tộc lân bang chịu ảnh hưởng của một nền văn minh khác. Một biên thùy văn hóa mới đã được vạch ra giữa Việt và Mường cũng như giữa Việt và Chiêm Thành.

Tuy nhiên ở một mức độ nào đó, một cái lõi căn bản của thời Văn Lang và Âu Lạc vẫn còn tồn tại giữ cho Việt và Hoa tách biệt. Tiếng nói của dân Việt vẫn còn tồn tại, mặc dầu nó đã thay đổi và vay mượn rất nhiều từ ngữ của Hán. Ngoài ra những truyền thuyết và huyền thoại về một quá khứ xa xăm vẫn được kể lại từ đời này qua đời khác đã là những chỗ tựa vững chắc giữ cho dân Việt chống lại mọi cố gắng hoàn toàn trở thành Hán. Cuộc đấu tranh để tồn tại trong thế giới bị chi phối bởi đế quốc Trung Hoa khổng lồ đã tạo ra trong cá tính người Việt hai phản ứng mâu thuẫn với nhau. Qua những thế kỷ bị trị, người Việt đã thành ra có một phản ứng bẩm sinh chống lại sự thống trị của người Hán, và mở rộng ra mọi sự thống trị của ngoại bang. Thời Tấn, chính một trong những tên quan cai trị vào bậc tốt của Trung Quốc tại Việt Nam, Đào Hoàng, đã phải dâng biểu nói rằng "người Giao Châu, chán ở yên vui, thích làm họa loạn, rất khó cai trị." Nhưng ngoài phản ứng đối kháng bẩm sinh ra đó, trong người Việt lại có một mặc cảm tự ti đối với người Hoa và thông thường vẫn nhìn sang Trung Quốc hoặc rộng hơn, ra nước ngoài để tìm những chính sách hoặc mô hình hoạt động. Và hai phản ứng đối nghịch đó vẫn còn tồn tại trong xã hội Việt Nam cho đến ngày nay.

NIÊN BIỂU CÁC TRIỀU ĐẠI VÀ SỰ KIỆN

Triều đại	Sự kiện	Quốc hiệu	Thời gian	Triều đại Trung Quốc
Kinh dương Vương	Dân Lạc đến vùng đồng bằng sông Hồng	Xích quỷ	2897 TCN (?)	Viêm đế Thần Nông
Lạc Long Quân	Khai phá đồng bằng sông Hồng			Đế Minh
Hùng Vương	Phù Đổng thiên vương phá giặc Ân. Sơn tinh - Thủy tinh Văn hóa Đông Sơn	Văn Lang	696 TCN (?)- 218 TCN	Chu Trang Vương Tần Thủy Hoàng
An Dương vương	Mỹ Châu - Trọng Thủy	Âu Lạc	218-179 TCN	Tần thủy Hoàng - Sở Hạng Vũ - Hán Cao tổ
Thuộc nhà Triệu		Nam Việt	179-111 TCN	Hán Văn đế
Thuộc Tây Hán		Giao Chỉ	111 TCN - 8	Hán Vũ đế
Thuộc chính quyền Vương Mãng		Giao Chỉ	9 -23	Tân - Vương Mãng

Status	Event	Location	Date	Chinese ruler
Thuộc Đông Hán		Giao Chỉ	25 - 39	Hán Quang Vũ đế
Trưng vương	Mã Viện đem quân tái chinh phục	Mê linh (?)	40 - 43	Hán Quang Vũ đế
Thuộc Đông Hán	Đạo Phật tới Việt Nam	Giao Chỉ	~ 100	Hán Minh đế
	Khởi nghĩa Khu Liên ở Tượng Lâm - thành lập nước Lâm Ấp.		137	Hán Thuận đế
	Khởi nghĩa ở Nhật Nam, Cửu Chân.		144	Hán Thuận đế
	Khởi nghĩa Chu Đạt ở Cư Phong. Khởi nghĩa binh sĩ Giao Chỉ		160 - 181	Hán Hoàn đế - Hán Linh đế
Thuộc Ngô	Khởi nghĩa ở Giao Chỉ - Cửu Chân	Giao Châu	210	Hán Hiến đế
	Khởi nghĩa bà Triệu		248	Ngô đại đế (Tôn Quyền)
Thuộc Ngụy			263	Ngụy Nguyên đế
Thuộc Tấn			265	Tấn Vũ đế
Thuộc Ngô			265	Ngô quy mệnh hầu

Thuộc Tấn			280	Tấn Vũ đế
	Khởi nghĩa Lý Thoát		411	Tấn An đế
Thuộc Tống			240	Tấn Cung đế - Tống Vũ đế
	Khởi nghĩa Lý Trường Nhân		468	Tống Minh đế
Thuộc Tề	Khởi nghĩa Lý Thúc Hiến		479	Tống Thuận đế - Tề Cao đế
Thuộc Lương			505	Lương Vũ đế
	Khởi nghĩa Lý Bí		542	Lương Vũ đế
Nhà Tiền Lý		Vạn Xuân	544-548	Lương Vũ đế
Thuộc Lương			548	Lương Vũ đế
Hậu Lý Nam đế (?)	Lý Xuân - Lý Phật tử		557-590	Trần Vũ đế
	Tì ni đa lưu chi thành lập phái Thiền đầu tiên tại Việt Nam		580	
Thuộc Tùy		Giao Châu	590	Tùy Văn đế
Thuộc Đường		An Nam đô hộ phủ	618	Đường Cao tổ

	Năm	Sự kiện	Triều đại Trung Quốc
	687	Khởi nghĩa Lý Tự Tiên	Đường Trung tông
	722	Khởi nghĩa Mai thúc Loan	Đường Huyền tông
	791	Khởi nghĩa Phùng Hưng	Đường Đức tông
	819	Khởi nghĩa Dương Thanh	Đường Duệ tông
	858 - 864	Cao Biền phá quân Nam Chiếu	Đường Tuyên tông
Họ Khúc dấy nghiệp	905 - 930	Khúc Thừa Dụ - Khúc Hạo - Khúc Thừa Mỹ lên làm tiết độ sứ	Đường Chiêu Tuyên đế - Lương Thái tổ - Lương mạt đế
	930	Nam Hán bắt Khúc Thừa Mỹ	Lương mạt đế
Dương Diên Nghệ	931 - 937	Dương Diên Nghệ phá quân Nam Hán	Đường Minh tông
Kiều Công Tiện	937 -938	Kiều Công Tiện giết Dương Diên Nghệ lên làm tiết độ sứ	Tấn Cao tổ

Ngô Vương Quyền	Ngô Quyền phá quân Nam Hán	939 - 944	Tấn Cao tổ
		939	Tấn Cao tổ
Dương Bình Vương	Dương Tam Kha cướp ngôi nhà Ngô	945 -950	Tấn Xuất đế
Ngô Nam tấn vương	Ngô Xương Ngập	951 -965	Chu Thái tổ
Thập nhị sứ quân	phế Dương Tam Kha	966 -967	Tống Thái tổ
Đinh Tiên hoàng		968 - 979	Tống Thái tổ

TÀI LIỆU THAM KHẢO

A. Tài liệu gốc
I. Sách Hán
    1. Các bộ sử trong Nhị thập tứ sử của các triều đại Trung Quốc bao gồm:
- *Sử ký*
- *Hán thư*
- *Hậu Hán thư*
- *Tam Quốc Chí*
- *Tấn thư*
- *Tống thư*
- *Nam Tề thư*
- *Lương thư*
- *Trần thư*
- *Tùy thư*
- *Cựu Đường thư*
- *Tân Đường thư*
- *Ngũ Đại Sử Ký*

    2. Các sách khác:
- *Toàn Đường thi*
- *Toàn Đường văn*
- Cao Hùng Trưng *An Nam Chí Nguyên* trong Collection des Textes et Documents sur l'Indochine, Ecole française d'Extrême Orient Vol.1, Hanoi, 1912
- *Hoa Dương Quốc Chí* Thượng Hải 1922
- *Thủy Kinh Chú* Thượng Hải 1922
- Tư Mã Quang *Tự Trị Thông Giám* Đài Bắc 1970
- *Thái Bình Hoàn Vũ Ký* Đài Bắc 1963
- *Thái Bình Quảng Ký* Bắc Kinh 1984

II. Sách Việt

Lê Tắc *An Nam Chí Lược*, Huế 1961
Trần thế Pháp *Lĩnh Nam Chích Quái*, Sài Gòn 1961
Lý Tế Xuyên *Việt Điện U Linh tập*, Sài Gòn 1960
Khuyết danh *Đại Việt sử lược* trong Thủ Sơn Các
Tùng Thư, Đài Bắc 1968

B. Các tài liệu khác
I. Sách chữ Việt

- *Hùng Vương dựng nước* tập 1-4 Nhà Xuất Bản
Khoa Học Xã Hội, Hà Nội 1970
- Trần Quốc Vượng - Hà văn Tấn *Lịch sử chế độ
phong kiến tại Việt Nam* Tập 1. Hà Nội Nhà Xuất Bản Giáo
Dục 1963
- Đào Duy Anh *Lịch sử Việt Nam*, Hà Nội 1955
- *Đại Việt Sử Ký Toàn Thư* tập 1. Nhà Xuất Bản
Khoa Học Xã Hội, Hà Nội 1993
- Trần Trọng Kim *Việt Nam sử lược* Trung Tâm
Học liệu Bộ Giáo Dục, Sài Gòn 1971

II. Sách Ngoại Quốc

- R.B. Smith & W.Watson *Early Southeast Asia*,
Oxford University Press London 1979
- Keith W. Taylor *The Birth of Vietnam* University
of California Press, Berkeley, CA, 1983
- Lê thành Khôi *Le Vietnam, son histoire, sa
civilisation* Paris 1955
- G. Maspero *Le Royaume de Champa* Paris 1928
- P. Gourou *Les paysans du delta tonkinois*, Paris
1936

III. Tập san và Tạp chí

- *Đông dương tạp chí*
- *Nam Phong tạp chí*

- *Nghiên cứu lịch sử*
- *Tập san Văn sử Địa*
- *Tập san Khảo Cổ học*
- Bulletin de l'Ecole française d'Extrême Orient (BEFEO)

- *Bulletin de la Société des Etudes indochinoises*
- *Journal of Southeast Asian Studies*

Thư mục Tổ Hợp Xuất Bản Miền Đông Hoa Kỳ và Cành Nam

Hiên THI CA THẾ GIỚI	
OMAR KHAYYAM – RUBAIYAT: THƠ VÀ ĐỜI* (Thơ Ba-Tư) - Nguyễn Ngọc Bích dịch và giới thiệu	15 MK
Hiên TRUYỆN	
BỐN PHƯƠNG MÂY TRẮNG - Tập I Nguyễn Sỹ Tế	15 MK
CHUYỂN MÙA – Trương Anh Thụy	28 MK
PHƯỢNG VẪN NỞ BÊN TRỜI HÀ NỘI (Tái bản lần 2) Hồi ký Nguyễn Thị Ngọc Dung	16 MK
SÀI GÒN NẮNG NHỚ MƯA THƯƠNG (Tái bản lần thứ nhất) – Hồi ký Nguyễn Thị Ngọc Dung	18 MK
RỒNG VÀ RẮN – Nguyễn Viện	15 MK
HỎA LÒ - Nguyễn Chí Thiện	15 MK
ÁNH MẮT – Trương Anh Thụy	12 MK
MỒ HÔI CỦA ĐÁ – Nhật Tiến	8 MK
LỚP SÓNG PHẾ HƯNG – Hồ Trường An	7 MK
ĐÊM RỒI CŨNG ĐI QUA – Nguyễn Thị Ngọc Nhung	8 MK
MỘT ĐÊM THỨ BẨY– Mai Thảo	8 MK
MỘT THỜI ĐANG QUA – Nhật Tiến	7 MK
Hiên TRUYỆN NƯỚC NGOÀI	
LIÊU TRAI CHÍ DỊ I, II, III – Bồ Tùng Linh, mỗi tập Bản dịch Kim Y Phạm Lệ Oanh	7 MK
Hiên TRIẾT	
DUY VĂN SỬ QUAN – Hoàng văn Chí	12 MK
Hiên KÝ	
TỪ LÀNG VÂN HỒ ĐẾN UNESCO – Bích Thuận	20 MK

NHỮNG NGÀY MUỐN QUÊN - Đoàn Thêm (**Hết**)	
NHÀ QUÊ RA TỈNH – Đoàn Thêm (**Hết**)	
BÚT KÝ IRINA - Irina Zisman	10 MK
CON ĐƯỜNG CẢI TẠO (Trường ngâm) – Dương Tử	10 MK
Hiên KÝ SỰ VĂN HỌC NGHỆ THUẬT	
NHỮNG BẬC THẦY CỦA TÔI - Xuân Vũ	15 MK
THEO CHÂN NHỮNG TIẾNG HÁT - Hồ Trường An	20 MK
GIAI THOẠI HỒNG - Hồ Trường An	14 MK
Hiên BIÊN KHẢO	
BỌC TRỨNG - Đông Phong	15 MK
TRUYỆN KIỀU: TÁC GIẢ, NHÂN VẬT, VÀ LUÂN LÝ – Đặng Cao Ruyên	25 MK
BỂ DÂU TRONG DÒNG HỌ NGUYỄN DU – Đặng Cao Ruyên	18 MK
HỒ XUÂN HƯƠNG: TÁC PHẨM – Nguyễn Ngọc Bích	20 MK
SÁCH SONG NGỮ	
CUNG OÁN NGÂM KHÚC - Ôn Như Hầu Nguyễn Gia Thiều - (Việt/Anh) - Nguyễn Ngọc Bích dịch – 40 bức minh họa màu của Mai Lân	20 KM
THI KINH QUỐC PHONG (Tái bản trọn bộ) Bản dịch Kim Y Phạm Lệ Oanh, Nguyễn Đăng Thục giới thiệu, Nguyễn Ngọc Bích viết Bạt	25 MK
HOA ĐỊA NGỤC / FLOWERS OF HELL (Việt/Anh) Thơ Nguyễn Chí Thiện, Nguyễn Ngọc Bích dịch	25 MK
HẠT MÁU THƠ / BLOOD SEEDS BECOME POETRY - (Việt/Anh) - Thơ Nguyễn Chí Thiện, Nguyễn Ngọc Bích dịch	10 MK
TRƯỜNG CA LỜI MẸ RU / A MOTHER'S LULLABY (Việt/Anh) - Thơ Trương Anh Thụy, Nguyễn Ngọc Bích dịch, Võ Đình minh họa	12 MK

SÁCH TIẾNG ANH	
WAR & EXILE, A Vietnamese Anthology (TT Văn Bút Miền Đông HK) – Tuyển tập thơ văn VN hiện đại, Nguyễn Ngọc Bích chủ biên, Võ Đình minh họa, với phụ bản nhạc Phạm Duy.	12 MK
TET, THE VIETNAMESE NEW YEAR - Nguyễn Ngọc Bích viết, với 120 bức minh họa màu	25 MK

SẮP XUẤT BẢN

ẢNH TRƯỜNG KỊCH GIỚI
Hồ Trường An
Hồi ký rong chơi về điện ảnh miền Nam
***

HOA ĐỊA NGỤC
(Trọn bộ in thành một cuốn)
Gồm *Hoa Địa Ngục* và *Hạt Máu Thơ*

TRUNG TÂM PHÁT HÀNH
CANH NAM PUBLISHERS
2607 Military Rd. - Arlington, VA 22207 - USA
Tel & Fax (703) 525 – 4538 / E-mail: canhnam@dc.net

CUNG OÁN NGÂM KHÚC/ COMPLAINTS OF AN ODALISQUE
Tác-giả **Ôn-như hầu Nguyễn Gia Thiều (1741-1798)**
Sách song ngữ Việt/Anh. Phần tiếng Anh do Nguyễn Ngọc Bích chuyển ngữ.

Cung Oán Ngâm Khúc là một trong **ba** tuyệt-tác thơ hàng đầu của Việt-nam **do** Ôn-như hầu Nguyễn Gia Thiều viết. **Thơ** *Cung Oán* được xem là thuộc loại **điêu** luyện nhất trong thơ Nôm Việt-nam. **Tác-** phẩm cũng được xem là vô cùng sâu **sắc** do những hình ảnh và nhận-định về **Phật-** pháp hiếm thấy trong văn-chương Việt- nam. Nhạc-tính trong thơ còn được dịch- giả Nguyễn Ngọc Bích đem so sánh **với** *Giao-hưởng-khúc số 5* ("Định-mệnh") **của** Beethoven. 40 bức tranh minh-họa **màu**  tuyệt đẹp của Mai Lân làm nổi lên hẳn ý-nghĩa **của cuốn sách.**

Sách dày 192 trang. Bìa cứng. Cỡ rộng 6.7x9.2. In năm 2006. Ấn phí $20

HỒ XUÂN HƯƠNG: TÁC-PHẨM
Nguyễn Ngọc Bích

Là một phần trong bộ *Hồ Xuân Hương: Tổng-luận và Tác-phẩm,* cuốn sách này là một tuyển-tập khá đầy đủ về cả thơ chữ Hán (*Lưu Hương Ký*) lẫn thơ chữ Nôm của nhà thơ lớn của Việt-nam. Khảo dị, chú thích cặn kẽ, cuốn sách được xem là một mẫu mực về sách biên khảo ở hải-ngoại.

272 trang. Cỡ 6x9. Nhiều hình đen trắng và màu. Ấn phí $20

NHỮNG CUỐN SÁCH KHÔNG THỂ THIẾU TRONG TỦ SÁCH GIA ĐÌNH

BỐN PHƯƠNG MÂY TRẮNG, tiểu thuyết
Của **Nguyễn Sỹ Tế. In năm 2005**
345 trang. Ấn phí $15

Tập đầu trong một bộ trường thiên tiểu **thuyết** có tham vọng dựng lại cả một thời **đại** và thế hệ, thế hệ 45 của tuổi trẻ Việt**nam** lên đường làm cách mạng. Bắt đầu **như** một cuộc ra quân lãng mạn, thanh niên **lúc** bấy giờ đầy lý tưởng và nhiệt huyết với **những** con người có ăn học và đầu óc rộng **mở**. Cuộc tình trong trắng giữa Bạch và Vân rồi sẽ đi về đâu trong hoàn cảnh của một nước sắp bùng cháy?

CHUYỂN MÙA
Của **Trương Anh Thụy**
812 trang. Ấn phí $28

Cuốn sách viết Về Tuổi trẻ. Cho Tuổi trẻ. Vì Tuổi trẻ. Giải thưởng Văn Học 2004 – Hội Quốc Tế Y Sỹ Việt Nam Tự Do trao tặng.

Truyện hư-cấu nhưng đặt trong khung-cảnh **thời**-đại, bộ trường-thiên 3 tập: Trạm Nghỉ **Chân**/Ma Lộ/Chuyển Mùa là một bức tranh **hoành**-tráng của tuổi trẻ Việt Nam ở hải-**ngoại** tương-tác từ ngoài vào đến trong **nước**, trên ba lục-địa, vượt lên trên ý-thức-**hệ** nhằm xây dựng một tương-lai có tình **người**.

Cuốn sách đã được nhà văn Doãn Quốc Sĩ **nhận** xét: "...Chuyển Mùa cũng như Khu **Rừng** Lau, cùng lấy lịch sử thời đại làm bối **cảnh** để người đọc cùng suy ngẫm..."

TET, THE VIETNAMESE NEW YEAR
Tác-giả: Nguyen Ngoc Bich

Là món quà lý tưởng cho con em và các bạn ngoại-quốc.

142 trang với nhiều hình màu. Cỡ sách 8½ x11. Ấn phí $25

Sách tiếng Anh viết ở trình-độ trung-học đệ nhất cấp nhằm trả lời tất cả những câu hỏi mà ta có thể đặt ra về lễ quan-trọng nhất trong năm của người Việt. Được minh-họa bằng 120 tranh ảnh hoàn-toàn Việt Nam, cuốn sách sẽ giúp người đọc hiểu thấu đáo về mọi vấn-đề liên-quan đến Tết.

BỌC TRỨNG
Tác-giả: ĐÔNG PHONG
380 trang. Ấn phí $15

Trong khi giáo dục trong nước đang bị lãng quên, xuống cấp một cách thảm hại, còn con em chúng ta ở hải ngoại thì lại mất phương hướng, cuốn sách bỗng xuất hiện như một "**cẩm nang lý tưởng cho tuổi trẻ Việt Nam hôm nay,**" cả trong lẫn ngoài nước.

Nó nhắc nhở cái nghĩa đồng bào **do** cùng một mẹ sinh ra, nêu ra 8 "**đại nhân**" điển hình của đất nước, 4 nhân vật lịch **sử** và 4 bộ mặt văn hóa lớn (hai nam, hai **nữ** trong mỗi loại) để làm bằng là tuổi **trẻ** Việt Nam vẫn đáp ứng sứ mạng lịch sử **và** văn hóa của mình, cùng động viên tuổi **trẻ** hôm nay:

Lý Thường Kiệt, Trần Quốc **Tuấn,** Hai Bà Trưng, Bà Triệu; Nguyễn B**ỉnh** Khiêm, Nguyễn Du, Hồ Xuân Hương, **Bà** huyện Thanh Quan. Ngoài những trang thật **đẹp nầy, cuốn sách còn đưa** ra nguyên một **chương** trình tu tập cho tuổi **trẻ** hôm nay để bắt kịp với thế giới và chuẩn bị ra nhận lãnh trách nhiệm phục hưng xứ sở. Tác giả Đông Phương hiện còn trong nước.

TỔ HỢP XUẤT BẢN MIỀN ĐÔNG HOA KỲ
Phát hành sách của
Tủ sách THỜI SỰ VN VÀ THẾ GIỚI:

BÙI TÍN TÂM TÌNH VỚI TUỔI TRẺ VIỆT NAM
Tác-giả: BÙI TÍN

Bùi Tín tâm tình
với
tuổi trẻ
Việt Nam

Tủ Sách
Thời Sự VN &
Thế Giới
2006

Cựu-đại-tá QĐND Bùi Tín, một nhà báo lão **thành**, đã viết bảy cuốn sách nổi tiếng trong **ba** thứ tiếng (Anh, Pháp, Việt) nhằm kêu gọi **chính**-quyền CS ở quê nhà hãy lột bỏ những **bộ** áo và tư tưởng lỗi thời của mình đi, để Việt-nam có thể chuyển sang một thể-chế **tương**-lai dân-chủ, đa nguyên đa đảng, sống **hòa**-bình và hòa-nhập với thế-giới văn-minh **của** thế-kỷ 21. Trong cuốn sách này, ông **đặc**-biệt chú tâm trao đổi với tuổi trẻ mà dù **muốn** dù không cũng sẽ có ngày phải ra **gánh** vác việc lãnh-đạo đất nước. Để khuyến **khích họ, ông đưa ra tất cả** những lập-luận lỗi thời của Đảng CSVN và dựa vào chính hiểu biết của các em để nhắm tìm ra một hướng đi tốt đẹp cho tương-lai và tiền-đồ dân-tộc.

180 trang. Ấn phí $10

NHẬT KÝ RỒNG RẮN
Của TRẦN ĐỘ

150 trang. Ấn phí $8

Hồi-ký cuối đời của Trung-tướng Trần Độ.
Vì tác-phẩm này lên án chế-độ CS đã
phản-bội những lý-tưởng của cách mạng
nguyên-thủy của phong trào CS mà ông
Trần Độ đã phục vụ suốt đời, cuốn sách bị
tịch-thu dẫn đến cái chết vì buồn bực của
chính tác-giả.

HÃY TRƯNG CẦU DÂN Ý
Phương Nam ĐỖ NAM HẢI

Với đầy đủ hình ảnh và nguyên "hồ sơ" về PN Đỗ Nam Hải - 2005

Cuốn sách là suy nghĩ chắt lọc từ bao năm
sinh sống ở miền Nam sau khi từ Bắc vào
Sài Gòn tiếp theo "chiến thắng" của quân
đội Bắc Việt. Được đi Úc với gia đình, tác
giả đã bỏ ra mấy năm viết 5 tiểu luận sâu
sắc "nhìn lại quê hương" để nhận thức lại.
Kết luận, theo ông, là phải đòi trưng cầu
dân ý để 82 triệu dân được chọn thể chế
của mình. Một gương sáng của và cho tuổi
trẻ, tranh đấu ngay từ trong lòng chế độ,
Phương Nam đã bị bao vây, hạch xách và
cuối cùng bị ép để mất việc. Mặc, anh vẫn
hiên ngang... ngửng đầu.

332 trang, Ấn phí: $15

VỤ ÁN 'SIÊU NGHIÊM TRỌNG' T2-T4
Của TÂM VIỆT

Vụ án "gián-điệp dổm" giữa hai ông đại-tướng (Võ Nguyên Giáp và Lê Đức Anh) có khả-năng làm thay đổi cục-diện Việt Nam trong những ngày tháng tới, trình bày như một hồ-sơ tài-liệu đầy đủ nhất (một số chưa bao giờ được công-bố) với phân-tích (theo khoa Hà-nội-học) bởi Tâm Việt và Bùi Tín.

300 trang. Ấn phí $15

ĐỊA CHỈ PHÁT HÀNH:
TỔ HỢP XUẤT BẢN MIỀN ĐÔNG HOA KỲ
Và CÀNH NAM PUBLISHERS
2607 MILITARY RD.
ARLINGTON, VA, 22207 – USA
TEL & FAX: (703) 525 - 4538 / EMAIL: canhnam@dc.net
(Checks xin đề cho CANHNAM PUBLISHERS)